ಮೂಕ ಪೃಥ್ವಿಗೆ ಮಾತುಕೊಟ್ಟ ಕಿಶೋರಿ

ಗ್ರೇತಾ ಥನ್‌ಬರ್ಗ್

ನಾಗೇಶ ಹೆಗಡೆ

ಜೊತೆಗೆ

ಸ್ಟಾಕ್‌ಹೋಮ್‌ನಿಂದ

ಸರೋಜಾ ಪ್ರಕಾಶ್

ಭೂಮಿ ಬುಕ್ಸ್

150, ಮೊದಲ ಮುಖ್ಯರಸ್ತೆ, ಶೇಷಾದ್ರಿಪುರಂ, ಬೆಂಗಳೂರು-560020
ದೂರವಾಣಿ: 08023565885, 9449177628
email: bhoomi.books@gmail.com

Mooka Prithvige Maatu Kotta Kishori: Greta Thunberg:
A book about Greta Thunberg in Kannada by Nagesh Hegde.

Author's contact: 9901902402 nagesh.hegde@gmail.com
Published by: Bhoomi Books, 150 First Main, Sheshadripuram,
Bengaluru-560020. Contact: 9449177628

Copyright: Author
Cover Photo Credit: TEDx, youtube
First Impression: 2019
Number of pages: 124
Price: Rs. 120
Number of copies: 1000

Printed by: Regal Print Service, Bengaluru-560018
Printer's contact: 9964351655

ಹಕ್ಕುಗಳು: ಲೇಖಕರವು
ಮೊದಲ ಮುದ್ರಣ: 2019
ಮುಖಪುಟ ವಿನ್ಯಾಸ: ಚಂದ್ರ ಗಂಗೊಳ್ಳಿ
ಒಳಪುಟಗಳ ವಿನ್ಯಾಸ: ನಾಗೇಶ ಹೆಗಡೆ
ಪುಟಗಳು: 124
ಬೆಲೆ: ರೂ. 120
ಕಾಗದ: ಎನ್‌ಎಸ್ ಮ್ಯಾಪ್ಲಿಥೊ 80 ಜಿಎಸ್‌ಎಮ್, 1/8 ಡೆಮಿ

ಅರ್ಪಣೆ

ಪಶ್ಚಿಮಘಟ್ಟಗಳ ಜೀವಸಂಕುಲದ
ಉಳಿವಿಗಾಗಿ ಹಾಗೂ ದಮನಿತರ
ಕಲ್ಯಾಣಕ್ಕಾಗಿ ಜೀವ ತೇಯ್ದ

ಡಾ. ಕುಸುಮಾ ಸೊರಬ (1938–1998)
ಅವರಿಗೆ

ಮೊದಲು, ಒಂದೆರಡು ಮಾತು

• ದೇವನೂರ ಮಹಾದೇವ

ಆಸೆಯೇ ದುಃಖಕ್ಕೆ ಕಾರಣ ಎಂಬ ಪ್ರಸಿದ್ಧ ಮಾತಿದೆ. ಇದು ಬುದ್ಧನ ನುಡಿ. ಪಾಳಿ ಭಾಷೆಯಲ್ಲಿ ಆಸೆ ಎನ್ನುವುದಕ್ಕೆ 'ತನ್ಹಾ' ಎಂದಿದೆ. ಸಂಸ್ಕೃತದಲ್ಲಿ 'ತೃಷ್ಣೆ' ಎಂದಿದೆ. ಇಂಗ್ಲೀಷ್‌ನಲ್ಲಿ craving ಎಂದಿದೆ. ಇದನ್ನು ನೋಡಿದಾಗ 'ಆಸೆ' ಪದ ಸಾಲದು ಅನ್ನಿಸುತ್ತದೆ. ಇದಕ್ಕೆ ಹತ್ತಿರದ ಪದ ಹುಡುಕುತ್ತ ಕಂಡದ್ದು– 'ದಾಹ'. 'ದಾಹ' ಅಂದರೆ 'ದಹಿಸುವುದು' ಎಂದೂ ಅರ್ಥವಂತೆ. ಸದ್ಯಕ್ಕೆ ***ದಾಹವೇ ದುಃಖಕ್ಕೆ ಕಾರಣ***– ಎಂದಿಟ್ಟುಕೊಳ್ಳಬಹುದೇನೊ.

ಇಂದು ಭೂಮಿಯೇ ಮನುಷ್ಯನ ದಾಹಕ್ಕೆ ಸಿಲುಕಿ ದಹಿಸುತ್ತಿದೆ. ಭೂಮಿ ಬಾಯಾರಿಕೆಯನ್ನು ನೀಗಿಸಬಹುದು, ದಾಹವನ್ನಲ್ಲ. ಇಂದಿನ ಮನುಷ್ಯನ ದಾಹದಿಂದಾಗಿ ತಾಪಮಾನ ಹೆಚ್ಚಾಗಿ– ಹಿಮಗಡ್ಡೆ ಕರಗುತ್ತಿವೆ. ಸಮುದ್ರದ ಮಟ್ಟ ಏರುತ್ತಿದೆ. ಸೈಕ್ಲೋನ್‌ಗಳು ಅಪ್ಪಳಿಸುತ್ತಿವೆ. ಹುಚ್ಚು ಮಳೆ ಬರುತ್ತಿದೆ. ಭೂಮಿ ಕುಸಿಯುತ್ತಿದೆ. ಎಲ್ಲವೂ ಕೊಚ್ಚಿಹೋಗುತ್ತಿವೆ. ವಿಪರ್ಯಾಸವೆಂದರೆ ಒಂದು ಕಡೆ ಪ್ರವಾಹ. ಅದರ ಪಕ್ಕದಲ್ಲೆ ನೀರಿಲ್ಲದ ಬರ. ಬದುಕುವುದೆಂತು?

ಈಗ, ಪುಣ್ಯಕ್ಕೆ ಭೂಮಿತಾಯಿಯೇ ಸ್ವೀಡನ್‌ನ ಹದಿನಾರು ವರ್ಷದ ಬಾಲೆ ಗ್ರೇಟಾ ಥಂಬರ್ಗ್‌ಳ ಮೈಮೇಲೆ ಬಂದು ನುಡಿಸಿದಂತೆ ಗ್ರೇಟಾ ನುಡಿಯುತ್ತಿದ್ದಾಳೆ. ಇಂದಿನ ಹವಾಮಾನ ಸಂಕಷ್ಟಕ್ಕೆ ಕಾರಣರಾದ ಜಗತ್ತಿನ ನಾಯಕರಿಗೆ "how dare you?" ಎಂದು ಕೇಳುತ್ತಿದ್ದಾಳೆ. ಹೀಗೆ ಕೇಳುತ್ತಾ ಮೂಕ ಪೃಥ್ವಿಗೆ ಮಾತು ಕೊಟ್ಟ ಈ ಹುಡುಗಿಗೆ ಇಡೀ ಭೂಮಿಯೇ ತನ್ನ ಮನೆ ಎಂಬ ಭಾವನೆ ಇದೆ ಎಂದು ಲೇಖಕರು ಗುರುತಿಸುತ್ತಾರೆ. ನಿಜ, ತನ್ನೊಳಗೇನೆ ಸಕಲ ಜೀವಸಂಕುಲವನ್ನು ಧರಿಸಿರುವಂತೆ ಈ ಬಾಲೆ ಕಾಣುತ್ತಾಳೆ. ಆಶ್ಚರ್ಯವೆಂದರೆ, ಕೆನಡಾದ ಸೆವರ್ನ್

ಸುರ್ಝಿಕಿ ಕೂಡ *"ನಮ್ಮದು ಐದು ನೂರು ಕೋಟಿ ಜನ, ಮೂರು ಕೋಟಿ ಜೀವ ಪ್ರಬೇಧಗಳ ಒಂದು ದೊಡ್ಡ ಕುಟುಂಬ. ರಾಷ್ಟ್ರದ ಗಡಿಗಳು ಎಷ್ಟೇ ಇದ್ದರೂ ಈ ಕುಟುಂಬ ಮಾತ್ರ ಒಂದೇ. ಅದನ್ನು ಬದಲಿಸಲು ಸಾಧ್ಯವಿಲ್ಲ. ಭೂಮಿಗೆ ಸಂಕಷ್ಟ ಬಂದರೆ ನಮಗೆಲ್ಲರಿಗೂ ಬಂದ ಹಾಗೇ. ನಮಗೆಲ್ಲರಿಗೂ ಒಂದೇ ಬಗೆಯ ನಾಳೆಗಳು ಕಾದಿವೆ. ನಾವೆಲ್ಲ ಒಂದಾದರೆ ಮಾತ್ರ ನಾಳಿನ ಭೂಮಿ ಜೀವಂತವಿರಲು ಸಾಧ್ಯ"* ಎನ್ನುತ್ತಾಳೆ. ಭಾರತ ಮೂಲದ ಅಂಜಲಿ ಅಪ್ಪಾದುರೈ ಕೂಡ ಹೀಗೆಯೇ ಮಾತಾಡುತ್ತಿದ್ದಾಳೆ. ಬಾಲ್ಯಕ್ಕೆ ಮಾತ್ರ ಜೀವಸಂಕುಲವನ್ನೆಲ್ಲಾ ತನ್ನೊಳಗೊಳ್ಳುವ ಇಂತಹ ಧಾರಣಾಶಕ್ತಿ ಇದೆಯೆ?

ಇಂದು ಗ್ರೇಟಾ ನುಡಿಗಳು ನಡೆಗಳಾಗುತ್ತಿವೆ. ಅಮೆರಿಕಾದ ರೆಡ್ ಇಂಡಿಯನ್ ಮೂಲನಿವಾಸಿಗಳು ತಮ್ಮ ಸಂಪ್ರದಾಯದಂತೆ ಗ್ರೇಟಾಗೆ ಹೊಸ ಹೆಸರು ಇಡುವಾಗ, ಜಗತ್ತನ್ನು ನಿದ್ದೆಯಿಂದ ಎಬ್ಬಿಸಲೆಂದೇ ಧರೆಗಿಳಿದು ಬಂದಿದ್ದೀಯಾ... 'ನೀನು ***ಧರೆಗಿಳಿದ ದೇವತೆ***' ಎಂದು ಗ್ರೇಟಾಗೆ ಬಿರುದು ನೀಡಿ ಆ ಮೂಲನಿವಾಸಿಗಳ ಅಧ್ಯಾತ್ಮ ಗುರು ತಲೆ ಬಾಗುತ್ತಾನೆ. ಭಾರತದ ಮೂಲನಿವಾಸಿ ಕಪ್ಪು ಇಂಡಿಯನ್ನಾದ ನಾನೂ ತಲೆ ಬಾಗುತ್ತೇನೆ.

ಹೀಗೆಲ್ಲಾ ನುಡಿಯಬಹುದಾದ ನಡೆಯಬಹುದಾದ ಬಾಲಕ–ಬಾಲಕಿಯರು ಇಲ್ಲೂ ಇರಬಹುದು. ಎಲ್ಲೆಲ್ಲೂ ಇರಬಹುದು. ಅವರೀಗ ಮಾತಾಡಬೇಕಾಗಿದೆ. ಯಾಕೆಂದರೆ ಅವರು ಉಳಿಯಬೇಕಾಗಿದೆ. ಇಂದು ಕತ್ತಲ ದಾರಿಯಲ್ಲಿ ನಡೆಯುತ್ತಿರುವ ನಮಗೆ, ನಾಗೇಶ ಹೆಗಡೆ ಅವರ ಈ ಪುಟ್ಟ ಪುಸ್ತಕ ಕೈದೀವಿಗೆಯಂತೆ ಬೆಳಕು ಚೆಲ್ಲುತ್ತದೆ.

●

ಕಲಿಯುಗ ಅಲ್ಲ, ಮಕ್ಕಳಿಂದ ಕಲಿಯಬೇಕಾದ ಯುಗ

'ಈಗಿನ ಮಕ್ಕಳಿಗೆ ವಿಲಾಸೀ ಜೀವನ ಅಂದರೆ ಇಷ್ಟ. ವಿಧೇಯತೆಯನ್ನು ಧಿಕ್ಕರಿಸುವುದೆಂದರೆ ಇಷ್ಟ. ಅಧಿಕಾರದಲ್ಲಿದ್ದವರನ್ನು ಕಂಡರೆ ತಿರಸ್ಕಾರ. ಹಿರಿಯರನ್ನು ಕಂಡರೆ ಅಗೌರವ...'

–ಈ ಮಾತನ್ನು ಈಗಿನ ಹಿರಿಯರು ಹೇಳಿದ್ದಲ್ಲ, 2400 ವರ್ಷಗಳ ಹಿಂದೆ ತತ್ವಜ್ಞಾನಿ ಸಾಕ್ರೆಟೀಸ್ ಹೇಳಿದ್ದು.

ಆತ ಹೇಳಿದ್ದನ್ನೇ ಪ್ರತಿ ಪೀಳಿಗೆಯ ಹಿರಿಯರೂ ಹೇಳುತ್ತಲೇ ಬಂದಿದ್ದಾರೆ. ಪ್ರತಿ ಎಳೆಯ ಪೀಳಿಗೆಯೂ ಹಿರಿಯರನ್ನು ಧಿಕ್ಕರಿಸುತ್ತಲೇ ಬಂದಿದೆ. ಇದು ಮನುಷ್ಯ ವಿಕಾಸದ ನಿಯಮವೇ ಇರಬೇಕು. ಹಿರಿಯರು ಹಾಕಿದ ಗೆರೆಗಳನ್ನು ಮೀರುತ್ತ, ಅವರಿಗೆ ಕಾಣದ್ದನ್ನು ಹುಡುಕುತ್ತ, ಹೊಸಹೊಸ ಸಾಧ್ಯತೆಗಳನ್ನು ಶೋಧಿಸುತ್ತ, ಜ್ಞಾನದ ಕ್ಷಿತಿಜವನ್ನು ವಿಸ್ತರಿಸುತ್ತಿದ್ದವರೇ ನಾಗರಿಕತೆಯನ್ನು ಈ ಎತ್ತರಕ್ಕೆ ತಂದು ನಿಲ್ಲಿಸಿದ್ದಾರೆ.

ಆದರೆ ಈ ದಾರಿಯಲ್ಲಿ ಅನೇಕ ಎಡವಟ್ಟುಗಳಾಗಿವೆ. ಅವೆಲ್ಲ ದೊಡ್ಡವರಿಂದಲೇ ಆಗಿದ್ದು! ಹೊಸ ಹೊಸ ಸಾಧ್ಯತೆಗಳನ್ನು ಶೋಧಿಸುವ ಭರದಲ್ಲಿ ನಮ್ಮ ಬಾಧ್ಯತೆಯನ್ನು ನಾವು ಪರಿಗಣಿಸಲೇ ಇಲ್ಲ. ಫಾಸಿಲ್ ಇಂಧನಗಳನ್ನು ಎತ್ತಿ ಉರಿಸುವ ಭರಾಟೆಯಲ್ಲಿ, ಕಚ್ಚಾತೈಲದಿಂದ ಪ್ಲಾಸ್ಟಿಕ್ ಎಂಬ ದ್ರವ್ಯವನ್ನು ಉತ್ಪಾದಿಸಿ ಬಳಸುವ ಧಾವಂತದಲ್ಲಿ ಅದರಿಂದಾಗುವ ಅಡ್ಡಪರಿಣಾಮಗಳ ಬಗ್ಗೆ ಎಚ್ಚರ ವಹಿಸಲಿಲ್ಲ. ಖನಿಜಗಳನ್ನು ಎತ್ತುವ ಭರದಲ್ಲಿ ನೆಲದೊಳಗಿನ ನಿಕ್ಷೇಪ ಖಾಲಿ ಆಗುತ್ತಿರುವುದನ್ನು ಗಮನಿಸಲಿಲ್ಲ. ಭೂಮಿಯೊಳಗೆ ರಂಧ್ರ ಕೊರೆದು ಅಂತರ್ಜಲವನ್ನು ಮೇಲೆತ್ತುವ ತವಕದಲ್ಲಿ ಅದೊಂದು ಸೀಮಿತ ಖಜಾನೆ ಎಂಬುದನ್ನು ಪರಿಗಣಿಸಲಿಲ್ಲ. ನಿರಂತರ ಏರುತ್ತಿರುವ ಜನಸಂಖ್ಯೆಗೆ ಆಹಾರವನ್ನು ಉತ್ಪಾದಿಸಲೆಂದು ಬೃಹತ್ ಯಂತ್ರಗಳ ನೆರವಿನಿಂದ ಕೃಷಿಭೂಮಿಯನ್ನು ವಿಸ್ತರಿಸುವಾಗ ಅರಣ್ಯರಕ್ಷಣೆಗೆ ಗಮನ ಕೊಡಲಿಲ್ಲ. ರಸಗೊಬ್ಬರಗಳನ್ನೂ ಕೆಮಿಕಲ್ ಪೀಡೆನಾಶಕಗಳನ್ನೂ ಹೊಲಕ್ಕೆ ಸುರಿಯುವಾಗ ಜೀವಜಾಲದ ನಾಶ ಮತ್ತು ಮಣ್ಣಿನ ಆರೋಗ್ಯ ಕುರಿತು ಚಿಂತಿಸಲಿಲ್ಲ. ಹಾಗೆ ಉತ್ಪಾದಿಸಿದ ಹೇರಳ ಆಹಾರದ್ರವ್ಯಗಳು ಹಸಿದವರಿಗೂ ಎಟಕುವಂತಾಗಬೇಕೆಂಬ ನೈತಿಕತೆಯನ್ನು ಪಾಲಿಸಲಿಲ್ಲ. ಉಳ್ಳವರ ಆಸೆ–ದುರಾಸೆಗಳನ್ನು ಪೂರೈಸುವ ಭರದಲ್ಲಿ ಇಡೀ ಪೃಥ್ವಿಯೇ ಅಸ್ವಸ್ಥಗೊಳ್ಳುತ್ತಿರುವುದನ್ನು ಗಮನಿಸಲೂ ಪುರುಸೊತ್ತಿರಲಿಲ್ಲ.

ಆ ಎಲ್ಲ ಅಡ್ಡಪರಿಣಾಮಗಳೂ ಈಗ ಹೀಗೆ ಒಟ್ಟಾಗಿ ವಕ್ಕರಿಸಿದಾಗ, ಹಿರಿಯ ಮುತ್ಸದ್ದಿಗಳು ಮಿಸುಕಲಾರದ ಸ್ಥಿತಿಯಲ್ಲಿ ಪಟ್ಟಭದ್ರರಾಗಿರುವಾಗ, ಮತ್ತದೇ ಎಳೆಯ ಜೀವಗಳು ಧಿಕ್ಕಾರದ ಘೋಷಣೆ ಹೊರಡಿಸತೊಡಗಿವೆ. ತಮ್ಮ ಭವಿಷ್ಯದ ಭದ್ರತೆಯ ದೃಷ್ಟಿಯಿಂದ ಕಿರಿಯರೇ ಹಿರಿಯರಿಗೆ ಪಾಠ ಹೇಳಬೇಕಾಗಿ ಬಂದಿದೆ. ಹಿರಿಯರ ತಪ್ಪುಗಳನ್ನು ಸರಿಪಡಿಸಲು ಹೊಸಪೀಳಿಗೆಯೇ ಸಜ್ಜಾಗಬೇಕಿದೆ.

ಭೂಮಿಯ ಮೇಲಿನ ಎಲ್ಲ ಎಳೆಯರ ಹಾಗೂ ಹದಿಹರಯದವರ ಪ್ರತಿನಿಧಿ ಎಂಬಂತೆ ಗ್ರೇತಾ ಥನ್‌ಬರ್ಗ್ ಮೇಲೆದ್ದು ಪ್ರಪಂಚದ ಗಮನ ಸೆಳೆಯುತ್ತಿದ್ದಾಳೆ. ಈಕೆ ಕಿಶೋರಾವಸ್ಥೆಯಲ್ಲಿನ ತನ್ನೆಲ್ಲ ದೌರ್ಬಲ್ಯಗಳನ್ನು ಮೆಟ್ಟಿ ಮಾತಾಡತೊಡಗಿದ್ದಾಳೆ. ಭೂಗ್ರಹದ ಜ್ವರಕ್ಕೆ ಕಾರಣವಾದ ಆಧುನಿಕ ತಂತ್ರಜ್ಞಾನದ ಅಟಾಟೋಪಗಳಿಗೆ ಕೆಂಬಾವುಟ ತೋರಿಸುತ್ತಿದ್ದಾಳೆ. ಅವಳು 'ಯಾರದೋ ಕೈಗೊಂಬೆ' ಎಂದು ಟೀಕಿಸುವವರ ಮಾತಿನಲ್ಲಿ ಒಂದು ವಿಲಕ್ಷಣ ಸತ್ಯಾಂಶವಿದೆ: ದನಿಯಿಲ್ಲದ ಮೆಜಾರಿಟಿಯ ಕೈಗೊಂಬೆ ಆಕೆ. ಮತದಾನದ ಅವಕಾಶವಿಲ್ಲದ ಎಳೆಯರ, ಮೂಲನಿವಾಸಿಗಳ ಹಾಗೂ ಜೀವಜಗತ್ತಿನ ಪ್ರತಿನಿಧಿ ಅವಳು.

ಇಷ್ಟು ಹೇಳಿ, ಕೃತಜ್ಞತೆಯ ಕೆಲವು ಮಾತುಗಳು: ಪುಸ್ತಕದ ಮುದ್ರಣಮುಂಚಿನ ಪ್ರತಿಯನ್ನು ಒಂದೇ ದಿನದಲ್ಲಿ ಗಮನವಿಟ್ಟು ಓದಿ, ದೇವನೂರ ಮಹಾದೇವ ತುಂಬ ಮೌಲಿಕ ಮುನ್ನುಡಿಯನ್ನು ಬರೆದು ಕಳಿಸಿದ್ದಾರೆ. ಎಲ್ಲ ಎಳೆಯರಿಗೂ ಗ್ರೇತಾ ಮಾದರಿ ಆಗಬೇಕೆಂಬ ಅವರ ಆಶಯವೇ ಈ ಪುಸ್ತಕದ ಜೀವಾಳ. ಕನ್ನಡನಾಡಿನ ಸಾಕ್ಷಿಪ್ರಜ್ಞೆಯ ಪ್ರತೀಕ ಎನಿಸಿದ ಅವರಿಗೆ ನನ್ನ ವಿಶೇಷ ನಮನಗಳು.

ನೊಬೆಲ್ ಶಾಂತಿ ಪುರಸ್ಕಾರಕ್ಕೆ ಗ್ರೇತಾ ನಾಮಾಂಕನಗೊಳ್ಳುತ್ತಲೇ ತ್ವರಿತವಾಗಿ ಪುಸ್ತಕ ರಚಿಸಲು ಕೈಹಾಕಿದ ನಾನು ಸ್ಟಾಕ್‌ಹೋಮ್‌ನಲ್ಲಿರುವ ಸಹೋದರಿ ಸರೋಜಾ ಪ್ರಕಾಶ್‌ಗೆ ಅಲ್ಲಿನವರ ಪರಿಸರ ಕಾಳಜಿಯ ವಿಶೇಷಗಳನ್ನು ಬರೆದುಕೊಡುವಂತೆ ಕೋರಿದೆ. ತನ್ನೆಲ್ಲ ಅಜ್ಜಿ ಕೆಲಸಗಳನ್ನೂ ಬದಿಗೊತ್ತಿ, ತತ್ಕಾಲದ ವರದಿಗಾರ್ತಿಯಾಗಿ ಒಂದು ಅಧ್ಯಾಯ ಬರೆದುಕೊಟ್ಟ ಅವಳಿಗೂ ಧನ್ಯವಾದಗಳು. ಗ್ರೇತಾ ಈ ವರ್ಷ ನೊಬೆಲ್ ಅಲ್ಲ, 'ಬದಲಿ ನೊಬೆಲ್' ಎಂದೇ ಪ್ರಸಿದ್ಧವಾಗಿರುವ ರೈಟ್ ಲೈವ್ಲಿಹುಡ್ ಪ್ರಶಸ್ತಿಯನ್ನು ಸ್ವೀಕರಿಸುವ ತುಸು ಮುಂಚೆ ಈ ಪುಸ್ತಕ ಹೊರಬರುತ್ತಿದೆ. ನನ್ನ ಅವಸರಕ್ಕೆ ಬೇಸರಿಸದೆ ಪುಸ್ತಕದ ಪುಟವಿನ್ಯಾಸಕ್ಕೆ ಸಹಾಯ ಮಾಡಿ, ರಕ್ಷಾಪುಟವನ್ನೂ ರೂಪಿಸಿಕೊಟ್ಟ ಚಂದ್ರ ಗಂಗೊಳ್ಳಿಯವರಿಗೆ, ಕರಡು ತಿದ್ದಲು ನೆರವು ನೀಡಿದ ನಟೇಶ್ ರಾಮನ್ ಮತ್ತು 'ಭೂಮಿ ಬುಕ್ಸ್' ಪ್ರಕಾಶನದ ಸಹೋದರಿ ವಿಶಾಲಾಕ್ಷಿ ಶರ್ಮಾಗೆ ಹಾಗೂ ಪ್ರಿಂಟರ್ ವೆಂಕಟೇಶ್ ಅವರಿಗೆ ಕೃತಜ್ಞತೆಗಳು. ಈ ಪುಸ್ತಕದಲ್ಲಿ ಮುದ್ರಿತವಾಗಿರುವ ಚಿತ್ರಗಳ ಕಲಾವಿದರೆಲ್ಲರಿಗೂ ಧನ್ಯವಾದಗಳು.

ನಾಗೇಶ ಹೆಗಡೆ

ಕೆಂಗೇರಿ, 30 ನವಂಬರ್ 2019

ಸ್ವೀಡಿಶ್ ಸಂಸತ್ತಿನ ಹೊರಗೆ ಮೂಲೆ ಹಿಡಿದು ಕೂತ ಗ್ರೇತಾ

ಸುಳಿಗಾಳಿ ಸುತ್ತಿ ಸುಂಟರಗಾಳಿ

'ಕ್ಲಾಸಿಗೆ ಚಕ್ಕರ್ ಹಾಕೋಣ ಬರ್ತೀರೇನ್ರೇ?' ಎಂದು ಗ್ರೇತಾ ತನ್ನ ಸರೀಕರನ್ನು ಕೇಳುತ್ತಾಳೆ. ಯಾರೂ ಬರುತ್ತಿಲ್ಲವೆಂದು ತಿಳಿದು ತಾನೊಬ್ಬಳೇ ಸ್ವೀಡಿಶ್ ಪಾರ್ಲಿಯಮೆಂಟ್ ಕಟ್ಟಡಕ್ಕೆ ಬೆನ್ನು ಕೊಟ್ಟು ಮುಷ್ಕರಕ್ಕೆ ಕೂರುತ್ತಾಳೆ. ಕ್ರಮೇಣ ಅವಳ ಸುತ್ತ ಒಂದು ಮಹಾನ್ ಚಳವಳಿ ರೂಪುಗೊಳ್ಳುತ್ತ, ಸುಂಟರಗಾಳಿಯಂತೆ ಪ್ರಪಂಚಕ್ಕೆಲ್ಲ ಹಬ್ಬುತ್ತದೆ.

ಇವಳ ಕತೆ ತುಂಬ ಸರಳವಾಗಿ ಆರಂಭವಾಗುತ್ತದೆ.

ಅಂದು ಆಗಸ್ಟ್ 20, ಇಸವಿ 2018. ಒಂಬತ್ತನೇ ಕ್ಲಾಸಿನ ಈ ಹುಡುಗಿ ಶಾಲೆಗೆ ಹೋಗುವವಳ ಹಾಗೆ ಹೆಗಲಿಗೆ ಚೀಲವನ್ನು ಹಾಕಿಕೊಂಡು ಮನೆಯಿಂದ ಹೊರಡುತ್ತಾಳೆ. ಶಾಲೆಗೆ ಹೋಗುವ ಬದಲು ಸ್ವೀಡನ್ನಿನ ಸಂಸತ್ ಭವನದ ಬಳಿ ಹೋಗುತ್ತಾಳೆ. ತಾನೇ ಕೈಯಾರೆ ಬರೆದು ತಂದಿದ್ದ 'ಸ್ಕೂಲ್ ಸ್ಟ್ರೈಕ್ ಫಾರ್ ಕ್ಲೈಮೇಟ್' (ಕ್ಲೈಮೇಟಿಗಾಗಿ ಶಾಲಾ ಮುಷ್ಕರ) ಎಂಬ ಫಲಕವನ್ನು ಗೋಡೆಗೆ ಆನಿಸುತ್ತಾಳೆ. ಅಲ್ಲೇ ಆ ಬೃಹತ್ ಕಲ್ಲಿನ ಕಟ್ಟಡಕ್ಕೆ ಒರಗಿ ಕೂರುತ್ತಾಳೆ. ಅತ್ತ ಬಂದ ಕೆಲವರು ಫಲಕವನ್ನು ಓದಿ, ಏನೂ ಅರ್ಥವಾಗದೇ ಮುಂದೆ ಸಾಗುತ್ತಾರೆ. ತೀರ ಸಮೀಪ ಬಂದು ಒಂದಿಬ್ಬರು ಇವಳನ್ನು ಮಾತಾಡಿಸಲು ಯತ್ನಿಸುತ್ತಾರೆ. ತುಟಿ ಬಿಚ್ಚದೇ ಇವಳು ಚೀಲಕ್ಕೆ ಕೈಹಾಕಿ ಕರಪತ್ರವನ್ನು ಕೊಡುತ್ತಾಳೆ.

ತಾನು ಕೂತಲ್ಲೇ ಒಂದೆರಡು ಸೆಲ್ಫಿ ತೆಗೆದು ಗೆಳತಿಯರಿಗೆ, ಪರಿಚಿತರಿಗೆ ರವಾನಿಸುತ್ತಾಳೆ.

ಒಂದೆರಡು ಗಂಟೆಗಳಿಂದ ಈ ಹುಡುಗಿ ಒಬ್ಬಳೇ ಕೂತಲ್ಲೇ ಕರಪತ್ರ ಹಂಚುತ್ತ ಕೂತಿದ್ದನ್ನು ಸಂಸತ್ತಿನ ಕಾವಲುಗಾರರೇ ಇರಬೇಕು, ದೂರದಿಂದ ನೋಡುತ್ತಿದ್ದವರು ಸಮೀಪ ಬರುತ್ತಾರೆ. 'ಯಾಕಮ್ಮಾ, ಕೋಪಾನಾ? ಮನೆಗೆ ಹೋಗಲು ಸಹಾಯ ಬೇಕಾ?' ಕೇಳುತ್ತಾರೆ. ಬೇಡವೆಂದು ತಲೆಯಲ್ಲಾಡಿಸಿದ ಇವಳು ಅವರಿಗೂ ಕರಪತ್ರ ಕೊಡುತ್ತಾಳೆ.

ಯಾರೋ ಒಬ್ಬ ಪ್ರವಾಸಿ ಈ ಕಡೆ ಬಂದು, ಅದೂ ಇದೂ ಫೋಟೊ ಕ್ಲಿಕ್ಕಿಸುತ್ತ ಇವಳ ಫೋಟೊವನ್ನೂ ತೆಗೆಯುತ್ತಾನೆ. 'ಒಬ್ಬಳೇನಾ ಸ್ಟ್ರೈಕ್ ಮಾಡ್ತಾ ಇರೋದು?' ಎಂದು ಕೇಳಿ ಅವಳಿಂದ ಕರಪತ್ರ ಪಡೆದು ಓದುತ್ತ ಹೋಗುತ್ತಾನೆ.

ಸಂಜೆಯ ವೇಳೆಗೆ ಇವಳ ಒಂದಿಬ್ಬರು ಕ್ಲಾಸ್‌ಮೇಟ್‌ಗಳು ಬರುತ್ತಾರೆ. ಇವಳ ಪಕ್ಕದಲ್ಲಿ ಕೂತು ಇನ್ನಷ್ಟು ಕರಪತ್ರಗಳನ್ನು ಹಂಚುತ್ತಾರೆ. ಕತ್ತಲಾಗುತ್ತ ಬಂದಂತೆ ಒಂದು ಗ್ರೂಪ್ ಸೆಲ್ಫಿ ತೆಗೆದು ಇನ್ನಷ್ಟು ಪರಿಚಿತರಿಗೆ ರವಾನಿಸಿ ಎಲ್ಲರೂ ಮನೆಗೆ ಹೊರಡುತ್ತಾರೆ.

ಮರುದಿನ ಮತ್ತೆ ಅವಳೊಬ್ಬಳೇ ಬಂದು ಅಲ್ಲೇ ಕೂರುತ್ತಾಳೆ.

ಆಗಾಗ ಚೀಲದಿಂದ ತನ್ನ ಅಭ್ಯಾಸ ಪುಸ್ತಕ ತೆಗೆದು ತುಸು ಓದು ಬರೆವಣಿಗೆ ಮಾಡುತ್ತಾಳೆ. ಬಾಕಿ ಇದ್ದ ಹೋಮ್‌ವರ್ಕ್ ಎಲ್ಲವನ್ನೂ ಮುಗಿಸುತ್ತಾಳೆ. ಮತ್ತೊಂದು ಕರಪತ್ರಕ್ಕೆ ಸಿದ್ಧತೆ ಮಾಡುತ್ತಾಳೆ, ಸಂಜೆ ಮನೆಗೆ ಹೋಗುತ್ತಾಳೆ. ವಾರವಿಡೀ ಹೀಗೇ ನಡೆಯುತ್ತದೆ.

ವಾರಾಂತ್ಯದ ವೇಳೆಗೆ ಅವಳೊಂದಿಗೆ ಇನ್ನೂ ನಾಲ್ಕಾರು ಗೆಳೆಯ– ಗೆಳತಿಯರು ಅಲ್ಲಿಗೆ ಬಂದು ಸಂಸತ್ತಿನ ಕಲ್ಲುಗೋಡೆಗೆ ಒರಗಿ ಸಾಲಾಗಿ ಕೂರುತ್ತಾರೆ. ಈ ಮಕ್ಕಳು ಇನ್‌ಸ್ಟಾಗ್ರಾಮ್ ಮೂಲಕ ಕಳಿಸುತ್ತಿರುವ ಫೋಟೊಗಳು ಜಾಸ್ತಿ ವಿದ್ಯಾರ್ಥಿಗಳನ್ನು ತಲುಪುತ್ತವೆ. ಈಗ ಒಂದಿಬ್ಬರು ಪತ್ರಕರ್ತರೂ ಬಂದು 'ಏನು ವಿಚಾರ, ನಿಮ್ಮ ಬೇಡಿಕೆ ಏನು?' ಎಂದು ಕೇಳುತ್ತಾರೆ. ಕ್ರಮೇಣ ಲಕ್ಷಾಂತರ ಜನರಿಗೆ ಈ ವಿಷಯ ತಿಳಿಯುತ್ತದೆ. ಅವಳ ಕರಪತ್ರದಲ್ಲಿದ್ದ ಒಂದು ವಾಕ್ಯ 'ಹಿರಿಯರೇ, ನೀವೆಲ್ಲ ಸೇರಿ ನಮ್ಮ ಭವಿಷ್ಯದ ಮೇಲೆ ಕಕ್ಕ ಮಾಡಿದ್ದೀರಿ!' ಎಂಬ ವಾಕ್ಯ ವಿವಿಧ ಮಾಧ್ಯಮಗಳಲ್ಲಿ ಮತ್ತೆ ಮತ್ತೆ ಪ್ರತಿಧ್ವನಿಸುತ್ತದೆ. ಆರು ಸ್ವೀಡಿಶ್ ದಿನಪತ್ರಿಕೆಗಳು, ಎರಡು ರಾಷ್ಟ್ರೀಯ ಟಿವಿ ಚಾನೆಲ್‌ಗಳು ಇವಳ ಹರತಾಳದ ಬಗ್ಗೆ ವರದಿ ಮಾಡುತ್ತವೆ. ಇಬ್ಬರು ಜನಪ್ರತಿನಿಧಿಗಳು ಇವಳನ್ನು ಮಾತನಾಡಿಸಿಕೊಂಡು ಹೋಗುತ್ತಾರೆ.

ಮೂರನೆಯ ವಾರ ಇನ್ನೂ ಜಾಸ್ತಿ ಯುವಜನರು ಅಲ್ಲಿಗೆ ಬಂದಿರುತ್ತಾರೆ. ಭೂಮಿಯ ರಕ್ಷಣೆಗೆ ಇನ್ನಷ್ಟು ಘೋಷಣಾ ಫಲಕಗಳು, ಇನ್ನಷ್ಟು ವಿಧದ ಕರಪತ್ರಗಳು ಕಾಣಿಸಿಕೊಳ್ಳುತ್ತವೆ. ಆ ಮಕ್ಕಳ ಶಾಲೆಯಲ್ಲಿ ಪಾಠ ಹೇಳುತ್ತಿದ್ದ 26 ವರ್ಷದ ಶಿಕ್ಷಕ ಬೆಂಝಮಿನ್ ವಾಗ್ನರ್ ಕೂಡ ಅಲ್ಲಿ ಬಂದು ಕೂರುತ್ತಾನೆ. ಅದು ಅನೇಕರಿಗೆ ಅಚ್ಚರಿ ಉಂಟು ಮಾಡುತ್ತದೆ. ಏಕೆಂದರೆ ತನ್ನ ಇಡೀ ತಿಂಗಳ ಸಂಬಳವೂ ಹೋಗುತ್ತದೆ ತನ್ನ ಕೆಲಸವೂ ಹೋಗುತ್ತದೆ ಎಂಬುದು ಗೊತ್ತಿದ್ದರೂ ವಾಗ್ನರ್ ಆ ಹುಡುಗಿಗೆ ಬೆಂಬಲ ನೀಡಲು ಬಂದು ಕೂರುತ್ತಾನೆ. ಸ್ವೀಡನ್ನಿನ ಹೆಸರಾಂತ ಕಲಾ ನಿರ್ದೇಶಕಿ ಸ್ಟೆಲ್ಲಾ ಡಿಯಲ್ಲಿ ಎಂಬಾಕೆ ಕೂಡ ಮುಷ್ಕರಕ್ಕೆ ಕೂತವರ ಗುಂಪನ್ನು ಸೇರಿಕೊಳ್ಳುತ್ತಾಳೆ.

ಈಗ ಟಿವಿಯಲ್ಲಿ, ಜಾಲತಾಣಗಳಲ್ಲಿ, ಪತ್ರಿಕೆಗಳಲ್ಲಿ ಈ ವಿಲಕ್ಷಣ 'ಶಾಲಾ ಮುಷ್ಕರ'ದ ವರದಿಗಳು ದೊಡ್ಡದಾಗಿ ಬರತೊಡಗುತ್ತವೆ. ಸ್ವೀಡನ್ ದೇಶದ ಬೇರೆ ಬೇರೆ ಊರುಗಳಲ್ಲಿ ಶಾಲಾ ಮಕ್ಕಳು ಪ್ರತಿ ಶುಕ್ರವಾರ ಚಿಕ್ಕದೊಡ್ಡ ಗುಂಪುಗಳಲ್ಲಿ ತಂತಮ್ಮ ಶಾಲೆಯ ಆವರಣದಲ್ಲೇ ಮುಷ್ಕರ ಕೂರಲು ಆರಂಭಿಸುತ್ತಾರೆ.

ಸಣ್ಣದಾಗಿ ಜಿನುಗುತ್ತಿದ್ದ ತೊರೆಯೊಂದಕ್ಕೆ ನೂರಾರು ಕಿರುಧಾರೆಗಳು ಸೇರಿ ದೊಡ್ಡ ಪ್ರವಾಹವಾಗುತ್ತದೆ.

*

ಈ ಕಿಶೋರಿಯ ಹೆಸರು ಗ್ರಿಎತಾ ತುನ್‌ಬರಿ. ಇಂಗ್ಲಿಷ್‌ನಲ್ಲಿ ಇವಳ ಹೆಸರನ್ನು Greta Thunberg ಎಂದು ಬರೆಯುತ್ತಾರೆ. ಹಾಗೆ ಬರೆದಾಗ ಗ್ರೇಟಾ ಥುನ್‌ಬರ್ಗ್ ಅಥವಾ ಗ್ರೇಟಾ ಠುನ್‌ಬರ್ಗ್ ಎಂದು ಜಗತ್ತಿನ ಬಹಳಷ್ಟು ಜನರು ಓದಿಕೊಳ್ಳುತ್ತಾರೆ.

ಹಿಂದೆ ಗ್ರೇಟಾ ಗಾರ್ಬೊ ಹೆಸರಿನ ನಟಿಯೊಬ್ಬಳು ಇದೇ ಸ್ವೀಡನ್ನಿನಲ್ಲಿ ಜನಿಸಿ ಬೆಳ್ಳಿತೆರೆಯ ಆರಂಭದ ಯುಗದಲ್ಲಿ ಖ್ಯಾತಿ ಗಳಿಸಿದ್ದಳು. ಗ್ರೆಟಾ ಅನ್ನಿ, ಗ್ರೇಟಾ ಅನ್ನಿ, ಗ್ರೇತಾ ಅನ್ನಿ, ಥನ್‌ಬರ್ಗ್ ಅನ್ನಿ, ತನ್‌ಬರ್ ಅನ್ನಿ, ಥಂಬರ್ ಅನ್ನಿ... ಇಂಗ್ಲಿಷ್‌ನಲ್ಲೇ ಈ ಹೆಸರನ್ನು ಓದಿಕೊಂಡಿದ್ದವರು ಹೇಗೆ ಬೇಕಾದರೂ ಹೇಳಬಹುದು. ಅಂತರ್ಜಾಲದಲ್ಲಿ ಸಿಗುವ ಉಚ್ಚಾರಣಾ ಜಾಲತಾಣಗಳಲ್ಲಿ 'ಗ್ರಿಏಟಾ ತುಂಬರಿ' ಎಂಬುದಾಗಿ ಧ್ವನಿಮುದ್ರಿಕೆ ಇದೆ. ಬಿಬಿಸಿ ಗ್ರೇತಾ ತುಂಬರ್ ಎನ್ನುತ್ತದೆ.

ಈ ಯುರೋಪಿನ ಭಾಷೆಗಳ ಲಕ್ಷಣವೇ ಹೀಗೆ: ಬರೆಯೋದು ಒಂದು, ಓದ್ಲೋದು ಇನ್ನೊಂದು. ಉದಾಹರಣೆಗೆ, ಸ್ಕಾಟ್ಲೆಂಡಿನ ರಾಜಧಾನಿ ಎಡಿನ್‌ಬರಾ ಎಂಬ ನಗರದ ಹೆಸರನ್ನು Edinbergh ಎಂದು ಬರೆಯುತ್ತಾರೆ. ಅಂತಾರಾಷ್ಟ್ರೀಯ ಚಿತ್ರೋತ್ಸವ ನಡೆಯುವ ಕಾನ್ ಪಟ್ಟಣದ ಹೆಸರನ್ನು Cannes ಎಂದು ಬರೆ-ಯುತ್ತಾರೆ. ಅದಿರಲಿ, ಈ ಪುಸ್ತಕದಲ್ಲಿ ಅವಳ ಹೆಸರನ್ನು ಗ್ರೇತಾ ತುಂಬರ್ ಎಂದೇ ಬಳಸಲಾಗುತ್ತದೆ. ಅವಳೇ 'ನನ್ನ ಹೆಸರು ಗ್ರಿಯೆತಾ ತುನ್‌ಬರಿ' ಎಂದು ಅನೇಕ ಭಾಷಣಗಳಲ್ಲಿ ಹೇಳಿದ್ದಾಳೆ. ಅವಳು ವಾಸಿಸುವ ಸ್ಟಾಕ್‌ಹೋಮ್ ನಗರದಲ್ಲಿ ಎಲ್ಲರೂ ಅವಳನ್ನು ಹಾಗೇ ಕರೆಯುತ್ತಾರೆ. ನಾವಿಲ್ಲಿ ಗ್ರಿಯೆತಾ ಬದಲಿಗೆ ಗ್ರೇತಾ ಎನ್ನೋಣ. ಇಂಗ್ಲಿಷ್‌ನಲ್ಲಿ ಈ ಹೆಸರನ್ನು Greta Thunberg ಎಂದು ಓದಿ ಪರಿಚಯವಿದ್ದವರಿಗೂ ಇವಳು ಬೇರೆಯವಳಲ್ಲ, ಇವಳೇ ಗ್ರಿಯೆತಾ ಥುಂಬರ್ ಎಂಬುದು ಗೊತ್ತಾಗಲಿ ಅಂತ. ಗ್ರೇತಾ ಎಂದಾಗ ನಮ್ಮಲ್ಲೇ ಇರುವ ಶ್ವೇತಾ, ಗೀತಾ, ಸೀತಾ ಇತ್ಯಾದಿ ಹೆಸರುಗಳಿಗೆ ಸಮೀಪ ಎನ್ನಿಸಲಿ ಅಂತ. ಅಂದಹಾಗೆ, ನಮ್ಮಲ್ಲೂ ಶಿವಮೊಗ್ಗ ಜಿಲ್ಲೆಯಲ್ಲಿ ತುಮರಿ ಎಂಬ ಊರು ಇರುವುದು ನೆನಪಾಯಿತೆ? ಸಂಗೀತ ಕ್ಷೇತ್ರದ ಪರಿಚಯ ಇರುವ ಎಲ್ಲ ಭಾರತೀಯರಿಗೂ ಠುಮ್ರಿ ಗೊತ್ತಿರುತ್ತದೆ.

ಮಾರುದ್ದ ಹೆಸರಿನ ಚೋಟುದ್ದ ಹುಡುಗಿ

2003ರ ಜನವರಿ 3ರಂದು ಸ್ವೀಡನ್ನಿನ ರಾಜಧಾನಿ ಸ್ಟಾಕ್‌ಹೋಮ್‌ನಲ್ಲಿ ಜನಿಸಿದ ಈ ಹುಡುಗಿಯ ಪೂರ್ಣ ಹೆಸರು 'ಗ್ರಿಯೆತಾ ಟಿನ್‌ಟಿನ್ ಎಲಿಯನೊರಾ ತುನ್‌ಬರಿ ಎರ್ನ್‌ಮನ್'. ಅಷ್ಟುದ್ದದ ಹೆಸರು! ಅಪ್ಪನ ಹೆಸರು ಸ್ವಾಂತಿ ತುನ್‌ಬರಿ, ವೃತ್ತಿಯಲ್ಲಿ ನಟ. ಅವಳ ಅಮ್ಮನ ಹೆಸರು ಮಲೇನಾ ಎರ್ನ್‌ಮನ್. ಅವಳು ಪ್ರಶಸ್ತಿ ವಿಜೇತ ಗಾಯಕಿ. ಸಿನೆಮಾಗಳಿಗೂ ಹಾಡಿದ್ದಲ್ಲದೇ ಯುರೋಪಿನ ಇತರ ದೇಶಗಳಲ್ಲೂ ಬೇಡಿಕೆಯಿದ್ದ ಒಪೇರಾ ಸಿಂಗರ್. ಈ ದಂಪತಿಯ ಎರಡನೆಯ ಮಗಳು, 14 ವರ್ಷದ ಬಿಯೆತಾ ಕೂಡ ಅಮ್ಮನ ಹಾಗೇ ಗಾಯಕಿ. ಟಿವಿಯಲ್ಲಿ ಶೋ ಕೊಡುತ್ತಿರುತ್ತಾಳೆ. ಈ ಹುಡುಗಿಯರ ಅಜ್ಜ (ಅಂದರೆ ಅಪ್ಪನ ಅಪ್ಪ) ಓಲಾಫ್ ತುನ್‌ಬರಿ. ಸಿನೆಮಾ ನಟ ಮತ್ತು ನಿರ್ದೇಶಕ.

ಗ್ರೇತಾ ಅಂಥ ಜಬರ್ದಸ್ತ್ ಹುಡುಗಿಯೇನಲ್ಲ. ಬಾಯಿಬಡಕಿಯೂ ಅಲ್ಲ, ಮುನ್ನುಗ್ಗುವ ಧಾರ್ಷ್ಟ್ಯವೂ ಅವಳದ್ದಲ್ಲ. ಉದ್ದನೆಯ ಎರಡು ಜಡೆಗಳ ಪೀಚಲು

ಹುಡುಗಿ. ಈಗ ವಯಸ್ಸು ಹದಿನಾರಕ್ಕೆ ಬಂದರೂ ನೋಡಲು ಹನ್ನೊಂದು ಹನ್ನೆರಡು ವರ್ಷದವಳ ಹಾಗೆ ಕಾಣುತ್ತಾಳೆ. ಸ್ವಲ್ಪಮಟ್ಟಿಗೆ ಮೊನಾಲಿಸಾಳನ್ನೇ ಹೋಲುತ್ತಾಳೆ. ಎತ್ತರ ಐದು ಅಡಿಯೂ ಇಲ್ಲ. ಆದರೆ ಗಟ್ಟಿಗಿತ್ತಿ. ಅವಳ ನೆನಪಿನ ಶಕ್ತಿ ಅಗಾಧವಾದದ್ದು. ಜಗತ್ತಿನ ಎಲ್ಲ ದೇಶಗಳ ರಾಜಧಾನಿಯ ಹೆಸರೂ ಗೊತ್ತು ಅವಳಿಗೆ; ಆವರ್ತ ಕೋಷ್ಟಕದಲ್ಲಿರುವ ಎಲ್ಲ ಮೂಲ ಧಾತುಗಳನ್ನೂ ಅವಳು ಹೇಳಬಲ್ಲಳು. ಅವುಗಳ ಉಚ್ಚಾರಣೆಯ ಬಗ್ಗೆ ಗೊಂದಲ ಇರುತ್ತಿತ್ತು. ಆದರೆ ಏನೂ ಗೊತ್ತಿಲ್ಲ ಅನ್ನೋದೇ ಇಲ್ಲ. ಪೆದ್ದಿಯಂತೆ ಕಾಣುವ ಅವಳನ್ನು ಇತರ ಕ್ಲಾಸ್‌ಮೇಟ್‌ಗಳು ಚುಡಾಯಿಸುತ್ತಿದ್ದರು. ಅದಕ್ಕೇ ಯಾರೊಂದಿಗೂ ಜಾಸ್ತಿ ಮಾತಾಡದೆ, ಕಂಡದ್ದನ್ನು ಓದುತ್ತ, ಓದಿದ್ದನ್ನು ಗ್ರಹಿಸುತ್ತ ತನ್ನ ಪಾಡಿಗೆ ತಾನು ಇರುವವಳು.

ಅವಳು ಎಂಟನೇ ವಯಸ್ಸಿಗೆ ಬಂದಾಗ ಪರಿಸರ ಸಂರಕ್ಷಣೆಯ ಬಗ್ಗೆ, ಭೂಮಿಯ ತಾಪಮಾನ ಏರುತ್ತಿರುವ ಬಗ್ಗೆ ತುಸು ತುಸು ಗ್ರಹಿಕೆ ಬರತೊಡಗಿತ್ತು. ಶಾಲೆಯಲ್ಲೂ ಪರಿಸರ ಸಂರಕ್ಷಣೆ ಬಗ್ಗೆ ಚರ್ಚೆಗಳು ನಡೆಯುತಿದ್ದವು. ಪಾಠಗಳಲ್ಲಿ, ಚರ್ಚೆಗಳಲ್ಲಿ, ಗ್ರಂಥಾಲಯದಲ್ಲಿ ಇದೇ ವಿಷಯದ ಬಗ್ಗೆ ಓದಲು ಸಾಕಷ್ಟು ಪುಸ್ತಕಗಳು ಸಿಗುತ್ತಿದ್ದವು; ಭೂಮಿಗೆ ಬರಲಿರುವ ಸಂಕಟಗಳ ಬಗ್ಗೆ ಟಿವಿ ವರದಿ, ವಿಡಿಯೊ ಚರ್ಚೆಗಳನ್ನೂ ಪತ್ರಿಕೆಗಳಲ್ಲಿ ಬರುವ ಸುದ್ದಿಗಳನ್ನೂ ನೋಡುತ್ತಿದ್ದಳು. ಆ ಕುರಿತು ಅವಳು ಹೆಚ್ಚೇನೂ ಚರ್ಚೆ ಮಾಡುತ್ತಿರಲಿಲ್ಲ.

ಮುಂದಿನ ಮೂರು ವರ್ಷಗಳ ಕಾಲ ಅವಳು ಭೂಮಿಯ ಸ್ಥಿತಿಗತಿಯ ಬಗ್ಗೆ ಸಾಕಷ್ಟು ಮಾಹಿತಿಯನ್ನು ಸಂಗ್ರಹ ಮಾಡಿದಳು. ಹೇಗೆ ಅಂಟಾರ್ಕ್‌ಟಿಕಾದ ಹಿಮಖಂಡ ಕರಗುತ್ತಿದೆ, ಏಕೆ ಚಂಡಮಾರುತಗಳು ಪದೇ ಪದೇ ಬರುತ್ತಿವೆ, ಏಕೆ ಅವು ಹೆಚ್ಚು ಹೆಚ್ಚು ಉಗ್ರವಾಗುತ್ತಿವೆ, ಏಕೆ ಅಲ್ಲಲ್ಲಿ ನೆಲ ಒಣಗುತ್ತಿದೆ, ಬರಗಾಲ ಮತ್ತೆ ಮತ್ತೆ ಭೀಕರವಾಗಿ ಬರುತ್ತಿದೆ, ಮುಗ್ಧ ಪ್ರಾಣಿಪಕ್ಷಿಗಳು ಸಾಯುತ್ತಿವೆ ಎಂಬುದನ್ನು ಗಮನಿಸುತ್ತ ಬಂದಳು. ಈ ಎಲ್ಲ ಪ್ರಕೋಪಗಳು ತನ್ನ ಮನೆಯಲ್ಲೇ ಸಂಭವಿಸುತ್ತಿವೆ ಎಂಬಂತೆ ಅವಳಿಗೆ ದಿಗಿಲಾಗುತ್ತಿತ್ತು. ಇಡೀ ಭೂಮಿಯೇ ತನ್ನ ಮನೆ ಎಂಬ ಭಾವನೆ ಅವಳಲ್ಲಿ ಬೆಳೆಯತೊಡಗಿತ್ತು. ಭೂಮಿಗೆ ಏನೋ ಆಪತ್ತು ಬರುತ್ತಿದೆ ಎಂಬ ಚಿಂತೆ ಬಾಧಿಸತೊಡಗಿತ್ತು.

ಆಪತ್ತು ಅವನಿಗಷ್ಟೇ ಅಲ್ಲ, ಇವಳಿಗೂ ಬಂತು

'ಅವನಿ' ಅಂದರೆ ಭೂಮಿ. 'ಅವನಿ'ಗೆ ಕಾಯಿಲೆ ಬಂದಿದ್ದು ಗೊತ್ತಾಗುತ್ತಲೇ ಹನ್ನೊಂದನೇ ವರ್ಷದಲ್ಲಿ ಗ್ರೇತಾ ಮಾತು ಕಡಿಮೆ ಮಾಡಿದಳು. ಕ್ರಮೇಣ ಅವಳಿಗೆ ಖಿನ್ನತೆ ಆವರಿಸತೊಡಗಿತ್ತು. ಊಟ ಕಮ್ಮಿ; ಮಾತೂ ಕಮ್ಮಿ. ಅಮ್ಮನಿಗೆ ಭಾರೀ ಚಿಂತೆ. ಮಗಳು ದಿನದಿನಕ್ಕೆ ಕೃಶಳಾಗುತ್ತ ಹೋಗುತ್ತಿರುವಾಗ ಯಾವ ಅಮ್ಮನಿಗೆ ಚಿಂತೆ ಇರುವುದಿಲ್ಲ ಹೇಳಿ? ಹೇಗಾದರೂ ಅವಳಿಗೆ ಏನನ್ನಾದರೂ ತಿನ್ನಿಸಬೇಕೆಂದು ಅಮ್ಮ, ಅಪ್ಪ, ತಂಗಿ ಮೂವರೂ ಸತತ ಯತ್ನಿಸುತ್ತಾರೆ. ಅವಳಿಗೆ ಇಷ್ಟವಿದ್ದ

ಆಹಾರವನ್ನೇ ತಯಾರಿಸಿದರೂ ಮಗಳಿಗೆ ಆಸಕ್ತಿ ಇಲ್ಲ. ಡಾಕ್ಟರನ್ನು ಕೇಳಿ, ಊಟದ ರುಚಿ ಹೆಚ್ಚಿಸುವ ಚಿಕ್ಕಪುಟ್ಟ ಔಷಧಗಳನ್ನು ತಂದರೂ ಪ್ರಯೋಜನ ಇಲ್ಲ. ಅಪ್ಪನ ಮೆಲುದನಿಯ ಒತ್ತಾಯ, ಆಮಿಷ, ಅಮ್ಮನ ಅಳು, ಬೆದರಿಕೆ ಯಾವುದೂ ಫಲ ಕೊಡುವುದಿಲ್ಲ. ಸಾಕಾಗಿ, ಅಮ್ಮ ಒಂದು ಹಾಳೆಯ ಮೇಲೆ ಅವಳ ಊಟದ ದಿನಚರಿಯನ್ನು ಗೋಡೆಗೆ ತಗುಲಿ ಹಾಕಿ, ದಿನವೂ ಮಗಳ ತಿಂಡಿ ವೈಖರಿಯನ್ನು ದಾಖಲಿಸುತ್ತ ಹೋಗುತ್ತಾಳೆ. 'ಬೆಳಗಿನ ತಿಂಡಿ: ಅರ್ಧ ಬಾಳೆಹಣ್ಣು: 53 ನಿಮಿಷ'... 'ರಾತ್ರಿ ಊಟ: ಒಂದು ಅವಕಾಡೊ (ಬೆಣ್ಣೆಹಣ್ಣು), 25 ಗ್ರಾಮ್ ಅನ್ನ, 30 ನಿಮಿಷ'... ಹೀಗೆ.

ತೂಕ ಹೆಚ್ಚಿಸಿಕೊಳ್ಳಬೇಕಾದ ವಯಸ್ಸಿನಲ್ಲಿ ಮಗಳು ದಿನದಿನಕ್ಕೆ ಸಣಕಲು ಆಗುತ್ತಿದ್ದಾಗ ಮನೋವಿಜ್ಞಾನಿಗಳ ಬಳಿ ಮಗಳನ್ನು ಕರೆದೊಯ್ದರು. ಪರೀಕ್ಷೆ ಮಾಡಿದ ಡಾಕ್ಟರು, ಇವಳಿಗೆ 'ಆಸ್ಪರ್ಗರ್ಸ್ ಸಿಂಡ್ರೋಮ್' ಎಂಬ ಕಾಯಿಲೆ ಬಂದಿದೆ ಎಂದರು. ಅದೊಂದು ವಿಚಿತ್ರ ಕಾಯಿಲೆ. ಅಂಥ ಮಕ್ಕಳು ಯಾರೊಂದಿಗೂ ಕಣ್ಣಲ್ಲಿ ಕಣ್ಣಿಟ್ಟು ಮಾತಾಡಲಾರರು; ಮನಸ್ಸು ಬಿಚ್ಚಿ ಮಾತಾಡಲಾರರು. ಮಾತಾಡುವಾಗಲೂ ಮುಖದಲ್ಲಿ ಯಾವುದೇ ಭಾವನೆಯನ್ನಾಗಲೀ ಅಂಗಾಂಗಗಳ ಹಾವಭಾವವನ್ನಾಗಲೀ ತೋರಿಸಲಾರರು. ನಗುವಂತೂ ಇಲ್ಲೇ ಇಲ್ಲ. ಮಾತಾಡುವಾಗ ಹುಬ್ಬೇರಿಸುವುದು ಅಥವಾ ಕಣ್ಣು ಮಿಟುಕಿಸುವುದು ಯಾವುದೂ ಇಲ್ಲ. ರೋಬಾಟ್ ಮಾತಾಡಿದ ಹಾಗೇ. ಅಮ್ಮ ಈಗ ಕೊಂಚ ಸಮಾಧಾನದ ನಿಟ್ಟುಸಿರು ಬಿಟ್ಟರು. ಏಕೆ, ಚಿಂತೆ ಜಾಸ್ತಿ ಆಗಬೇಕಿತ್ತಲ್ಲವೆ? ಅದು ಹಾಗಲ್ಲ. ಇಷ್ಟು ದಿನ ಅವಳಿಗೆ ಏನಾಗುತ್ತಿದೆ ಎಂಬುದೇ ಮನೆಯವರಿಗೆ ಗೊತ್ತಾಗುತ್ತಿರಲಿಲ್ಲ. ಈಗ ಕಾಯಿಲೆಯ ಹೆಸರು ಗೊತ್ತಾಗಿದೆ; ಅದಕ್ಕೆ ಔಷಧವೂ ಇದೆ. ವೈದ್ಯರ ಸಹಾಯ ಸಿಗುತ್ತದೆ. ಹಾಗಾಗಿ ಸಮಾಧಾನ.

ಆದರೆ ಡಾಕ್ಟರು ನೀಡಿದ ಔಷಧ ತೀರ ದುರ್ಬಲವಾಗಿತ್ತೊ ಏನೊ. ಅಷ್ಟೇನೂ ಪ್ರಯೋಜನ ಆಗಲಿಲ್ಲ. ಬದಲಿಗೆ ಇವಳಿಗೆ ಓಸಿಡಿ ಎಂಬ ಗೀಳು ಕಾಯಿಲೆಯೂ ಸೇರಿಕೊಂಡಿತು. ಮಾಡಿದ್ದನ್ನೇ ಮಾಡುವುದು, ಪದೇಪದೇ ಕೈತೊಳೆಯುವುದು, ಉಜ್ಜಿದ್ದನ್ನೇ ಉಜ್ಜುತ್ತ ಕೂರುವುದು, ಬರೆದಿದ್ದನ್ನು ಹೊಡೆದು ಹಾಕಿ ಮತ್ತೆ ಅದನ್ನೇ ಬರೆಯುವುದು. ಖಿನ್ನಳಾಗಿ ಗಂಟೆಗಟ್ಟಲೆ ಒಂದೇ ಕಡೆ ಕೂರುವುದು ಈ ಕಾಯಿಲೆಯ ಲಕ್ಷಣ. ಒಮ್ಮೊಮ್ಮೆ ದಿನಗಟ್ಟಲೆ ಯಾರೊಂದಿಗೂ ಏನೂ ಮಾತಾಡುತ್ತಿರಲಿಲ್ಲ. ಮನಸ್ಸು ಬಂದರೆ ಎಲ್ಲ ಹುಡುಗಿಯರಂತೆ ಮಾತು. ಮೂಡ್ ಇಲ್ಲ ಅಂದರೆ ಯಾರ ಯಾವ ಪ್ರಶ್ನೆಗೂ ಉತ್ತರವಿಲ್ಲ. ಕ್ಲಾಸಿನಲ್ಲಿ ಇಡೀ ದಿನ ಮೂಕಿ.

ಇನ್ನೊಬ್ಬ ಮನೋವೈದ್ಯರಿಗೆ ತೋರಿಸಿದಾಗ ಅವರು, ಗ್ರೇತಾಗೆ ಮೂರನೆಯ ಕಾಯಿಲೆಯೂ ಇದೆ ಎಂದರು. ಅದಕ್ಕೆ 'ಇಚ್ಛಾವರ್ತಿ ಮೂಕತನ' ಎಂಬ ಹೆಸರನ್ನೂ ಹೇಳಿದರು. ಈ ಮೂರು ಕಾಯಿಲೆಗಳೂ ಮನಸ್ಸಿಗೆ ಸಂಬಂಧಿಸಿದ್ದು. ಅದು 'ಆಟಿಸಂ' ಎಂಬ ಕಾಯಿಲೆಗುಚ್ಛದ ಕ್ಷೀಣ ಲಕ್ಷಣಗಳು. ಇಂಗ್ಲಿಷ್‌ನಲ್ಲಿ ಅವೆಲ್ಲ ಕಾಯಿಲೆಗಳನ್ನೂ ಸೇರಿಸಿ 'ಆಟಿಸಂ ಸ್ಪೆಕ್ಟ್ರಮ್' (ಅಂದರೆ ರೋಹಿತ) ಎನ್ನುತ್ತಾರೆ. ಯಾವುದೂ ತೀರ

ಉಗ್ರ ಸ್ವರೂಪದ್ದೇನಲ್ಲ. ತನ್ನ ಲೋಕವೇ ಬೇರೆ ಎಂಬಂತೆ ಏನನ್ನೋ ಯೋಚಿಸುತ್ತ ಕೂತಲ್ಲೇ ಮುಗುಮ್ಮಾಗಿ ಕೂರುವ ಮನೋವಿಕಲ್ಪ ಅಷ್ಟೆ. ಯಾರಿಗೂ ತೊಂದರೆ ಕೊಡುವ ರೋಗ ಅಲ್ಲ. ಅಂಥವರ ಮಿದುಳು ಭಾರೀ ಚುರುಕು ಇರುತ್ತದಂತೆ. ಜಗತ್ತಿನ ಅನೇಕ ಖ್ಯಾತ ವ್ಯಕ್ತಿಗಳು ಹದಿಹರಯದಲ್ಲಿ ಇಂಥ ತೊಂದರೆ ಅನುಭವಿಸಿದ್ದಾರೆ, 'ಕ್ರಮೇಣ ತಂತಾನೇ ಸರಿಯಾಗುತ್ತಾಳೆ' ಎಂದು ಅಪ್ಪ-ಅಮ್ಮನಿಗೆ ಡಾಕ್ಟರು ವಿವರಿಸಿ ತಿಳಿಸಿದರು. ಖಿನ್ನತೆ ಕಡಿಮೆಯಾಗುವಂತೆ ಸೆಟ್ರಾಲೈನ್ ಮತ್ತೂ ಕೆಲವು ಮಾತ್ರೆಗಳನ್ನು ಔಷಧಗಳನ್ನು ಕೊಟ್ಟರು. ಮಗಳನ್ನು ಗೆಲುವಾಗಿಡಲು, ಅವಳಿಗೆ ಚೈತನ್ಯ ತುಂಬಲು ಹಿರಿಯರು ಏನೇನು ಚಟುವಟಿಕೆ ಮಾಡಬೇಕು ಎಂದೆಲ್ಲ ತಿಳಿಸಿದರು. 'ಇದೇನೂ ಗಂಭೀರ ಕಾಯಿಲೆ ಅಲ್ಲ, ಚಿಂತೆ ಮಾಡಬೇಡಿ' ಎಂದರು ಡಾಕ್ಟರು.

ಅಮ್ಮನ ಮಡಿಲಲ್ಲಿ ಗ್ರೇತಾ

ಅದೇ ವೇಳೆಗೆ, ಅಂದರೆ 2015ರಲ್ಲಿ ಪ್ಯಾರಿಸ್ ನಗರದಲ್ಲಿ ಒಂದು ಭಾರೀ ಜಾಗತಿಕ ಮೇಳ ನಡೆಯಿತು. ಭೂಮಿಗೆ ಬಂದ ಕಾಯಿಲೆಗೆ ಔಷಧ ಹುಡುಕಲೆಂದು ಜಗತ್ತಿನ ಎಲ್ಲ ರಾಷ್ಟ್ರಗಳ ನಾಯಕರು ಅಲ್ಲಿಗೆ ಬಂದು, ಐದು ದಿನಗಳ ಕಾಲ ಶೃಂಗಸಭೆ ನಡೆಸಿ, ಭೂಮಿಯ ಸಂಕಷ್ಟಗಳ ನಿವಾರಣೆ ಕುರಿತು ಚರ್ಚೆ ಮಾಡಿದರು. ವಾಯುಮಂಡಲ ಬಿಸಿಯಾಗುತ್ತಿದೆ, ನೆಲವೂ ಬಿಸಿಯಾಗುತ್ತಿದೆ, ಇಡೀ ಭೂಮಿಯ ಕಾವು ಏರುತ್ತಿದೆ ಎಂದು ವಿಜ್ಞಾನಿಗಳು ಚಿತ್ರಗಳ ಮೂಲಕ ವಿವರಿಸಿದರು. ಸಹಜವಾಗಿಯೇ ಗ್ರೇತಾ ಆ ಎಲ್ಲ ವರದಿಗಳನ್ನೂ ದಿನದಿನವೂ ನೋಡುತ್ತಿದ್ದಳು. ಪತ್ರಿಕೆಗಳಲ್ಲಿ ತಜ್ಞರ ಅಭಿಪ್ರಾಯಗಳನ್ನೂ ಓದುತ್ತಿದ್ದಳು. ಪರಿಸರ ಸಂಘಟನೆಗಳ ಹೋರಾಟಗಳ ಬಗ್ಗೆ ಓದುತ್ತಿದ್ದಳು. ಎಲ್ಲರು ಸೇರಿ ಭೂಮಿಗೆ ಎಂಥದೋ ಚಿಕಿತ್ಸೆ ಮಾಡಲಿದ್ದಾರೆ, ಭೂಮಿ ಸರಿ ಹೋಗುತ್ತದೆ ಎಂಬ ನಿರೀಕ್ಷೆಯಲ್ಲಿ ಅವಳ ಕಾಯಿಲೆಗಳೆಲ್ಲ ಕ್ರಮೇಣ ವಾಸಿಯಾಗುತ್ತ ಬಂದವು.

ಗ್ರೇತಾ ತುಸು ಗೆಲುವಾದಳು. ಊಟ ಉಣಿಸಿನಲ್ಲಿ ಸುಧಾರಣೆ ಕಂಡುಬಂತು. ಆದರೆ ತೂಕ ಮಾತ್ರ ಹೆಚ್ಚಾಗಲಿಲ್ಲ. ಶಾಲೆಗೆ ರಜೆ ಹಾಕಿದ್ದರಿಂದ ಮನೆಯಲ್ಲೇ ಕೂತು ಅವಳು ತನ್ನ ಪಾಡಿಗೆ ಏನನ್ನೋ ಬರೆಯುತ್ತಿದ್ದಳು. ಅವೆಲ್ಲವೂ ಭೂಮಿಯ ಸಂಕಟದ ವಿಷಯಗಳೇ ಆಗಿದ್ದವು. ಭೂಮಿಯ ತಾಪಮಾನ ಏರಿಕೆಯ ಬಗ್ಗೆ ಭಾಷಣವನ್ನು ಬರೆಯುತ್ತಿದ್ದಳು. ಅಪ್ಪನಿಗೆ ತೋರಿಸುತ್ತಿದ್ದಳು. ಅವಳ ಅಂಥ ಬರವಣಿಗೆಗಳಲ್ಲಿ ಉದ್ಯಮಿಗಳನ್ನು, ರಾಜಕಾರಣಿಗಳನ್ನು, ತೀವ್ರವಾಗಿ ಟೀಕಿಸುತ್ತಿದ್ದಳು. ಆ ಬರಹದಲ್ಲಿದ್ದ ಕಟು ಮಾತುಗಳನ್ನು ಅಪ್ಪ ಅಲ್ಲಲ್ಲಿ ತಿದ್ದುತ್ತಿದ್ದ. ಇಬ್ಬರ ಮಧ್ಯೆ

ವಾಗ್ವಾದ ಆಗುತ್ತಿತ್ತು. 'ನನ್ನನ್ನು ತಿದ್ದಬೇಡ. ಆ ನಾಯಕರನ್ನು ತಿದ್ದು' ಎನ್ನುತ್ತ ಇವಳು ಅಪ್ಪನಿಗೇ ಗೊತ್ತಿಲ್ಲದ ಅದೆಷ್ಟೊ ಅಂಕಿಅಂಶಗಳನ್ನು ಪತ್ರಿಕೆಗಳಿಂದ ಎತ್ತಿ ತೋರಿಸುತ್ತಿದ್ದಳು. ಅಮ್ಮ ಅಪ್ಪನ ಎದುರು ರಾಜಕಾರಣಿಗಳ ಪೊಳ್ಳು ಮಾತುಗಳ ಅಣಕು ಭಾಷಣ ಮಾಡುತ್ತಿದ್ದಳು. ಅದೆಷ್ಟೊ ವಾರಗಳಿಂದ ಮಾಯವಾಗಿದ್ದ ನಗುವಿನ ಕ್ಷಣಗಳು ಮನೆಯಲ್ಲಿ ಮತ್ತೆ ಕುಲುಕಾಡಿದವು.

ಶಾಲೆಯಲ್ಲೂ ಅಷ್ಟೆ. ಆಟಪಾಟ ಕುಣಿದಾಟಗಳಲ್ಲಿ ಎಲ್ಲ ಹುಡುಗಿಯರಷ್ಟು ಚುರುಕಾಗಿ ಅಲ್ಲದಿದ್ದರೂ ನಿಯಮಿತವಾಗಿ ಕ್ಲಾಸಿನ ಚರ್ಚೆಗಳಲ್ಲಿ ಭಾಗವಹಿಸತೊಡಗಿದಳು. ಮನೆಯಲ್ಲಿ ಊಟ, ತಿಂಡಿ ಮಾತುಕತೆಗಳೆಲ್ಲ ಮಾಮೂಲಿನ ಮಟ್ಟಕ್ಕೇ ಬಂತು.

ಮನೆಯ ಹಿರಿಯರಿಗೆ ಮೊದಲ ಪಾಠ

ಆದರೂ ಅವಳು ಮಾತಾಡುವ, ತಂಗಿಯೊಂದಿಗೆ ಚರ್ಚಿಸುವ ವಿಷಯಗಳೆಲ್ಲ ಹೆಚ್ಚಿನ ಪಾಲು ಭೂಮಿಯ ಕಥನಗಳೇ ಆಗಿರುತ್ತಿದ್ದವು. 'ನಾವು ಮಾಂಸಾಹಾರ ಸೇವನೆ ಮಾಡುತ್ತಿದ್ದರೆ ಭೂಮಿಗೆ ತೊಂದರೆ ಜಾಸ್ತಿ ಆಗುತ್ತದಂತೆ; ನಾವೆಲ್ಲ ಇನ್ನುಮೇಲೆ ಶಾಖಾಹಾರವನ್ನೇ ಸೇವಿಸೋಣ' ಎನ್ನತೊಡಗಿದಳು. ಅಮ್ಮ ಬ್ರೆಡ್ ಮಧ್ಯೆ ಸಾಕುಪ್ರಾಣಿಯ ಮಾಂಸದ ತುಣುಕನ್ನು ಇಟ್ಟು ಸ್ಯಾಂಡ್‌ವಿಚ್ ತಯಾರಿಸಿ ಅವಳ ಊಟದ ಡಬ್ಬಿಗೆ ಹಾಕಿದ್ದರೆ ಮಗಳು ಅದನ್ನು ಮುಟ್ಟುತ್ತಿರಲಿಲ್ಲ. ಸ್ಕೂಲ್‌ನಿಂದ ಬಂದಾಗಲೂ ಆ ತಿಂಡಿ ಹಾಗೇ ಇರುತ್ತಿತ್ತು. ಏಕೆಂದು ಕೇಳಿದರೆ, 'ನೋಡಮ್ಮಾ, ಒಂದು ಕಿಲೊ ಗೋಧಿ ಬೆಳೀಬೇಕಾದರೆ 1500 ಲೀಟರ್ ನೀರು ಬೇಕು. ಅದೇ, ಒಂದು ಕಿಲೊ ಕುರಿ ಮಾಂಸ ನಮ್ಮಲ್ಲಿಗೆ ಬರಬೇಕು ಅಂದರೆ 11 ಸಾವಿರ ಲೀಟರ್ ನೀರು ಖರ್ಚಾಗುತ್ತದೆ. ಒಂದು ಕಿಲೊ ಬೀಫ್ (ಗೋಮಾಂಸ) ಬೇಕು ಅಂದರೆ 15 ಸಾವಿರ ಲೀಟರ್ ನೀರು ಬೇಕು' ಎಂದು ಅಮ್ಮನಿಗೆ ಪಾಠ ಹೇಳುತ್ತಿದ್ದಳು. ಅಮ್ಮ ಅದಕ್ಕೇನೋ ಸಮಾಧಾನ ಹೇಳಲು ಬಂದರೆ ಈ ಹುಡುಗಿಗೆ ಕೋಪವೇ ಬರುತ್ತಿತ್ತು. 'ನಾನಂತೂ ನಾನ್‌ವೆಜ್ ತಿನ್ನುವುದಿಲ್ಲ; ನೀವೂ ತಿನ್ನಬೇಡಿ' ಎಂದು ಹಠ ಹಿಡಿದಳು. ಸರಿ ಎಂದು ಅಪ್ಪ-ಅಮ್ಮ ಮಾಂಸಾಹಾರ ತ್ಯಜಿಸಿದರು.

ಹದಿಹರಯದ ಆರಂಭದಲ್ಲೇ ಕಾಯಿಲೆ ಬಿದ್ದಿದ್ದು, ಆಹಾರ ಸೇವನೆಯನ್ನು ತಗ್ಗಿಸಿದ್ದು ಅವಳ ದೇಹದ ಸಹಜ ಬೆಳವಣಿಗೆಯನ್ನು ಕುಂಠಿತಗೊಳಿಸಿತ್ತು. ಅವಳ ವಯಸ್ಸಿನ ಹುಡುಗಿಯರಿಗಿಂತ ಕುಳ್ಳಿ, ಪೀಚಲು. ಏನಾದರಾಗಲಿ, ಮಗಳು ಮತ್ತೆ ಕಾಯಿಲೆ ಬೀಳದಿದ್ದರೆ ಸಾಕು ಅಂತ ಅವರಿಗೆ ಅನ್ನಿಸುತ್ತಿತ್ತು. ಪಾಲಕರಿಗೆ ಅದು ಸಹಜ ತಾನೆ?

ಭೂಮಿಗೆ ಬಂದಿರುವ ಕ್ಲೈಮೇಟ್ ಸಂಕಟದ ಬಗ್ಗೆ ಪಾಲಕರಿಬ್ಬರಿಗೂ ಹೆಚ್ಚೇನೂ ಗೊತ್ತಿರಲಿಲ್ಲ. 'ನನಗಂತೂ ಏನೇನೂ ಗೊತ್ತೇ ಇರಲಿಲ್ಲ' ಎಂದು ಅಪ್ಪ, ಸಿನೆಮಾ ನಟ ಸ್ವಾಂತಿ ಕಳೆದ ವರ್ಷ ಬ್ರಿಟನ್ನಿನ ಗಾರ್ಡಿಯನ್ ಪತ್ರಿಕೆಗೆ ನೀಡಿದ

ಸಂದರ್ಶನದಲ್ಲಿ ಹೇಳಿದ್ದಾರೆ. 'ಗ್ರಿಯೆತಾ ನಮಗೆಲ್ಲ ಬಲವಂತ ಮಾಡಿ ಬಿಸಿ ಪ್ರಳಯದ ಬಗ್ಗೆ ಓದಿಸಿದಳು. ನಾವಿಬ್ಬರೂ ಜಾಸ್ತಿ ಜಾಸ್ತಿ ಓದೋಕೆ ಶುರು ಮಾಡಿದ್ವಿ. ಮಗಳು ನಮ್ಮ ಬದುಕನ್ನೇ ಬದಲಾಯಿಸಿಬಿಟ್ಟಳು' ಎಂದಿದ್ದಾನೆ ಅಪ್ಪ ಸ್ವಾಂತಿ.

ಒಂದು ದಿನ ಊಟದ ಸಮಯದಲ್ಲಿ ಹೀಗೇ ಚರ್ಚೆ ನಡೆಯುತ್ತಿದ್ದಾಗ ಗ್ರೇತಾ ಮತ್ತೆ ಭೂಮಿಯ ತಾಪಮಾನದ ಪ್ರಸ್ತಾಪ ತೆಗೆದಳು. 'ಅಮ್ಮ, ಪೆಟ್ರೋಲು ಡೀಸೆಲ್ಲನ್ನು ಹೀಗೇ ಉರಿಸುತ್ತ ಹೋದರೆ ಭೂಮಿ ಇನ್ನೂ ಜಾಸ್ತಿ ಬಿಸಿಯಾಗುತ್ತ ಹೋಗುತ್ತದಲ್ಲಮ್ಮ? ಮತ್ತೆ ನೀನ್ಯಾಕೆ ಹಾಡಲೆಂದು ಬೇರೆ ದೇಶಕ್ಕೆ ಹೋಗುವಾಗ ವಿಮಾನದಲ್ಲಿ ಹೋಗ್ತೀಯಾ?' ಕೇಳತೊಡಗಿದಳು.

ಇನ್ನೊಂದು ಸಂದರ್ಭದಲ್ಲಿ, 'ಅಮ್ಮಾ ವಾತಾವರಣಕ್ಕೆ ಕಾರ್ಬನ್ ಹೊಗೆ ಸೇರಿಸಬಾರದು ಅಂತಾರಲ್ಲ? ನಾವು ಇಪ್ಪತ್ತು ವರ್ಷ ನಮ್ಮ ಬಿಸಾಕುವ ವಸ್ತುಗಳನ್ನೆಲ್ಲ ಹುಷಾರಾಗಿ ಮರುಬಳಕೆ ಮಾಡುತ್ತೇವೆ ಅಂದ್ಕೊ. ಅಷ್ಟು ವರ್ಷ ಉಳಿಸಿದ ಕಾರ್ಬನ್ನೆಲ್ಲ ಒಂದು ವಿಮಾನದ ಒಂದು ಹಾರಾಟದಲ್ಲೇ ಭಸ್ಮವಾಗಿ ವಾತಾವರಣಕ್ಕೆ ಸೇರಿಬಿಡುತ್ತದೆ ಗೊತ್ತಾ?' ಕೇಳಿದಳು.

'ಆಯ್ತು ಮಗಳೆ, ಇನ್ನು ಮೇಲೆ ನಾನು ವಿಮಾನದಲ್ಲಿ ಹಾರುವುದನ್ನೇ ಬಿಡುತ್ತೇನೆ; ವಿದೇಶಗಳಲ್ಲಿ ಹಾಡುವುದನ್ನೇ ಬಿಡುತ್ತೇನೆ' ಎಂದು ಹೇಳಿ ತಾಯಿ ಮಲೇನಾ ಪ್ರಮಾಣ ಮಾಡಿದರು. ಯುರೋಪಿನ ಅಕ್ಕಪಕ್ಕದ ದೇಶಗಳಲ್ಲಿ ಮೊದಲೇ ನಿಗದಿಯಾಗಿದ್ದ ತನ್ನ ಎಲ್ಲ ಗಾಯನ ಕಾರ್ಯಕ್ರಮಗಳನ್ನೂ ರದ್ದು ಮಾಡಿದಳು. 'ನನ್ನನ್ನು ಇನ್ನುಮೇಲೆ ಕರೆಯಬೇಡಿ' ಎಂತಲೂ ಎಲ್ಲ ಸಂಗೀತ ಸಂಸ್ಥೆಗಳಿಗೆ ಸಂದೇಶ ಕಳಿಸಿದಳು.

ಸಂಸಾರವನ್ನು ಸರಿದಾರಿಗೆ ತರುವ ತವಕ

ಗ್ರೇತಾ ಖುಷಿಖುಷಿಯಲ್ಲಿ ಬೆಳೆಯಬೇಕೆಂದು ಅಪ್ಪ-ಅಮ್ಮ ಇಬ್ಬರೂ ಅವಳ ಆಸೆಗಳನ್ನೆಲ್ಲ ಈಡೇರಿಸುತ್ತ ಬಂದರು. ಆಸೆಗಳೆಂದರೆ ಬೇರೇನೂ ಅಲ್ಲ; ಭೂಮಿಯ ಹಿತಕ್ಕಾಗಿ ಸ್ವಂತದ ಕೆಲವು ಆಸೆಗಳನ್ನು ಕೈಬಿಡುವುದು! ವಿದ್ಯುತ್ ಶಕ್ತಿಯ ಬಳಕೆಯನ್ನು ತಗ್ಗಿಸುವುದು, ನೀರನ್ನು ಹಿತಮಿತವಾಗಿ ಬಳಸುವುದು; ಬಳಸಿದ ವಸ್ತುಗಳನ್ನೆಲ್ಲ ವ್ಯವಸ್ಥಿತವಾಗಿ ಮರುಬಳಕೆಗೆ ರವಾನಿಸುವುದು, ತೀರ ಅಗತ್ಯವಿದ್ದ ಹೊರತೂ ಅಂಗಡಿಯಲ್ಲಿ ಹೊಸ ಏನನ್ನೂ ಖರೀದಿ ಮಾಡದೇ ಖಾಲಿ ಕೈಯಿಂದ ಮನೆಗೆ ಬರುವುದು... ಹೀಗೆ ಮಗಳನ್ನು ಖುಷಿ ಇಡಲೆಂದು ಇಡೀ ಕುಟುಂಬ ತಮ್ಮ ಸ್ವಂತದ ಏನೆಲ್ಲ ಚಿಕ್ಕಪುಟ್ಟ ಖುಷಿಗಳನ್ನು ತ್ಯಾಗ ಮಾಡಬೇಕಾಯಿತು. ಬಿಸಿಲಿನ ಶಕ್ತಿಯಲ್ಲೇ ವಿದ್ಯುತ್ ಉತ್ಪಾದಿಸಬಲ್ಲ ಸೌರ ಫಲಕಗಳು ಮನೆಯ ಛಾವಣಿಗೆ ಬಂದವು.

ಅಪ್ಪ-ಅಮ್ಮನನ್ನು ತಾನು ಹೀಗೆ 'ಸರಿ ದಾರಿ'ಗೆ ತರಬಲ್ಲೆನಾದರೆ ಸಮಾಜವನ್ನೂ ಕ್ರಮೇಣ ಸರಿದಾರಿಗೆ ತರಬಹುದು ಎಂಬ ಆತ್ಮವಿಶ್ವಾಸ ಈ ಹುಡುಗಿಯಲ್ಲಿ ಚಿಗುರತೊಡಗಿತು. ಸಂಕೋಚ ಬಿಟ್ಟು ಶಾಲೆಯ ಗೆಳೆಯ ಗೆಳತಿಯರೊಡನೆ

ಮುಕ್ತವಾಗಿ ಬರೆಯತೊಡಗಿದಳು. ಭೂಮಿಯ ವಿವಿಧ ಭಾಗಗಳಲ್ಲಿ, ವಿವಿಧ ದೇಶಗಳಲ್ಲಿ ಏನೇನಾಗುತ್ತಿದೆ ಎಂಬುದನ್ನು ಅಪ್ಪ ಅಮ್ಮನ ಜೊತೆ ಚರ್ಚಿಸಿದ ಹಾಗೆ, ಶಾಲಾ ಶಿಕ್ಷಕರ ಜೊತೆ ಕೂಡ ಉತ್ಸಾಹದಿಂದ ಚರ್ಚಿಸತೊಡಗಿದಳು. ಮೊದಲಿನಂತೆ ಪುಟಿ ಚೆಂಡಾದಳು.

ಮಗಳಲ್ಲಿ ಕಂಡುಬಂದ ಈ ಪರಿವರ್ತನೆಯ ಹಂತಗಳನ್ನೆಲ್ಲ ತಾಯಿ ವಿಸ್ತೃತವಾಗಿ ವರ್ಣಿಸಿ 'ಎದೆಯಾಳದ ದೃಶ್ಯಗಳು' ಹೆಸರಿನ ಪುಸ್ತಕವನ್ನೇ ಬರೆದಳು.

ಹೀಗಿರುವಾಗ, 2018ರ ಫೆಬ್ರುವರಿಯಲ್ಲಿ ಅಮೆರಿಕದ ಒಂದು ಶಾಲೆಯಲ್ಲಿ ಶೂಟಿಂಗ್ ದುರ್ಘಟನೆ ನಡೆಯಿತು.

ಅಮೆರಿಕದ ಶಾಲಾಮುಷ್ಕರ ಮಾದರಿ

ಅಲ್ಲಿನ ಫ್ಲಾರಿಡಾ ರಾಜ್ಯದಲ್ಲಿ ತಲೆತಿರುಕ ಯುವಕನೊಬ್ಬ ಬಂದೂಕು ಹಿಡಿದು ಶಾಲೆಗೆ ನುಗ್ಗಿದ. ಮನ ಬಂದಂತೆ ಗುಂಡು ಹಾರಿಸಿ 14 ವಿದ್ಯಾರ್ಥಿಗಳನ್ನು, ಮೂವರು ಶಾಲಾ ಸಿಬ್ಬಂದಿಯನ್ನು ಕೊಂದು, ಇತರ 17 ಮಕ್ಕಳನ್ನು ಗಾಯಗೊಳಿಸಿದ. ತತ್ತರಿಸಿ ಬದುಕುಳಿದ ಇಬ್ಬರು ಆ ಆಘಾತದ ನೆನಪಿನಲ್ಲಿ ಆತ್ಮಹತ್ಯೆ ಮಾಡಿಕೊಂಡರು. ಆ ದುರಂತದ ನಂತರದ ದಿನಗಳಲ್ಲಿ ಅಮೆರಿಕದ ಬಹಳಷ್ಟು ಶಾಲೆಗಳಲ್ಲಿ ಮುಷ್ಕರ ನಡೆದವು. 'ಬಂದೂಕು ಖರೀದಿಗೆ ಲೈಸೆನ್ಸ್ ಕೊಡುವುದನ್ನು ಸರಕಾರ ತಾನಾಗಿ ನಿಲ್ಲಿಸುವ ತನಕ ನಾವು ಶಾಲೆಗೆ ಹೋಗುವುದಿಲ್ಲ' ಎಂದು ವಿದ್ಯಾರ್ಥಿಗಳು ಒಕ್ಕೊರಲಿನ ಒತ್ತಾಯ ಹೇರಿದರು. ಅಮೆರಿಕ ಸರಕಾರ ತುಸು ಮಣಿದು, ಕೊಂಚಮಟ್ಟಿಗೆ ಬಂದೂಕು ಲೈಸೆನ್ಸ್ ನಿಯಮಗಳನ್ನು ಬಿಗಿಗೊಳಿಸಿತು. ಈ ಸುದ್ದಿಯನ್ನು ಟಿವಿ ಚಾನೆಲ್‌ಗಳಲ್ಲಿ ನೋಡಿದ ಗ್ರೇತಾ ಮತ್ತೆ ಮತ್ತೆ ಅದರ ಬಗ್ಗೆ ಯೋಚಿಸಿದಳು. ಅವಳ ಮನಸ್ಸಿನಲ್ಲಿ ಒಂದು ಭಾವನೆ ಭದ್ರವಾಯಿತು. ತನ್ನದೇ ವಯಸ್ಸಿನ ಮಕ್ಕಳು ಮುಷ್ಕರ ಹೂಡಬಹುದು, ಹೂಡಿ ಗೆಲ್ಲಬಹುದು ಎಂದು ಅವಳಿಗೆ ಅನ್ನಿಸತೊಡಗಿತು.

ಮೂರು ತಿಂಗಳ ನಂತರ, ಮೇ 2018ರಲ್ಲಿ 'ವಾಯುಗುಣ ಬದಲಾವಣೆ' (ಕ್ಲೈಮೇಟ್ ಚೇಂಜ್) ಎಂಬ ವಿಷಯ ಕುರಿತು ಸ್ವೀಡನ್ನಿನ ಸ್ವೆನ್‌ಸ್ಕಾ ಡಾಗ್‌ಬ್ಲೇಡ್ ಹೆಸರಿನ ಪತ್ರಿಕೆಯೊಂದು ಶಾಲಾ ವಿದ್ಯಾರ್ಥಿಗಳಿಗಾಗಿ ಒಂದು ಪರಿಸರ ಪ್ರಬಂಧ ಸ್ಪರ್ಧೆ ಏರ್ಪಡಿಸಿತು. ಗ್ರೇತಾ ತಾನೂ ಒಂದು ಪ್ರಬಂಧವನ್ನು ಬರೆದು ಕಳಿಸಿದಳು. 'ಭವಿಷ್ಯವನ್ನು ಊಹಿಸಿಕೊಂಡರೆ ನನಗೆ ಭಯವಾಗುತ್ತಿದೆ. ಮನುಷ್ಯನ ಇತಿಹಾಸದಲ್ಲೇ ಹಿಂದೆಂದೂ ಕಂಡಿರದಷ್ಟು ಭಯಾನಕ ಹವಾಮಾನ ಸಂಕಟಗಳು ಬರಲಿವೆ ಎಂದು ತಜ್ಞರು ಎಚ್ಚರಿಸುತ್ತಿದ್ದಾರೆ. ಏನೂ ಆಗಲ್ಲ, ಸುರಕ್ಷಿತ ಇರ್ತೀಯಾ ಎಂದು ನನಗೆ ಭರವಸೆ ಕೊಡುವವರು ಯಾರೂ ಇಲ್ಲ. ನನ್ನ ವಯಸ್ಸಿನ ಮಕ್ಕಳು ನಾಳೆ ಸುರಕ್ಷಿತ ಇರುತ್ತೇವೆಂಬ ಬಗ್ಗೆ ಯಾವ ಭರವಸೆಯೂ ನನಗೆ ಉಳಿದಿಲ್ಲ' ಎಂಬರ್ಥದ ವಾಕ್ಯಗಳಿದ್ದ ಆ ಪ್ರಬಂಧಕ್ಕೆ ಬಹುಮಾನ ಬಂತು. ಇಡೀ ಪ್ರಬಂಧವನ್ನು ಸ್ವೆನ್‌ಸ್ಕಾ ಪತ್ರಿಕೆ ಪ್ರಕಟಿಸಿತು.

ಬಹುಮಾನ ವಿಜೇತ ಆ ಪ್ರಬಂಧವನ್ನು ಓದಿದ ಕೆಲವು ಪರಿಸರವಾದಿಗಳು ಗ್ರೇತಾಳನ್ನು ಸಂಪರ್ಕಿಸಿದರು. ತಮ್ಮ ಸಂಘಟನೆಗೆ ಸೇರಲು ಆಮಂತ್ರಿಸಿದರು. ಕಾರ್ಯಕ್ರಮಗಳಿಗೆ, ಚರ್ಚಾಕೂಟಕ್ಕೆ ಕರೆದರು. 'ಫಾಸಿಲ್‌ಫ್ರೀ ಡಾಲ್‌ಸ್ಲಾಂಡ್' (ಅಂದರೆ– ಪಳೆಯುಳಿಕೆಮುಕ್ತ ಪ್ರಕೃತಿ) ಎಂಬ ಸಂಸ್ಥೆಯ ಕೆಲವು ಸಭೆಗಳಿಗೆ ಈ ಹುಡುಗಿ ಹಾಜರಾದಳು. 'ಭೂಮಿಯನ್ನು ಉಳಿಸುವ ಪರಿಸರ ಚಳವಳಿಗಳನ್ನು ಶಾಲಾ ಮಕ್ಕಳೂ ನಡೆಸಬೇಕು' ಎಂದು ಅಂಥ ಒಂದು ಸಭೆಯಲ್ಲಿ ಈ ಸಂಸ್ಥೆಯ ಮುಖ್ಯಸ್ಥನಾದವ ಗ್ರೇತಾಳನ್ನು ಹುರಿದುಂಬಿಸಿದ.

ಸಹಪಾಠಿಗಳ ಅಸಹಕಾರ

ಚಳವಳಿ ನಡೆಸುವ ಉಮೇದಿ ಇವಳಿಗೂ ಇತ್ತು. ಆದರೆ ತನ್ನ ಕ್ಲಾಸ್‌ಮೇಟ್‌ಗಳ ಮನವೊಲಿಸುವ ಕೆಲಸ ಇವಳಿಗೆ ಸುಲಭವಾಗಿರಲಿಲ್ಲ. ಯಾರೂ ಮುಷ್ಕರ ಹೂಡಲು ಮುಂದೆ ಬರಲಿಲ್ಲ. ಬದಲಿಗೆ ಗ್ರೇತಾಳ ವಿರುದ್ಧವೇ ಶಿಕ್ಷಕರಿಗೆ ಹಾಗೂ ಪಾಲಕರಿಗೆ ದೂರುಗಳು ಹೋದವು. ಶಿಕ್ಷಕರಲ್ಲಿ ಒಂದಿಬ್ಬರು ಇವಳಿಗೇ ಪಾಠ ಹೇಳಿದರು: 'ಪರಿಸರ ರಕ್ಷಣೆಗೆ ಸ್ವೀಡಿಶ್ ಸರಕಾರ ಎಷ್ಟೆಲ್ಲ ಶ್ರಮ ಹಾಕುತ್ತಿದೆ; ಎಷ್ಟೊಂದು ಹಣ ವೆಚ್ಚ ಮಾಡುತ್ತಿದೆ. ಭೂಮಿಯ ಸಂಕಷ್ಟಗಳ ಪರಿಹಾರದ ವಿಷಯದಲ್ಲಿ ಜಗತ್ತಿನಲ್ಲೇ ಅತ್ಯಂತ ಶ್ರದ್ಧೆ ವಹಿಸಿದ ದೇಶ ನಮ್ಮದು; ಬಿಸಾಡಿದ ತ್ಯಾಜ್ಯಗಳನ್ನು ಮರುಬಳಕೆ ಮಾಡುವ ವಿಷಯದಲ್ಲಿ ನಾವು ಜಗತ್ತಿನಲ್ಲಿ ಎಲ್ಲರಿಗಿಂತ ಮುಂದಿದ್ದೇವೆ' ಎಂದೆಲ್ಲ ಹೇಳಿದರು.

ಇವಳು ಶಿಕ್ಷಕರೆದುರು ವಾದ ಮಾಡಲು ಹೋಗಲಿಲ್ಲ. ವಸ್ತುಗಳನ್ನು ಬಳಸಿ, ಬಿಸಾಕಿ, ಅಥವಾ ಮರುಬಳಕೆ ಮಾಡುವುದಕ್ಕಿಂತ ಬಳಕೆಯನ್ನೇ ತಗ್ಗಿಸುವುದು ಮೇಲು ಎಂಬುದನ್ನು ಇವಳು ಓದಿ ಕಲಿತಿದ್ದಳು. ಕಾರು, ನೀರು, ವಿದ್ಯುತ್ ಉತ್ಪಾದನೆಗೆಂದು ಎಷ್ಟೊಂದು ಪೆಟ್ರೋಲ್, ಡೀಸೆಲ್ ಉರಿಸಲಾಗುತ್ತಿದೆ ಎಂಬುದು ಇವಳಿಗೆ ಗೊತ್ತಿತ್ತು. 'ಈ ಶಿಕ್ಷಕರು ನಮಗೆಲ್ಲ ಪಾಠ ಹೇಳುತ್ತಾರೆ. ಮನೆಯಲ್ಲಿ ಯಾರೂ ಇಲ್ಲದಾಗ ವಿದ್ಯುತ್ ದೀಪ ಆರಿಸಬೇಕು ಎನ್ನುತ್ತಾರೆ; ಬಳಸಿದ ಕಾಗದಗಳ ಮತ್ತು ಪ್ಲಾಸ್ಟಿಕ್ ಬಾಟಲಿಗಳ ಮರುಬಳಕೆ ಮಾಡಬೇಕು– ಎಂದೆಲ್ಲ ಉಪದೇಶ ಮಾಡುತ್ತಾರೆ; ಆದರೆ ತಾವು ಮಾತ್ರ ರಜೆ ಬಂದಾಗ ವಿಮಾನ ಏರಿ ನ್ಯೂಯಾರ್ಕ್ ಕಡೆ ವಿಹಾರಕ್ಕೆ ಹೋಗುತ್ತಾರೆ' ಎಂದು ತಾನು (ಫೇಮಸ್ ಆದ ನಂತರ) ಬರೆದ ಪುಸ್ತಕದಲ್ಲಿ ಗ್ರೇತಾ ದಾಖಲು ಮಾಡಿದ್ದಾಳೆ.

ಸಹಪಾಠಿಗಳ ಮನಸ್ಸನ್ನು ಬದಲಿಸಲು ಸಾಧ್ಯವಿಲ್ಲ. ಶಿಕ್ಷಕರಂತೂ ತನಗೇ ಉಪದೇಶ ಮಾಡಲು ಬರುತ್ತಾರೆ. ಆದರೂ ಏನಾದರೂ ಮಾಡಲೇಬೇಕು ಎಂದು ಇವಳ ಮನಸ್ಸು ಚಡಪಡಿಸತೊಡಗಿತ್ತು.

ಅದಕ್ಕೆ ಕಾಲ ಕೂಡಿ ಬಂತು. 2018ರ ಜೂನ್–ಜುಲೈ ತಿಂಗಳಲ್ಲಿ ಸ್ವೀಡನ್ ದೇಶದಲ್ಲಿ ಸೆಕೆ ದಾಖಲೆ ಮೀರಿ ಹೆಚ್ಚಾಗಿತ್ತು. ಕಳೆದ 212 ವರ್ಷಗಳ ಸ್ವೀಡಿಶ್

ಇತಿಹಾಸದಲ್ಲಿ ಇಷ್ಟೊಂದು ಸೆಕೆ ಎಂದೂ ದಾಖಲಾಗಿರಲಿಲ್ಲ. ಅರಣ್ಯಗಳು ತಾವಾಗಿ ಹೊತ್ತಿ ಉರಿಯತೊಡಗಿದ್ದವು. ಉತ್ತರ ಧ್ರುವದ ಹಿಮದ ಹಾಸಿನ ಅಂಚಿನಲ್ಲಿ ಬೆಳೆದು ನಿಂತ ಮರಗಳೂ ಬೆಂಕಿಯ ಉಂಡೆಗಳಾಗಿ, ಬೂದಿಯಾಗಿ ಬೀಳುತ್ತಿದ್ದವು. ಬೆಂಕಿಯಿಂದ ತಪ್ಪಿಸಿಕೊಳ್ಳಲಾಗದ ಹಿಮಸಾರಂಗಗಳು ಸುಟ್ಟು ಕರಕಲಾಗಿ ಬೀಳುತ್ತಿದ್ದವು. ಒಂದೆರಡಲ್ಲ, ಏಕಕಾಲಕ್ಕೆ 60 ಕಡೆ ಅರಣ್ಯಗಳಿಗೆ ಬೆಂಕಿ ಬಿದ್ದಿತ್ತು. ಅರಣ್ಯಗಳ ಅಂಚಿನಲ್ಲಿದ್ದ ಊರುಗಳಿಗೆ ಬೆಂಕಿ ಬಾರದಂತೆ ಹೆಲಿಕಾಪ್ಟರ್ ಮೂಲಕ ನೀರನ್ನು ಸುರಿಯುವ ಕೆಲಸ ನಡೆದಿತ್ತು. ಹೊಗೆ ಒಳಕ್ಕೆ ನುಗ್ಗದಂತೆ ಬಾಗಿಲು ಕಿಟಕಿ ಮುಚ್ಚಬೇಕೆಂದು ಸಮೀಪದ ನಿವಾಸಿಗಳಿಗೆ ಎಚ್ಚರಿಕೆ ಘೋಷಣೆ ಮಾಡಲಾಗುತ್ತಿತ್ತು. ಸ್ವೀಡನ್ನಲ್ಲೊಂದೇ ಅಲ್ಲ, ಅಕ್ಕಪಕ್ಕದ ನಾರ್ವೆ, ಫಿನ್ಲೆಂಡ್, ಗ್ರೀನ್‌ಲ್ಯಾಂಡ್, ರಷ್ಯದ ಸೈಬೀರಿಯಾ ಹಾಗೂ ದೂರದ ಅಲಾಸ್ಕಾ ಮತ್ತು ಕೆನಡಾಗಳಲ್ಲೂ ಉರಿಸೆಕೆ ಹಾಗೂ ಬೆಂಕಿಯ ದುರಂತಗಳ ವರದಿ ಬರತೊಡಗಿದ್ದವು. ವಾತಾವರಣದ ತಾಪಮಾನ ಏರಿದ್ದರಿಂದಲೇ ಇವೆಲ್ಲ ಉತ್ಪಾತಗಳು ಸಂಭವಿಸುತ್ತಿವೆ ಎಂದು ತಜ್ಞರು ಹೇಳತೊಡಗಿದ್ದರು. ಈಮಧ್ಯೆ ಸ್ವೀಡನ್‌ನಲ್ಲಿ ಚುನಾವಣೆ ಘೋಷಣೆಯಾಗಿತ್ತು.

ಈಗಲೂ ಸುಮ್ಮನೆ ಕೂತಿರಲು ಸಾಧ್ಯವೆ? ಬೇಸಿಗೆ ರಜೆ ಮುಗಿದು ಶಾಲೆಗಳು ಮತ್ತೆ ಪ್ರಾರಂಭವಾದ ದಿನವೇ ಗ್ರೇತಾ ಹೊರಟಳು, ಬೆನ್ನಿಗೆ ಚೀಲ ಏರಿಸಿ. ತಾನೇ ಬರೆದಿದ್ದ ಘೋಷಣಾ ಫಲಕವನ್ನು ಬಗಲಲ್ಲಿ ಹಿಡಿದು ಬಸ್ ಏರಿದಳು.

ಸ್ವೀಡಿಶ್ ಸಂಸತ್ ಭವನದ ಕಲ್ಲುಗೋಡೆಗೆ ಆನಿಸಿ ಮುದುರಿ ಕೂತಳು ಹುಡುಗಿ ಹಿಡಿಯಾಗಿ.

ಕಾದ ತರಗೆಲೆಗಳ ಮಧ್ಯೆಯ ಒಂದು ಪುಟ್ಟ ಕಿಡಿಯಾಗಿ.

*

ಮುಂದಿನ ಇತಿಹಾಸ ಸರಸರ ಚಲಿಸುತ್ತದೆ. ಸಂಸತ್ ಭವನದ ಹೊರಗಡೆ ಪ್ರತಿ ದಿನವೂ ಮುಷ್ಕರಕ್ಕೆ ಕೂತ ಈ ಹುಡುಗಿಯ ಕಡೆ ಇಡೀ ದೇಶದ ಗಮನ ಹರಿಯತೊಡಗುತ್ತದೆ. ತೀವ್ರ ಸೆಕೆ, ಅರಣ್ಯಕ್ಕೆ ಬೆಂಕಿ, ಹಿಮಸಾರಂಗಗಳ ಸಾವು ಇವೆಲ್ಲವುಗಳ ಮಧ್ಯೆ ಗ್ರೇತಾಳ ಮುಷ್ಕರ ಸುದ್ದಿಗೆ ವಿಶೇಷ ಮಹತ್ವ ಇದೆ ಎಂಬುದು ಜನಸಾಮಾನ್ಯರ ಗಮನಕ್ಕೆ ಬರುತ್ತದೆ; ಶಿಕ್ಷಕರಿಗೆ ಗೊತ್ತಾಗುತ್ತದೆ. ಅವರ ಮೂಲಕ ಇನ್ನುಳಿದ ಶಾಲಾಮಕ್ಕಳಿಗೂ ಗೊತ್ತಾಗುತ್ತದೆ. ಮುಷ್ಕರಕ್ಕೆ ಬೆಂಬಲ ಕೊಡಲು ಅವರೆಲ್ಲರೂ ನಿರ್ಧರಿಸುತ್ತಾರೆ. ಮೂರು ವಾರಗಳಲ್ಲಿ ಇವಳು ಸ್ವೀಡನ್ನಿನಲ್ಲಿ ಮನೆ ಮಾತಾಗುತ್ತಾಳೆ. ಚುನಾವಣೆಯ ಪ್ರಚಾರ ವಾರ್ತೆಗಳ ಮಧ್ಯದಲ್ಲಿ, ಅದೆಷ್ಟೊ ಬಾರಿ ಸುದ್ದಿಯ ಆದ್ಯತೆಯನ್ನೂ ಬದಲಿಸಿ ಇವಳ ಕುರಿತೇ ಮಾಧ್ಯಮಗಳು ಹೆಚ್ಚು ಮಾತಾಡುತ್ತವೆ, ಚರ್ಚಿಸುತ್ತವೆ. ಅಕ್ಕಪಕ್ಕದ ಜರ್ಮನಿ, ನೆದರ್ಲೆಂಡ್ಸ್, ಫ್ರಾನ್ಸ್, ಇಂಗ್ಲೆಂಡ್ ದೇಶಗಳಿಂದ ಟಿವಿ ಮಾಧ್ಯಮ ಪ್ರತಿನಿಧಿಗಳು ಇವಳ ಸಂದರ್ಶನ ಮಾಡಲು ಬರುತ್ತಾರೆ.

ಸೆಪ್ಟಂಬರ್ 9ಕ್ಕೆ ಚುನಾವಣೆ ಮುಗಿಯುತ್ತದೆ. ಹೊಸ ಸರಕಾರ ಬರುತ್ತದೆ. ಇವಳು ಮುಷ್ಕರವನ್ನು ಹೀಗೇ ಮುಂದುವರೆಸಿದರೆ ಜನರು ಆಸಕ್ತಿ ಕಳೆದುಕೊಳ್ಳುವ ಸಂಭವ ಇದೆ. ಬೇಸಿಗೆ ಮುಗಿದಿದ್ದರಿಂದ ಜನಸಾಮಾನ್ಯರು ತಾಪಮಾನ ಏರಿಕೆ ವಿಷಯವನ್ನು ಮುಂದಿನ ಐದಾರು ತಿಂಗಳು ಮರೆಯಲೂಬಹುದು. ಹಾಗಿದ್ದರೆ ಗ್ರೇತಾ ಮುಂದೇನು ಮಾಡಬೇಕು? ಇವಳಿಗೆ ಬೆಂಬಲ ನೀಡಿದ ಪರಿಸರ ಸಂಘಟನೆಗಳು ಚರ್ಚೆ ಮಾಡುತ್ತವೆ. ಹೊಸ ಸಲಹೆ ಬರುತ್ತದೆ.

ಇನ್ನು ಮೇಲೆ ಸಂಸತ್ತಿನ ಮುಂದೆ ಗ್ರೇತಾ ದಿನವೂ ಧರಣಿ ಕೂರುವುದಿಲ್ಲ. ವಾರದಲ್ಲಿ ಒಂದು ದಿನ, ಅದೂ ಶುಕ್ರವಾರ ಮಾತ್ರ ಮುಷ್ಕರ ಹೂಡಲು ನಿರ್ಧರಿಸುತ್ತಾಳೆ. ಈಗ ತನ್ನೊಂದಿಗೆ ತುಂಬ ಮಕ್ಕಳು ಬರುತ್ತಾರೆ ಎಂದು ಅವಳಿಗೆ ಗೊತ್ತಾಗಿದೆ. ತನ್ನ ಶಾಲೆಯೊಂದೇ ಅಲ್ಲ, 'ದೇಶದ ಎಲ್ಲ ಶಾಲೆಗಳಲ್ಲೂ ಪ್ರತಿ ಶುಕ್ರವಾರ ಮುಷ್ಕರ ನಡೆಯಲಿ' ಎಂದು ಕೋರುತ್ತಾಳೆ. ಒಂದಿಡೀ ದಿನ ಅಲ್ಲವಾದರೂ ತಮಗೆ ಅನುಕೂಲವಾದಾಗ ಒಂದು ಅವಧಿಯಲ್ಲಿ ಕ್ಲಾಸಿನಿಂದ ಹೊರಕ್ಕೆ ಬಂದು ಫಲಕ ಹಿಡಿದೋ, ಹಾಡುತ್ತಲೋ, ಭಾಷಣ ಮಾಡುತ್ತಲೋ, ಚಿತ್ರ ಬರೆಯುತ್ತಲೋ ಕೂರಬೇಕು. ಫಲಕಗಳಲ್ಲಿ 'ಭವಿಷ್ಯಕ್ಕಾಗಿ ಶುಕ್ರವಾರ' (ಫ್ರೈಡೇಸ್ ಫಾರ್ ಫ್ಯೂಚರ್ FFF) ಎಂದು ಬರೆದಿರಬೇಕು ಎಂಬ ಸಂದೇಶವನ್ನು ಕಳಿಸುತ್ತಾಳೆ.

ವಿದ್ಯಾರ್ಥಿಗಳೆಲ್ಲ ಸಂಭ್ರಮದಿಂದ ಈ ಚಳವಳಿಯಲ್ಲಿ ಪಾಲ್ಗೊಳ್ಳುತ್ತಾರೆ. ಶಾಲೆಗಳಲ್ಲಿ ಒಂದೊಂದು ಕ್ಲಾಸಿನವರು ಒಂದೊಂದು ಗಂಟೆಯಂತೆ ದಿನವಿಡೀ

ಭೂಮ್ಯಾಕಾಶಕ್ಕೆ ವಿಸ್ತರಿಸಬಲ್ಲ ವೃಕ್ಷವೊಂದರ ಮೊಳಕೆ, ಈ ಮೂಲೆಯಲ್ಲಿ ಇದೀಗ ಚಿಗುರೊಡೆಯುವ ಹಂತದಲ್ಲಿ; ಎದುರಿಗಿರುವುದು ಅವಳ ಪ್ರಣಾಳಿಕೆಯ ಕರಪತ್ರದ ಕಂತೆ.

ಒಂದಲ್ಲ ಒಂದು ತಂಡವಾಗಿ ಹರತಾಳ ಆಚರಿಸುತ್ತಾರೆ. ಎಲ್ಲೆಲ್ಲೂ ಖುಷಿ; ಫಲಕ ಬರೆಯುವ, ಭಿತ್ತಿ ಚಿತ್ರ ಬರೆಯುವವರ ಮೇಲಾಟ. ಭೂಮಿಗೆ ಎಂತೆಂಥ ಬಗೆಯ ಸಂಕಟಗಳು ಬರುತ್ತಿವೆ ಎಂಬ ಬಗ್ಗೆ ಚರ್ಚೆ, ಲೇಖನ, ಭಾಷಣ. ಸುಂದರ ಸ್ಲೋಗನ್ ಬರೆಯಲು, ಚಂದದ ಫಲಕ ಬರೆಯಲು ಅವರವರಲ್ಲೇ ಪೈಪೋಟಿ. ಫೇಸ್‌ಬುಕ್, ಟ್ವಿಟ್ಟರ್, ಇನ್‌ಸ್ಟಾಗ್ರಾಮ್, ವಾಟ್ಸಾಪ್ ಎಲ್ಲ ಕಡೆ ಈ 'ಶುಕ್ರವಾರದ ಮುಷ್ಕರ'ದ್ದೇ ಸುದ್ದಿ. ಟಿವಿ, ಪತ್ರಿಕೆಗಳ ವರದಿಗಾರರಿಗೂ ಪ್ರತಿ ಶುಕ್ರವಾರ ಬಿಡುವಿಲ್ಲದ ಕೆಲಸ.

ಇನ್ನು ಇವೆಲ್ಲ ಚಟುವಟಿಕೆಗಳ ಕೇಂದ್ರಬಿಂದುವಾದ ಗ್ರೇತಾಗೆ ಬಿಡುವೆಲ್ಲಿ? ಇತರರಿಗೆ ಶುಕ್ರವಾರ ಮಾತ್ರ ಕೆಲಸವಾದರೆ ಇವಳಿಗೆ ವಾರವಿಡೀ ಕೆಲಸ. ಅದೆಷ್ಟೊ ಪರಿಸರ ಸಂಘಟನೆಗಳು ಕರೆಯುತ್ತವೆ. ಲೇಖನ, ವಿಡಿಯೊ ಸಂದೇಶಗಳನ್ನು ಕೋರುತ್ತವೆ. ಖ್ಯಾತ ವ್ಯಕ್ತಿಗಳ ಜೊತೆ ಸಂದರ್ಶನವನ್ನು ಏರ್ಪಡಿಸುತ್ತವೆ. ಅಲ್ಲೆಲ್ಲ ಓಡಾಡಬೇಕು. ಶಾಲೆಯಲ್ಲಿ ಫ್ರೆಂಚ್ ಭಾಷೆಯ ಕ್ಲಾಸ್, ಸಂಗೀತದ ಕ್ಲಾಸ್ ಯಾವುದನ್ನೂ ತಪ್ಪಿಸಬಾರದು. ಕ್ಲಾಸಿನ 'ಈಚಿನ ವಿದ್ಯಮಾನ ಮತ್ತು ಸಾಮಾನ್ಯ ಜ್ಞಾನ'ದ ಅವಧಿಯಲ್ಲಿ ಇವಳ ಕುರಿತ ಪ್ರಶ್ನೆಗಳಿಗೂ ಇವಳೇ ಉತ್ತರಿಸಬೇಕು. ಮನೆಯಲ್ಲಿ ಸದಾ ಚಿಮ್ಮುತ್ತಿರುವ ಎರಡು ನಾಯಿಗಳ ಜೊತೆ ಹಾಗೂ ತಂಗಿ ಬಿಯೆತಾ ಜೊತೆ ಸಮಯ ಕಳೆಯಬೇಕು. ಅಡುಗೆ ಮನೆಯಲ್ಲಿ ತನಗೆ ಬೇಕಿದ್ದ ವೆಜ್ ಊಟವನ್ನು ಆಗಾಗ ತಾನೇ ತಯಾರಿಸಿಕೊಳ್ಳಬೇಕು. ಸದಾ ರಿಂಗಣಿಸುವ ಫೋನ್ ಕರೆಗಳನ್ನು ಸಂಬಾಳಿಸಬೇಕು. ಮನೆಗೇ ಬರುವ ವರದಿಗಾರರ ಜೊತೆ, ಫೋಟೊಗ್ರಾಫರ್ ಜೊತೆ ಏಗಬೇಕು. ಅವರು 'ಸ್ಮೈಲ್ ಪ್ಲೀಸ್' ಎಂದಾಗ ನಗಬೇಕು. ಕ್ಲಾಸ್ ಮಧ್ಯೆಯ ಬಿಡುವಿನಲ್ಲಿ ಇನ್ನೊಂದು ಸಭೆಗೆ ಓಡಬೇಕು. ತನ್ನ ಮಾಮೂಲು ಸಂಕೋಚ, ಹಿಂಜರಿಕೆಗಳನ್ನು ಕೊಡವಿ ಹಾಕಬೇಕು. ಬದುಕು ಸುಂಟರಗಾಳಿ.

ಸ್ವೀಡನ್ನಿನ ಎಲ್ಲ ಶಾಲೆಗಳಲ್ಲೂ ಆರಂಭವಾದ ಶುಕ್ರವಾರದ ಕ್ಲೈಮೇಟ್ ಮುಷ್ಕರದ ಸಂಭ್ರಮಾಚರಣೆ ಕ್ರಮೇಣ ಆಸುಪಾಸಿನ ಇತರ ದೇಶಗಳಿಗೂ ಹಬ್ಬತೊಡಗುತ್ತದೆ. ಯುರೋಪ್ ಆಚೆಗೆ, ಅಮೆರಿಕ, ಕೆನಡಾ, ಆಸ್ಟ್ರೇಲಿಯಾ, ಚೀನಾದಲ್ಲೂ ಶಾಲೆಗಳಲ್ಲಿ 'ಭವಿಷ್ಯಕ್ಕಾಗಿ ಶುಕ್ರವಾರ' ಮುಷ್ಕರ ಪ್ರಾರಂಭವಾಗುತ್ತದೆ. ಎಲ್ಲೆಲ್ಲೂ ಇವಳದ್ದೇ ಫೋಟೊ. ಇವಳದೇ ಕೈಬರಹದ ಆ ಫಲಕದ ಫೋಟೊ. ಗೂಗಲ್‌ನಲ್ಲಿ ಗ್ರೇತಾ ಎಂದು ಹೆಸರು ಹಾಕಿದ ತಕ್ಷಣ ಜಗತ್ತಿನ 33 ದೇಶಗಳಲ್ಲಿ ಏಕಕಾಲಕ್ಕೆ ನಡೆಯುತ್ತಿರುವ ಪ್ರತಿಭಟನೆಗಳ ಸಾಲುಸಾಲು ಚಿತ್ರಗಳ ಸರಮಾಲೆ, ಸಮಾಚಾರ.

ಬಿಸಿ ತಟ್ಟಿಸಿಕೊಂಡ ಭೂಮಿಯೇ ಇವಳ ಮತ್ತು ಇವಳಂಥ ಅಸಂಖ್ಯ ಮಕ್ಕಳ ಮೂಲಕ ಎದ್ದು ಚಲನಶೀಲವಾದಂತೆ.

ಗ್ರೇತಾ ಈಗ ಸ್ಟಾರ್.

ರೇಖಾಚಿತ್ರ: ಮಲ್ವಿನ್ ಜೋಲ್ಡೋ

ಗ್ರೇತಾ ಕೋಪಕ್ಕೆ ಕಾರಣವೇನು?

ಜಗತ್ತಿನ ಎಲ್ಲ ರಾಜಕೀಯ ಮುಂದಾಳುಗಳೂ ತಂತಮ್ಮ ದೇಶದ ಅಭಿವೃದ್ಧಿ ಬಯಸುತ್ತಾರೆ ಯಾರೂ ಇಡೀ ಭೂಮಿಯ ಕ್ಷೇಮದ ಬಗ್ಗೆ ಚಿಂತಿಸುತ್ತಿಲ್ಲ. ಭೂಮಿ ತನ್ನ ಸಂಕಷ್ಟಗಳನ್ನು ಯಾರೊಂದಿಗೆ ಹೇಳಿಕೊಳ್ಳಬೇಕು?

ಮತ ಹಾಕುವ ಹಕ್ಕಿಲ್ಲದ ಸಕಲ ಜೀವರಾಶಿಯ ಪರವಾಗಿ, ಮತದಾನದ ಹಕ್ಕು ಈಗಿನ್ನೂ ಬಂದಿಲ್ಲದ ಹುಡುಗಿಯ ಗುಡುಗಿನ ಮೂಲಕ ಭೂಮಿ ಏನೋ ಹೇಳಲು ಹೊರಟಿದೆಯೆ?

ಭೂಮಿಗೆ ತೊಂದರೆ ಕೊಡದಂತೆ ಬದುಕಬೇಕು, ಜೀವಜಾಲದ ಜೊತೆ ಹೊಂದಿಕೊಂಡು ಬಾಳಬೇಕು ಎಂದು ನಮ್ಮ ಹಿಂದಿನ ಅನೇಕ ಚಿಂತಕರು ಹೇಳಿದ್ದಾರೆ. ಗಾಂಧೀಜಿ ಇದನ್ನು ಮೆಲುದನಿಯಲ್ಲಿ ಮತ್ತೆ ಮತ್ತೆ ಹೇಳಿದ್ದೂ ಅಲ್ಲದೆ ಹೊಂದಿಕೊಂಡು ಬದುಕುವುದು ಹೇಗೆಂದು ಬದುಕಿ ತೋರಿಸಿದವರು. 'ಇಂಗ್ಲಂಡಿನ ಮಾದರಿಯಲ್ಲಿ ನಾವೂ ಐಷಾರಾಮಿ ಬದುಕಲು ಹೊರಟರೆ ಇಡೀ ಭೂಮಿಯೇ ಮಿಡತೆ ದಾಳಿಗೆ ಸಿಕ್ಕ ಹೊಲದಂತೆ ಬರಡಾದೀತು' ಎಂದು ಎಚ್ಚರಿಸಿದವರು ಅವರು. ಎಲ್ಲರೂ ಗಾಂಧೀಜಿಯವರ ಮಾತಿಗೆ ತಲೆದೂಗಿದರು, ತಲೆಬಾಗಿದರು. ಆದರೆ ಯಾರೂ ಕ್ಯಾರೇ ಮಾಡಲಿಲ್ಲ. ಅಭಿವೃದ್ಧಿಯ ಮಹಾಮಂತ್ರವೇ ಎಲ್ಲ ಕಡೆ ವಿಜೃಂಭಿಸತೊಡಗಿತು.

ಗಾಂಧೀಜಿಯವರ ನಂತರ ಜಪಾನಿನ ಮಸಾನೊಬು ಫುಕುವೊಕ ಕೂಡ ನಿಸರ್ಗದ ಜೊತೆಗೆ ಸಹಬಾಳ್ವೆ ಮಾಡುವುದರ ಮಹತ್ವವನ್ನು ಸಾರಿದರು. ಅದು ಹೇಗೆ ಎಂಬುದನ್ನೂ ತೋರಿಸಿದರು. ಅವರನ್ನು ಅನುಸರಿಸಿ ಅಲ್ಲೊಬ್ಬರು ಇಲ್ಲೊಬ್ಬರು ಪ್ರಾಯೋಗಿಕವಾಗಿ ಬದುಕಲು ಯತ್ನಿಸಿದರೇ ವಿನಾ ಎಲ್ಲೂ ಅಂಥ ಚಿಂತನೆಗಳಿಗೆ ಸರಕಾರಗಳ ಮಾನ್ಯತೆ ಸಿಗಲಿಲ್ಲ.

ಭೂಮಿಯ ಸಂಪತ್ತನ್ನು ಆದಷ್ಟು ಹೆಚ್ಚಾಗಿ ಮೇಲಕ್ಕೆತ್ತಿ ಬಳಸುವ ತಂತ್ರಗಳಿಗೇ ವಿಜ್ಞಾನ ತಂತ್ರಜ್ಞಾನಗಳ ಬಳಕೆ ಹೆಚ್ಚುತ್ತ ಹೋಯಿತು. ಶ್ರೀಮಂತ ದೇಶಗಳ ಮಾದರಿಯಲ್ಲೇ ಮನುಷ್ಯರ ಸುಖಸೌಕರ್ಯಗಳನ್ನು ಹೆಚ್ಚಿಸುವ ವಿಧಾನಗಳನ್ನು ಜಗತ್ತಿನ ಎಲ್ಲ ದೇಶಗಳೂ ಅನುಸರಿಸಲು ತೊಡಗಿದವು. ಕಾರ್ಪೊರೇಟ್ ಸಂಸ್ಥೆಗಳು ಸುಖಭೋಗವನ್ನು ಹಂಚುತ್ತಲೇ ಬೆಳೆಯುತ್ತ ಹೋದವು.

ಅರಣ್ಯನಾಶ, ಜೀವಸಂಕುಲಗಳ ನಾಶದ ಬಗ್ಗೆ ಎಷ್ಟೊಂದು ದೇಶಗಳಲ್ಲಿ ಪರಿಸರ ರಕ್ಷಣಾ ಸಂಘಗಳು ಎಚ್ಚರಿಕೆ ನೀಡತೊಡಗಿದವು. ಭೂಮಿ ಬಿಸಿಯಾಗುತ್ತಿದೆ ಎಂದು ವಿಜ್ಞಾನಿಗಳೂ ಎಚ್ಚರಿಕೆಯ ಗಂಟೆ ಬಾರಿಸತೊಡಗಿದರು. ಬಿಸಿ ಯಾವ ರೀತಿ ಏರುತ್ತಿದೆ ಎಂದು ಕಣ್ಣಿಡಲೆಂದೇ ವಿಜ್ಞಾನಿಗಳನ್ನು ಕೂಡಿಸಿ ವಿಶ್ವಸಂಸ್ಥೆ 'ಐಪಿಸಿಸಿ' ಎಂಬ ವೇದಿಕೆಯನ್ನು ಸೃಷ್ಟಿಸಿತು. ಹೇಗಾದರೂ ಮಾಡಿ ಅಭಿವೃದ್ಧಿಯ ಈ ಹುಚ್ಚು ಪೈಪೋಟಿಗೆ ಲಗಾಮು ಹಾಕಲೆಂದು ಅದು ಎಲ್ಲ ದೇಶಗಳ ಮುಖ್ಯಸ್ಥರ ಸಭೆ ಸೇರಿಸಿ ಚರ್ಚಿಸಿತು. ಏನಾದರೂ ಮಾಡಲೇಬೇಕು ಎಂದು ಎಲ್ಲ ದೇಶಗಳ ಮುಖ್ಯರೂ ವೇದಿಕೆಗಳಲ್ಲಿ ಹೇಳಿ, ಸ್ವದೇಶಕ್ಕೆ ಮರಳಿ ಮರೆಯುವವರೇ ಆದರು. ಅಮೆರಿಕದ ಉಪಾಧ್ಯಕ್ಷರಾಗಿದ್ದ ಅಲ್ ಗೋರ್ ಮಾತ್ರ ಭೂಮಿಯ ತಾಪಮಾನ ಏರಿಕೆಯ ಬಗ್ಗೆ ಸಾಕ್ಷ್ಯಚಿತ್ರವನ್ನು ನಿರ್ಮಿಸಿದರು. ಅದು ಆಸ್ಕರ್ ಪ್ರಶಸ್ತಿ ಪಡೆಯಿತು, ನೊಬೆಲ್ ಪ್ರಶಸ್ತಿಗೆ ಅಲ್ ಗೋರ್ ಪಾತ್ರರಾದರು ನಿಜ. ಅದೇ ಮಾದರಿಯಲ್ಲಿ ಖ್ಯಾತ ಚಿತ್ರನಟ ಲಿಯೊನಾರ್ಡೊ ಡಿಕಾಪ್ರಿಯೊ, ಜೇನ್ ಗೂಡಾಲ್ ಮುಂತಾದ

ಚಿತ್ರರಂಗದ ಖ್ಯಾತರು ಜನಜಾಗೃತಿಯ ಸಾಕ್ಷ್ಯಚಿತ್ರಗಳನ್ನು ನಿರ್ಮಿಸಿದರು. 2009ರಲ್ಲಿ ಪರಿಸರ ಪತ್ರಕರ್ತ, ನಿರ್ದೇಶಕ ಯಾನ್ ಆರ್ಥಸ್ ಬರ್ಟ್ರಾಂಡ್ ಕೇವಲ ಡ್ರೋನ್ ಕ್ಯಾಮರಾದಲ್ಲೇ ಶೂಟ್ ಮಾಡಿದ 'ಹೋಮ್' ಹೆಸರಿನ ಸಾಕ್ಷ್ಯಚಿತ್ರವನ್ನು ಒಂದೇ ದಿನದಲ್ಲಿ ಮೂರುವರೆ ಕೋಟಿ ಜನರು ನೋಡಿ ದಾಖಲೆ ನಿರ್ಮಿಸಿದ್ದೂ ಆಯಿತು. ಯಾರು ಬೇಕಾದರೂ ಇಂಟರ್‌ನೆಟ್‌ನಿಂದ ಉಚಿತವಾಗಿ ಇಳಿಸಿಕೊಳ್ಳಬಹುದಾದ ಈ ಚಿತ್ರ ಅಪಾರ ಜನಪ್ರಿಯತೆ ಪಡೆದು, ಭೂಮಿಯ ದುಃಸ್ಥಿತಿಯ ಬಗ್ಗೆ ಜನಜಾಗೃತಿಯೇನೋ ಸಾಕಷ್ಟು ಮೂಡಿತು.

ಆದರೆ ಯಾವ ಸರಕಾರವೂ ಭೂಮಿಯ ಸಂಕಟವನ್ನು ತಗ್ಗಿಸಬಲ್ಲ ಕಟ್ಟುನಿಟ್ಟಿನ ಕ್ರಮಗಳನ್ನು ಜಾರಿಗೆ ತರಲಿಲ್ಲ. ಜಗತ್ತಿನ ಎಲ್ಲ ಮುತ್ಸದ್ದಿಗಳಿಗೂ ತಂತಮ್ಮ ದೇಶವನ್ನು ಇನ್ನಷ್ಟು ಶ್ರೀಮಂತಗೊಳಿಸುವ ಹಂಬಲವೇ ವಿನಾ ಯಾರಿಗೂ ಇಡೀ ಭೂಮಿಯ ಕ್ಷೇಮದ ಬಗ್ಗೆ ಚಿಂತೆ ಇಲ್ಲ. ನಾಳಿನ ಪೀಳಿಗೆಯ ಬಗ್ಗೆ ಯಾರೂ ಲಕ್ಷ್ಯ ಹಾಕುತ್ತಿಲ್ಲ. ಭೂಮಿ ತಾನಾಗಿ ದನಿಯೆತ್ತ ತೊಡಗಿತು.

ಇವೆಲ್ಲ ಗೊತ್ತಾಗಿ ನಾಳಿನ ಪೀಳಿಗೆಯ ಪ್ರತಿನಿಧಿಯಾಗಿ ಈಗ ಗ್ರೇತಾ ಥಂಬರ್ ಎದ್ದು ನಿಂತಿದ್ದಾಳೆ; ವಿಶ್ವಸಂಸ್ಥೆಯ ವೇದಿಕೆ ಏರಿ ಎಲ್ಲ ಮಹಾನ್ ನಾಯಕರಿಗೂ ಸವಾಲು ಎಸೆದಿದ್ದಾಳೆ. 'ನಮ್ಮ ಭವಿಷ್ಯವನ್ನು ಕತ್ತಲಿಗೆ ದೂಡಲು ನಿಮಗೆಷ್ಟು ಧೈರ್ಯ?' ಎಂದು ಅಬ್ಬರಿಸಿದ್ದಾಳೆ.

ಭೂಮಿಯೇ ಎದ್ದು ಚೀತ್ಕರಿಸಿದಂತೆ.

ಹಾಗಿದ್ದರೆ ಭೂಮಿಗೆ ಏನಾಗಿದೆ, ಅದೆಂಥ ಕಾಯಿಲೆ ಬಂದಿದೆ ಎಂಬುದನ್ನು ತುಸು ನೋಡೋಣ ಈಗ.

ಭೂಮಿಗೆ ಬಂದ ಕಾಯಿಲೆಗೆ 'ಬಿಸಿ ಪ್ರಳಯ' ಎನ್ನುತ್ತಾರೆ. ಇಂಗ್ಲಿಷ್‌ನಲ್ಲಿ 'ಗ್ಲೋಬಲ್ ವಾರ್ಮಿಂಗ್' ಎಂದು ಹೇಳುತ್ತಾರೆ. ಭೂಮಿಯ ವಾಯುಮಂಡಲದ ಉಷ್ಣತೆ ವರ್ಷವರ್ಷಕ್ಕೂ ಹೆಚ್ಚುತ್ತಿದೆ ಎಂಬುದನ್ನು ವಿಜ್ಞಾನಿಗಳು ಕಳೆದ 30 ವರ್ಷಗಳಿಂದ ಗಮನಿಸುತ್ತಲೇ ಬಂದಿದ್ದಾರೆ. ಅದಕ್ಕೆ ಏನು ಕಾರಣ ಎಂಬುದನ್ನೂ ಹೇಳಿದ್ದಾರೆ.

ಭೂಮಿಯ ಉಷ್ಣತೆ ಹೆಚ್ಚಾಗಲು ಅನೇಕ ಕಾರಣಗಳಿವೆ: ಮೊದಲನೆಯ ಮುಖ್ಯ ಕಾರಣ ಏನೆಂದರೆ, ಭೂಮಿಯ ಆಳದಲ್ಲಿ ಹೂತಿದ್ದ ಕಲ್ಲಿದ್ದಲು ಮತ್ತು ಪೆಟ್ರೋಲನ್ನು ನಾವು ಮೇಲಕ್ಕೆತ್ತಿ ಸುಡುತ್ತಿದ್ದೇವೆ. ಇಷ್ಟೊಂದು ಕೋಟಿ ಜನರು ಸ್ಕೂಟರ್, ಕಾರು, ಬಸ್, ಲಾರಿ, ರೈಲು, ವಿಮಾನ, ಹಡಗು ಇವೆಲ್ಲವುಗಳನ್ನು ಓಡಿಸುವಾಗ ಅಥವಾ ರಾಕೆಟ್ ಹಾರಿಸುವಾಗ ತುಂಬ ದೊಡ್ಡ ಪ್ರಮಾಣದಲ್ಲಿ ಹೊಗೆ ಹೊಮ್ಮುತ್ತದೆ. ಅದ–ರಿಂದ ಕಾರ್ಬನ್ ಭಸ್ಮ, ಸಾರಜನಕದ ಭಸ್ಮ, ಗಂಧಕದ ಭಸ್ಮ ಎಲ್ಲವೂ ಅನಿಲ ರೂಪದಲ್ಲಿ ವಾಯುಮಂಡಲಕ್ಕೆ ಸೇರುತ್ತಿದೆ. ಪಶು ಸಾಕಣೆ ಮತ್ತಿತರ ಕಾರಣಗಳಿಂದ ಮೀಥೇನ್ ಕೂಡ ಹೊಮ್ಮುತ್ತಿರುತ್ತದೆ. ಈ ಅನಿಲಗಳಿಗೆ ಉಷ್ಣವರ್ಧಕ ಅನಿಲಗಳು

ಎನ್ನುತ್ತಾರೆ. ಏಕೆಂದರೆ ಆಕಾಶಕ್ಕೆ ಕಂಬಳಿ ಹೊದೆಸಿದಂತೆ ಇವು ವಾತಾವರಣದಲ್ಲಿ ಸೆಕೆಯನ್ನು ಹೆಚ್ಚಿಸುತ್ತವೆ.

ಎರಡನೆಯ ಮುಖ್ಯ ಕಾರಣ ಏನೆಂದರೆ, ನಾವು ವಿದ್ಯುತ್ ಉತ್ಪಾದನೆ ಮಾಡಲೆಂದು ಕಲ್ಲಿದ್ದಲು ಅಥವಾ ಲಿಗ್ನೈಟ್ ಎಂಬ ಕಚ್ಚಾ ಕಲ್ಲಿದ್ದಲನ್ನು ದೊಡ್ಡ ಪ್ರಮಾಣದಲ್ಲಿ ಉರಿಸುತ್ತೇವೆ. ಕೆಲವು ಕಡೆ ಪೆಟ್ರೋಲ್, ಡೀಸೆಲ್ ಅಥವಾ ನೈಸರ್ಗಿಕ ಅನಿಲವನ್ನು ಉರಿಸಿ ವಿದ್ಯುತ್ ಉತ್ಪಾದನೆ ಮಾಡುತ್ತೇವೆ. ಈ ಐದೂ ಇಂಧನಗಳಿಗೆ 'ಫಾಸಿಲ್ ಇಂಧನಗಳು' ಎನ್ನುತ್ತೇವೆ. ಫಾಸಿಲ್ ಅಂದರೆ ಭೂಮಿಯ ತಳದಲ್ಲಿ ಅಲ್ಲಲ್ಲಿ ಕೋಟ್ಯಂತರ ವರ್ಷಗಳಿಂದ ಒಟ್ಟಾಗಿ ಸಂಗ್ರಹವಾಗಿದ್ದ ಸಸ್ಯಗಳ, ಪ್ರಾಣಿಗಳ ಪಳೆಯುಳಿಕೆಗಳು. ಅವು ಪಾತಾಳದ ಶಾಖ ಮತ್ತು ಒತ್ತಡದಿಂದ ಕಲ್ಲುಗಳಾಗಿ ಅಥವಾ ಪೆಟ್ರೋಲಿನಂಥ ದ್ರವವಾಗಿ ಅಥವಾ ಅಡುಗೆ ಅನಿಲದಂಥ ನೈಸರ್ಗಿಕ ಅನಿಲವಾಗಿ ಕೂತಿರುತ್ತವೆ. ನಾವು ನಮ್ಮ ಬಹುತೇಕ ಎಲ್ಲ ವಿದ್ಯುತ್ ಉತ್ಪಾದನೆಗೆ, ಎಲ್ಲ ಬಗೆಯ ವಾಹನಗಳ ಓಡಾಟಕ್ಕೆ, ಎಲ್ಲ ಬಗೆಯ ಕಾರ್ಖಾನೆ ನಡೆಸಲಿಕ್ಕೆ, ಎಲ್ಲ ಬಗೆಯ ಪ್ಲಾಸ್ಟಿಕ್ ಉತ್ಪಾದನೆಗೆ, ಎಲ್ಲ ಬಗೆಯ ರಸಗೊಬ್ಬರ ಉತ್ಪಾದನೆಗೆ ಫಾಸಿಲ್ ಇಂಧನಗಳನ್ನೇ ಬಳಸುತ್ತಿದ್ದೇವೆ.

ಮೂರನೆಯ ಮುಖ್ಯ ಕಾರಣ ಏನೆಂದರೆ, ನಮ್ಮ ಎಲ್ಲ ಬಗೆಯ ಕೃಷಿ ಕೆಲಸಗಳಿಗೆ ಫಾಸಿಲ್ ಇಂಧನಗಳೇ ಬೇಕು. ನೀರಾವರಿಗೆ ಎಂದು ಡ್ಯಾಮ್ ಕಟ್ಟಿ, ಕಾಲುವೆ ನಿರ್ಮಾಣಕ್ಕೆ ದೊಡ್ಡ ಪ್ರಮಾಣದ ಸಿಮೆಂಟ್, ಉಕ್ಕು ತಯಾರಿಸುವಾಗ, ಗ್ರಾನೈಟ್ ಮತ್ತು ಮರಳನ್ನು ತರುವಾಗ, ಅವುಗಳನ್ನು ತರಲೆಂದು ರಸ್ತೆ ನಿರ್ಮಿಸುವಾಗ ಫಾಸಿಲ್ ಇಂಧನಗಳ ಬಳಕೆ ಆಗುತ್ತದೆ. ನೀರನ್ನು ಕಾಲುವೆಗಳಿಂದ ಅಥವಾ ಕೊಳವೆ ಬಾವಿಗಳಿಂದ ಮೇಲಕ್ಕೆ ಎತ್ತುವಾಗ ಪಂಪ್ ಹಚ್ಚಿ ಮತ್ತೆ ಡೀಸೆಲ್ ಉರಿಸುತ್ತೇವೆ. ಕೃಷಿಗೆ ಬೇಕಾದ ಎಲ್ಲ ಉಪಕರಣಗಳಿಗೆ, ಪ್ಲಾಸ್ಟಿಕ್ ಪೈಪು, ಹೊದಿಕೆಗಳಿಗೆ ಪೆಟ್ರೋಲ್ ದ್ರವವನ್ನೇ ಬಳಸುತ್ತೇವೆ. ಟ್ರಾಕ್ಟರ್, ಟಿಲ್ಲರ್, ಹಲ್ಲರ್, ಡೋಝರ್ ಮುಂತಾದ ಎಲ್ಲ ಯಂತ್ರೋಪಕರಣಗಳನ್ನು ಓಡಿಸಲು ಡೀಸೆಲ್ ಅಥವಾ ಪೆಟ್ರೋಲನ್ನೇ ಸುಡುತ್ತೇವೆ. ರಸಗೊಬ್ಬರ, ಕೀಟನಾಶಕಗಳ ಉತ್ಪಾದನೆಗೆ ಪೆಟ್ರೋಲ್ ದ್ರವವೇ ಬೇಕು. ಭತ್ತವನ್ನು ನೀರಲ್ಲಿ ಬೆಳೆಯುವಾಗ ಕೆಸರಿನಲ್ಲಿ ಮೀಥೇನ್ ಅನಿಲ ಉತ್ಪಾದನೆ ಆಗುತ್ತದೆ; ಡೇರಿ ಮತ್ತು ಮಾಂಸಕ್ಕಾಗಿ ಕೋಟಿಗಟ್ಟಲೆ ಪ್ರಾಣಿಗಳನ್ನು ಸಾಕುವಾಗ ಅವುಗಳ ತೇಗಿನಿಂದ ದೊಡ್ಡ ಪ್ರಮಾಣದಲ್ಲಿ ಮೀಥೇನ್ ಗ್ಯಾಸ್ ಉತ್ಪಾದನೆ ಆಗುತ್ತಿರುತ್ತದೆ. ಇದೂ ಉಷ್ಣವರ್ಧಕ ಅನಿಲವಾಗಿದ್ದು, ಕಾರ್ಬನ್ ಭಸ್ಮಕ್ಕಿಂತ 20–30 ಪಟ್ಟು ಜಾಸ್ತಿ ಉಷ್ಣತೆಯನ್ನು ಹೆಚ್ಚಿಸುತ್ತದೆ.

ನಾಲ್ಕನೆಯ ಮುಖ್ಯ ಕಾರಣ ಏನೆಂದರೆ, ನಾವು ಅರಣ್ಯಗಳನ್ನು ಭಾರೀ ಪ್ರಮಾಣದಲ್ಲಿ ನಾಶ ಮಾಡುತ್ತಿದ್ದೇವೆ. ಗಿಡಮರಗಳ ಸಂಖ್ಯೆ ಭೂಮಿಯ ಮೇಲೆ ಜಾಸ್ತಿ ಇದ್ದಷ್ಟೂ ಅವು ವಾತಾವರಣದ ಕಾರ್ಬನ್ ಭಸ್ಮವನ್ನು (ಇಂಗಾಲದ ಡೈ ಆಕ್ಸೈಡ್ ಅಥವಾ ಸಿಓ–ಟು ಅನಿಲವನ್ನು) ಹೀರಿ ತೆಗೆದು ವಾಯುಮಂಡಲವನ್ನು

ತಂಪಾಗಿ ಇಡುತ್ತಿದ್ದವು. ಆದರೆ ಮರಗಳ ಸಂಖ್ಯೆ ಕಡಿಮೆ ಆದಂತೆಲ್ಲ ವಾತಾವರಣದ ಉಷ್ಣತೆ ಹೆಚ್ಚುತ್ತಿದೆ. ಕೃಷಿ, ಗಣಿಗಾರಿಕೆ, ನಗರ ವಿಸ್ತರಣೆ, ಜಲಾಶಯ ನಿರ್ಮಾಣ, ವಿಮಾನ ನಿಲ್ದಾಣ.. ಹೀಗೆ ನಾನಾ ಕಾರಣಗಳಿಗಾಗಿ ಅರಣ್ಯಗಳು ಕಣ್ಮರೆ ಆಗುತ್ತಿವೆ. ಜಗತ್ತಿನ ಅತ್ಯಂತ ದಟ್ಟ ಅರಣ್ಯವೆನಿಸಿದ ಅಮೆಝಾನ್‌ನಲ್ಲಿ 2019ರ ಆಗಸ್ಟ್-ಸೆಪ್ಟಂಬರ್‌ನಲ್ಲಿ 85 ಸಾವಿರ (ಅಲ್ಲಿನ ಸರಕಾರಿ ಲೆಕ್ಕಾಚಾರದ ಪ್ರಕಾರ 76 ಸಾವಿರ) ತಾಣಗಳಲ್ಲಿ ಬೆಂಕಿ ಬಿದ್ದಿದೆ. ಇದರಿಂದ ವಾತಾವರಣಕ್ಕೆ ಇಂಗಾಲದ ಹೊರೆ ಇನ್ನಷ್ಟು ಹೆಚ್ಚಿದೆ. ಇಂಗಾಲದ ಪ್ರಮಾಣ ಹೆಚ್ಚಾದರೆ ಕೃಷಿಗೂ ಒಳ್ಳೆಯದಲ್ಲವೇ ಎಂದು ಕೆಲವರು ಕೇಳಬಹುದು. ಕೃಷಿ ಸಸ್ಯಗಳು ಇಂಗಾಲವನ್ನು ಹೀರಿಕೊಳ್ಳುತ್ತವೆ ನಿಜ. ಆದರೆ ವಾರ್ಷಿಕ ಬೆಳೆಗಳು ಹೆಚ್ಚಾಗಿ ಮೂರು ನಾಲ್ಕು ಅಡಿ ಬೆಳೆಯುತ್ತವೆ; ಕಟಾವು ಮಾಡಿದ ನಂತರ ಭೂಮಿ ಅಲ್ಲಿ ನಗ್ನವಾಗಿರುತ್ತದೆ. ಕಟಾವು ಆದ ಪೈರಿಗೆ, ಕೃಷಿ ತ್ಯಾಜ್ಯಗಳಿಗೆ ಕೆಲವೆಡೆ ಬೆಂಕಿ ಹಚ್ಚುವ ಪದ್ಧತಿ ಇದೆ. ನಮ್ಮ ಪಂಜಾಬ್-ಹರ್‍ಯಾಣಾಗಳಲ್ಲಿ ಸುಡುವ ಕೃಷಿತ್ಯಾಜ್ಯಗಳು ದಿಲ್ಲಿಯ ಜನರಿಗೆಲ್ಲ ಮುಖವಾಡವನ್ನು ತೊಡಿಸುತ್ತಿವೆ. ಸಸ್ಯಗಳ ಉಳಿಕೆಗಳನ್ನು ಸುಟ್ಟರೆ ಅವು ತಮ್ಮ ಜೀವಿತಕಾಲದಲ್ಲಿ ಹೀರಿಕೊಂಡ ಕಾರ್ಬನ್ನೆಲ್ಲ ಮರಳಿ ಆಕಾಶಕ್ಕೇ ಹೋಗುತ್ತದೆ.

ಪಾತಾಳ ಖಾಲಿ, ಆಕಾಶ ಬಿಸಿ

ಐದನೆಯ ಮುಖ್ಯ ಕಾರಣ ಏನೆಂದರೆ, ನಿರ್ಮಾಣ ಚಟುವಟಿಕೆಗಳು ಭೂಮಿಯ ಎಲ್ಲಾ ಕಡೆ ವಿಪರೀತ ಹೆಚ್ಚಾಗುತ್ತಿದೆ. ರಸ್ತೆ, ಸುರಂಗ, ಸೇತುವೆ, ಕಟ್ಟಡ, ವಾಹನಗಳಿಗೆ ಬೇಕಾದ ಕಚ್ಚಾ ಪದಾರ್ಥಗಳಿಗಾಗಿ ಗಣಿ ಅಗೆತ ನಿರಂತರವಾಗಿ ಹೆಚ್ಚುತ್ತಿದೆ. ಗಾಜು, ಲೋಹ, ಪ್ಲಾಸ್ಟಿಕ್, ಪೇಂಟ್, ಕಾಗದ, ಬಟ್ಟೆ ಹೀಗೆ ಎಲ್ಲವುಗಳ ಉತ್ಪಾದನೆಯಲ್ಲೂ ಫಾಸಿಲ್ ಇಂಧನಗಳ ಬಳಕೆ ಹೆಚ್ಚುತ್ತದೆ; ಗಿಡಮರಗಳ ಸಂಖ್ಯೆ ಕಡಿಮೆ ಆಗುತ್ತ ಹೋದ ಹಾಗೆ ಜನಸಂಖ್ಯೆ ತುಂಬ ಹೆಚ್ಚಾಗಿದೆ. ಎಲ್ಲರ ಆಯಸ್ಸೂ ಹೆಚ್ಚುತ್ತಿದೆ. ಎಲ್ಲರ ಐಷಾರಾಮಿ ಬದುಕಿನ ಆಶಯ, ಉತ್ತಮ ಸೌಲಭ್ಯಗಳು ಹೆಚ್ಚುತ್ತ ಹೋದ ಹಾಗೆ ಪಾತಾಳ ಖಾಲಿಯಾಗುತ್ತಿದೆ; ಆಕಾಶ ಬಿಸಿಯಾಗುತ್ತಿದೆ.

ಹೀಗೆ ನಿರಂತರವಾಗಿ ಫಾಸಿಲ್ ಇಂಧನಗಳನ್ನು ಉರಿಸುತ್ತ ಹೋದರೆ ಭೂಮಿಯ ವಾತಾವರಣ ಬಿಸಿಯಾಗುತ್ತದೆ; ನಮ್ಮ ಅರಿವಿಗೇ ಬರದಂತೆ ನೆಲವೂ ಬಿಸಿಯಾಗುತ್ತದೆ. ಅದರ ಪರಿಣಾಮ ಏನೇನೆಂದು ನೋಡೋಣ:

ಮೊದಲನೆಯದಾಗಿ, ವಾಯುಮಂಡಲದ ಸಮತೋಲ ತಪ್ಪುತ್ತದೆ. ಒಂದೆಡೆ ಉಷ್ಣವರ್ಧಕ ಅನಿಲಗಳ ಪ್ರಮಾಣ ತೀರ ಜಾಸ್ತಿ ಆಗುತ್ತಿದೆ; ಇನ್ನೊಂದೆಡೆ ನೀರಾವಿಯ ಪ್ರಮಾಣವೂ ಜಾಸ್ತಿ ಆಗುತ್ತಿದೆ. ನೀರಾವಿಯೂ ಉಷ್ಣವರ್ಧಕವೇ ಹೌದು ಎಂಬುದನ್ನು ನಾವು ಮರೆಯಬಾರದು. ಮರುಭೂಮಿಯ ವಿಸ್ತರಣೆ ಹೆಚ್ಚಿರುವುದರಿಂದ ವಾಯುಮಂಡಲಕ್ಕೆ ದೊಡ್ಡ ಮೊತ್ತದ ದೂಳು ಕೂಡ ಸೇರಿಕೊಳ್ಳುತ್ತಿದೆ. ಈ ಮೂರು ಮುಖ್ಯ ಕಾರಣಗಳಿಂದಾಗಿ ಗಾಳಿ ಹುಚ್ಚುಚ್ಚಾಗಿ

ವರ್ತಿಸತೊಡಗಿದೆ. ಸುಂಟರಗಾಳಿ, ಮೇಘಸ್ಫೋಟ, ದೂಳು ಮಾರುತ, ಹಿಮಪಾತ ಎಲ್ಲವೂ ಲೆಕ್ಕತಪ್ಪಿ ಹೆಚ್ಚುತ್ತದೆ. ಅತಿಮಳೆ, ಅತಿ ಬಿಸಿಲು, ಅತಿ ಚಳಿ –ಹೀಗೆ ಎಲ್ಲವೂ ಅತಿಯಾಗುತ್ತ ಹೋಗುತ್ತದೆ. ನೆರೆ ಹಾವಳಿ ತಗ್ಗುತ್ತಿದ್ದ ಹಾಗೆ ಬರಗಾಲ ಬರುತ್ತದೆ. ಎಲ್ಲ ಬಗೆಯ ಉತ್ಪಾತಗಳ ಸಂಖ್ಯೆ ಮತ್ತು ತೀವ್ರತೆ ಎರಡೂ ಹೆಚ್ಚುತ್ತವೆ.

ಎರಡನೆಯದಾಗಿ, ಹಿಮಪರ್ವತಗಳು ಕರಗುತ್ತವೆ. ಹಿಮನದಿಗಳು ಕಣ್ಮರೆ ಆಗುತ್ತವೆ. ಮಧ್ಯ ಅಕ್ಷಾಂಶಗಳಲ್ಲಿರುವ ಪರ್ವತಗಳ (ಹಿಮಾಲಯ, ಆಲ್ಪ್ಸ್, ರಾಕಿ ಪರ್ವತ, ಆಂಡೀಸ್, ಕಿಲಿಮಂಜಾರೊಗಳಲ್ಲಿನ) ಸಾಕಷ್ಟು ಹಿಮನದಿಗಳು ಕರಗುತ್ತಿವೆ. ಹೀಗೆ ನೀರಾಗಿ ಬಸಿಯುವಾಗ ಅಲ್ಲಲ್ಲಿ ಪರ್ವತದ ಮೇಲೆಯೇ ದೊಡ್ಡ ಸರೋವರಗಳಾಗಿ, ಅವೂ ಕುಸಿದು ಹಠಾತ್ ಮಹಾಪ್ರವಾಹವಾಗಿ ಧುಮುಕುತ್ತವೆ. ದಕ್ಷಿಣ ಮತ್ತು ಉತ್ತರ ಧ್ರುವಗಳಲ್ಲಿನ ವಿಶಾಲ ಹಿಮಹಾಸು ತೆಳ್ಳಗಾಗಿ, ಕೆಲವೆಡೆ ಒಂದೊಂದು ಜಿಲ್ಲೆಯಷ್ಟು ಗಾತ್ರದ ಹಿಮದ ತುಂಡುಗಳು ಬೇರ್ಪಟ್ಟು ಸಮುದ್ರಕ್ಕೆ ಜಾರುತ್ತಿವೆ.

ಮೂರನೆಯದಾಗಿ, ಸಮುದ್ರದಲ್ಲಿ ಉಷ್ಣತೆ ಹೆಚ್ಚುವುದರಿಂದ ನೀರು ಪ್ರಸರಣವಾಗುತ್ತದೆ. ಜೊತೆಗೆ ಹಿಮ ಕರಗಿದ ನೀರೂ ಸೇರಿ ಕ್ರಮೇಣ ಸಮುದ್ರದ ಅಂಚುಗಳು ಉಕ್ಕೇರುತ್ತವೆ. ಅನೇಕ ದ್ವೀಪದೇಶಗಳು ಮುಳುಗಿ ಹೋಗಬಹುದು. ನಮ್ಮ ಬಂಗಾಲ ಕೊಲ್ಲಿಯಲ್ಲಿರುವ ಸುಂದರಬನದ ಕೆಲವು ದ್ವೀಪಗಳು ಆಗಲೇ ಮುಳುಗಿ ಕಣ್ಮರೆಯಾಗಿವೆ. ಸಮುದ್ರದ ನೀರು ಅಲ್ಲಲ್ಲಿ ಒಳನುಗ್ಗಿ ಅಲ್ಲಿದ್ದ ಸಿಹಿನೀರೆಲ್ಲ ಉಪ್ಪುಪ್ಪಾಗುತ್ತದೆ. ಕೃಷಿ ಕೆಲಸ ಕುಂಠಿತವಾಗುತ್ತದೆ. ಸಮುದ್ರದ ನೀರಿಗೆ ಇಂಗಾಲದ ಭಸ್ಮವೂ ಸೇರಿಕೊಂಡು ಹುಳಿ ಅಂಶ ಸ್ವಲ್ಪ ಹೆಚ್ಚಾಗುತ್ತದೆ. ಹವಳ, ಸಿಂಪಿ ಮತ್ತು ನಮಗೆ ಗೊತ್ತಿಲ್ಲದ ಸಾವಿರಾರು ಬಗೆಯ ಜೀವಿಗಳು ಸಾಯುತ್ತವೆ. ಸಾಯುತ್ತಿವೆ.

ನಾಲ್ಕನೆಯದಾಗಿ, ನೆಲದ ಉಷ್ಣಾಂಶವೂ ಮೆಲ್ಲಗೆ ಹೆಚ್ಚುತ್ತ ಹೋಗುತ್ತದೆ. ಅಂದರೆ, ನೆಲದ ತೇವಾಂಶ ಕಡಿಮೆ ಆಗುತ್ತದೆ. ಹುಡಿಮಣ್ಣಿನ ಪ್ರಮಾಣ ಹೆಚ್ಚಾಗುವುದರಿಂದ ದೂಳು ಜಾಸ್ತಿ ಏಳುತ್ತದೆ. ಕುರುಚಲು ಗಿಡಗಂಟಿಗಳ ಸಂಖ್ಯೆ ಕಡಿಮೆ ಆಗುತ್ತ ಕ್ರಮೇಣ ಮರುಭೂಮಿ ಸದೃಶ ವಾತಾವರಣ ಏರ್ಪಡುತ್ತದೆ. ಮಳೆಬಿದ್ದರೂ ಅದು ನೆಲಕ್ಕೆ ಇಂಗುವ ಪ್ರಮಾಣ ಕಡಿಮೆಯಾಗುತ್ತದೆ. ಆವಿಯಾಗಿ ಮೇಲಕ್ಕೆ ಹೋಗುವ ಪ್ರಮಾಣ ಜಾಸ್ತಿಯಾಗುತ್ತದೆ. ಹಾಗಾಗಿ ಸಾಧಾರಣ ಮಳೆ ಬಂದರೆ ಹಳ್ಳಕೊಳ್ಳಗಳಲ್ಲಿ ನೀರು ಹರಿಯವುದಿಲ್ಲ. ತೀರ ದೊಡ್ಡ ಜಡಿಮಳೆ ಬಂದಾಗ ನೆರೆಯಂತೆ ಪ್ರವಾಹ ಏರುತ್ತದೆ. ಮರುದಿನವೇ ತೊರೆ ಬತ್ತುತ್ತದೆ. ಸೆಕೆ ಹೆಚ್ಚುತ್ತದೆ. ಕೆರೆ, ಸರೋವರಗಳಲ್ಲಿ ನೀರಿನ ಆವಿ ಪ್ರಮಾಣ ಜಾಸ್ತಿಯಾಗುತ್ತದೆ. ಏನನ್ನೇ ಬೆಳೆಯುವುದಾದರೂ ಹಿಂದಿಗಿಂತ ಜಾಸ್ತಿ ನೀರು

ಬೇಕಾಗುತ್ತದೆ. ಅದಕ್ಕೆಂದು ಜಾಸ್ತಿ ಸಂಖ್ಯೆಯಲ್ಲಿ, ಜಾಸ್ತಿ ಜಾಸ್ತಿ ಆಳಕ್ಕೆ ಕೊಳವೆ ಬಾವಿ ಕೊರೆಯಬೇಕಾಗುತ್ತದೆ.

ಪರಿಣಾಮಗಳ ದುಷ್ಪರಿಣಾಮ!

ಐದನೆಯ ಮತ್ತು ಅತಿಮುಖ್ಯ ಪರಿಣಾಮ ಏನೆಂದರೆ, ಈ ನಾಲ್ಕು ಪರಿಣಾಮಗಳ ದುಷ್ಪರಿಣಾಮ! ಹಿಮದ ಹಾಸು ಇದ್ದಾಗ ಅದು ಕನ್ನಡಿಯಂತೆ ಬಿಸಿಲನ್ನು ಇಡಿಯಾಗಿ ಆಕಾಶಕ್ಕೆ ಪರತ್ ಕಳಿಸುತ್ತಿತ್ತು. ಆದರೆ ಹಿಮ ಕರಗಿ ಬಸಿದು ಹೋದಮೇಲೆ ಅದರಡಿಯ ಕಂದು ನೆಲವೂ ಬಿಸಿಲನ್ನು ಹೀರಿಕೊಳ್ಳುತ್ತದೆ. ಭೂಮಿಯ ಒಟ್ಟಾರೆ ಉಷ್ಣತೆ ಇನ್ನಷ್ಟು ಜಾಸ್ತಿಯಾಗುತ್ತದೆ. ಇನ್ನಷ್ಟು ಹಿಮ ಕರಗುತ್ತದೆ. ನಮ್ಮ ಜಿಲ್ಲೆಗಳಲ್ಲಿ ದೂಳುಗಾಳಿಯ ಪ್ರಮಾಣ ಹೆಚ್ಚಾದರೆ, ಅದು ನೆಲದ ತೇವಾಂಶವನ್ನು ಇನ್ನಷ್ಟು ವೇಗದಲ್ಲಿ ಹಾರಿಸಿಕೊಂಡು ಹೋಗುತ್ತದೆ. ಬರಗಾಲದ ಪ್ರಮಾಣ ಹೆಚ್ಚುತ್ತದೆ; ವಿಸ್ತೀರ್ಣವೂ ಹೆಚ್ಚುತ್ತದೆ. ಅದರಿಂದಾಗಿ ದೂಳುಗಾಳಿಯ ಪ್ರಮಾಣ ಇನ್ನೂ ಹೆಚ್ಚುತ್ತದೆ. ಕೆರೆ ಸರೋವರಗಳ ನೀರು ಬೇಗ ಬೇಗ ಆವಿಯಾಗುತ್ತದೆ. ಸೆಕೆ ಹೆಚ್ಚಾದಂತೆಲ್ಲ ನಾವು ಫ್ಯಾನು, ಏಸಿಗಳಿಗೆಂದು ಬಳಸುವ ವಿದ್ಯುತ್ತಿನ ಪ್ರಮಾಣವೂ ಹೆಚ್ಚಾಗುತ್ತದೆ. ಅದರಿಂದ ಫಾಸಿಲ್ ಇಂಧನಗಳ ಬಳಕೆಯೂ ಹೆಚ್ಚಾಗಿ ಸೆಕೆ ಇನ್ನಷ್ಟು ಹೆಚ್ಚುತ್ತದೆ. ನೀರಿನ ದಾಹವೂ ಹೆಚ್ಚಾಗಿ, ಕೊಳವೆ ಬಾವಿಗಳ ಆಳವೂ ಹೆಚ್ಚುತ್ತದೆ.

ನಿಯಂತ್ರಣ ತಪ್ಪಿ ಎಲ್ಲ ಸಂಕಷ್ಟಗಳೂ ಹೆಚ್ಚುತ್ತ, ಇನ್ನೂ ಹೆಚ್ಚುತ್ತ ಹೋಗುವ ಈ ಪ್ರಕ್ರಿಯೆಗೆ 'ನಾಗಾಲೋಟದ ಪರಿಣಾಮ' ಅಥವಾ ರನ್‌ಅವೇ ರಿಯಾಕ್ಷನ್ ಎನ್ನುತ್ತಾರೆ. ಯುರೋಪ್, ಅಮೆರಿಕ ಮತ್ತು ಆಸ್ಟ್ರೇಲಿಯಾಗಳಲ್ಲಿ ಅರಣ್ಯಗಳಿಗೆ ತಂತಾನೇ ಬೆಂಕಿ ಹೊತ್ತಿಕೊಳ್ಳುತ್ತಿದೆ. ಅಂಥ ಬೆಂಕಿಯ ಸುತ್ತ ಸುರುಳಿ ಗಾಳಿ ಎದ್ದು ಇಡೀ ಜ್ವಾಲೆಯನ್ನು ಹತ್ತಾರು ಕಿಲೊಮೀಟರ್ ದೂರದವರೆಗೆ ಚಿಮ್ಮಿಸುತ್ತದೆ. ಜಗತ್ತಿನ ಬಹಳಷ್ಟು ವಿಶಾಲ ಸರೋವರಗಳು ಬತ್ತಿ ಹೋಗುತ್ತಿವೆ. ಅನೇಕ ಬೃಹತ್ ನದಿಗಳು ಸಮುದ್ರಕ್ಕೆ ಸೇರುವ ಮೊದಲೇ ಒಣಗುತ್ತಿವೆ.

ಹಿಂದಿನ ಎಲ್ಲ ದಾಖಲೆಗಳನ್ನು ಮೀರಿ ವಾಯುಮಂಡಲದಲ್ಲಿ ಇಂಗಾಲದ ಭಸ್ಮದ (ಸಿಓಟು) ಪ್ರಮಾಣ ಸತತವಾಗಿ ಏರುತ್ತಿದೆ. ನೂರು ವರ್ಷಗಳ ಹಿಂದೆ ಗಾಳಿಯಲ್ಲಿ ಸಿಓ–ಟು 360 ಪಿಪಿಎಮ್ ಇತ್ತು. ಅದು 380 ದಾಟಿ, 400 ದಾಟಿ ಈಗ 408ಕ್ಕೆ ಬಂದಿದೆ. ಕಳೆದ ಎಂಟು ಲಕ್ಷ ವರ್ಷಗಳ ಭೂಚರಿತ್ರೆಯಲ್ಲಿ ಇದು ದಾಖಲೆ ಪ್ರಮಾಣದ ಹೆಚ್ಚಳ. ಅದರ ಪರಿಣಾಮವಾಗಿ ವಾಯುಮಂಡಲದ ಸರಾಸರಿ ಸೆಕೆಯ ಪ್ರಮಾಣವೂ ಸತತವಾಗಿ ಏರುತ್ತಿದೆ. ಸದ್ಯದ ಭವಿಷ್ಯದಲ್ಲೇ ಭೂಮಿ 'ಟಿಪ್ಪಿಂಗ್ ಪಾಯಿಂಟ್'ಗೆ ಬರಲಿದೆ ಎಂದು ಐಪಿಸಿಸಿ ತಜ್ಞರು ಹೇಳುತ್ತಿದ್ದಾರೆ. ಕನ್ನಡದಲ್ಲಿ ಪಲ್ಟಿಬಿಂದು ಎನ್ನಬಹುದು. ಅಂದರೆ 'ಹಿಂದಿರುಗಿ ಬರಲಾರದ ಸ್ಥಿತಿ'. ಒಂದು ಕಂಬ ತುಸು ವಾಲಿದರೂ ನಿಂತಿರುತ್ತದೆ. ಇನ್ನೂ ತುಸು ವಾಲಿದರೂ ನಿಂತೀತು. ಆದರೆ ಹಾಗೇ ವಾಲುತ್ತಿದ್ದರೆ ಒಂದು ಕೋನದಲ್ಲಿ ಪಲ್ಟಿಬಿಂದು ಇರುತ್ತದೆ. ಅದನ್ನು

ದಾಟಿದರೆ ಕಂಬ ಕೆಳಕ್ಕೆ ಬೀಳುತ್ತದೆ. ನಮ್ಮ ವಾಯುಮಂಡಲಕ್ಕೂ ಅಂಥದ್ದೊಂದು ಪಲ್ಟಿಬಿಂದುವನ್ನು ಗುರುತಿಸಲಾಗಿದೆ. ಅದನ್ನು ಮೀರಿದರೆ, ಯಾವ ಕ್ರಮವನ್ನು ಕೈಗೊಂಡರೂ ಪ್ರಳಯವನ್ನು ತಡೆಯಲು ಸಾಧ್ಯವಾಗಲಾರದು.

ಭೂಮಂಡಲದಲ್ಲಿ ಅಲ್ಲಿ ಇಲ್ಲಿ ಎನ್ನದೆ ಎಲ್ಲ ದೇಶಗಳಲ್ಲೂ ಈಗಾಗಲೇ ಪ್ರಳಯಾಂತಕ ಉತ್ಪಾತಗಳ ಸಂಖ್ಯೆ ಹೆಚ್ಚಾಗುತ್ತಿದೆ. ಮರುಭೂಮಿಯ ದೇಶ ಕತಾರ್‌ನಲ್ಲಿ ಕಳೆದ ವರ್ಷ ಹಿಂದೆಂದೂ ಕಂಡಿರದಷ್ಟು ದೊಡ್ಡ ಪ್ರಮಾಣದಲ್ಲಿ ಮಳೆ ಸುರಿಯಿತು. ಒಂದಿಡೀ ವರ್ಷದಲ್ಲಿ ಸುರಿಯಬೇಕಿದ್ದ ಮಳೆಗಿಂತ ಹೆಚ್ಚು ಮಳೆ ಮೂರು ಗಂಟೆಗಳಲ್ಲೇ ಸುರಿಯಿತು. ಈ ವರ್ಷ, 2019ರ ಅಕ್ಟೊಬರ್ ತಿಂಗಳಲ್ಲಿ ಅಲ್ಲಿ ಸೆಕೆ 46 ಡಿಗ್ರಿಗಿಂತ ಹೆಚ್ಚಾಗಿದೆ. ಅಲ್ಲಿ ಹೇರಳ ಫಾಸಿಲ್ ತೈಲದ ಉತ್ಪಾದನೆ ಆಗುತ್ತಿರುವುದರಿಂದ ವಿದ್ಯುತ್ತಿಗೇನೂ ಕೊರತೆ ಇಲ್ಲ: ಮನೆ, ಕಚೇರಿ, ಅಂಗಡಿಗಳಲ್ಲಂತೂ ಎಲ್ಲೆಡೆ ಏರ್ ಕಂಡೀಶನಿಂಗ್ (ಏಸಿ) ವ್ಯವಸ್ಥೆ ಇದೆ. ಕತಾರ್ ರಾಜಧಾನಿ ದೋಹಾದಲ್ಲಿ ಈಗ ಕ್ರೀಡಾಂಗಣದಲ್ಲೂ ಏಸಿ ಹಾಕಿಸುತ್ತಿದ್ದಾರೆ. ರಸ್ತೆ ಬದಿಯ ಅಂಗಡಿಗಳ ಅಂಚಿನ ಕಟ್ಟೆಗಳಲ್ಲೂ ಏಸಿ ಹಾಕಿಸುತ್ತಿದ್ದಾರೆ. ಅದಕ್ಕೆಂದು ವಿದ್ಯುತ್ ಜಾಸ್ತಿ ಬಳಸಿದಷ್ಟೂ, ತೈಲವನ್ನು ಜಾಸ್ತಿ ಸುಟ್ಟಷ್ಟೂ ವಾಯುಮಂಡಲದ ಸೆಕೆ ಏರುತ್ತದೆ.

ಲಂಡನ್ನಿನಿಂದ ಪ್ರಕಟವಾಗುವ 'ದಿ ಗಾರ್ಡಿಯನ್' ಹೆಸರಿನ ಖ್ಯಾತ ಇಂಗ್ಲಿಷ್ ಪತ್ರಿಕೆ ಇದೀಗ ಒಂದು ಪ್ರಕಟನೆಯನ್ನು ಹೊರಡಿಸಿದೆ. ತಾನು ಇನ್ನುಮೇಲೆ 'ಗ್ಲೋಬಲ್ ವಾರ್ಮಿಂಗ್' (ಭೂಮಿ ಬೆಚ್ಚಗಾಗುತ್ತಿದೆ) ಎಂಬ ಪದವನ್ನು ಬಳಸುವುದಿಲ್ಲ. ಬದಲಿಗೆ 'ಗ್ಲೋಬಲ್ ಹೀಟಿಂಗ್' (ಭೂಮಿ ಬಿಸಿಯಾಗುತ್ತಿದೆ) ಎಂಬುದಾಗಿ ಬರೆಯುತ್ತೇನೆ ಎಂದು ಘೋಷಿಸಿದೆ. ಹಾಗೆಯೇ 'ಕ್ಲೈಮೇಟ್ ಚೇಂಜ್' (ಹವಾಗುಣ ಬದಲಾವಣೆ) ಎಂಬ ಪದದ ಬದಲಿಗೆ 'ಕ್ಲೈಮೇಟ್ ಕ್ರೈಸಿಸ್' (ಹವಾಗುಣ ಸಂಕಟ) ಎಂದು ಬದಲಿಸುವುದಾಗಿ ಹೇಳಿದೆ.

ತಪ್ಪು ಯಾರದು? ಶಿಕ್ಷೆ ಯಾರಿಗೆ?

ಓದು ಬರಹ ಬಲ್ಲ ನಾವೆಲ್ಲರೂ ತಪ್ಪಿತಸ್ಥರೇ. ಅದರಲ್ಲೂ ಶ್ರೀಮಂತ ದೇಶಗಳ ಪ್ರಜೆಗಳು ದೊಡ್ಡ ತಪ್ಪಿತಸ್ಥರು. 1900ರ ಆರಂಭದಿಂದಲೂ ಅವರು ದೊಡ್ಡ ಪ್ರಮಾಣದಲ್ಲಿ ಫಾಸಿಲ್ ಇಂಧನಗಳನ್ನು ಸುಡುತ್ತ ಬಂದಿದ್ದಾರೆ. ಅಮೆರಿಕ, ಯುರೋಪ್, ಜಪಾನ್, ಕೊರಿಯಾ, ಆಸ್ಟ್ರೇಲಿಯಾ ಮತ್ತು ಕೊಲ್ಲಿ ರಾಷ್ಟ್ರಗಳ ಜನರು ಅತಿ ವೈಭವದ ಬದುಕನ್ನು ನಡೆಸುತ್ತಿದ್ದಾರೆ. ಅದ್ದೂರಿ ಕಟ್ಟಡಗಳು, ಮನೆಯಲ್ಲಿ ವರ್ಷವಿಡೀ ಏಸಿ ವ್ಯವಸ್ಥೆ, ಎಲ್ಲೆಲ್ಲೂ ಯಂತ್ರಗಳ ಬಳಕೆ, ವಿಶಾಲ ರಸ್ತೆಗಳು, ವಿಮಾನ ನಿಲ್ದಾಣಗಳು, ಓಡಾಟಕ್ಕೆ ಎಲ್ಲರಿಗೂ ಸ್ವಂತದ ಕಾರುಗಳು. ನಮಗಿಂತ ಹತ್ತಿಪ್ಪತ್ತು ಪಟ್ಟು ಹೆಚ್ಚಿನ ಕಬ್ಬಿಣ, ಉಕ್ಕು, ಅಲ್ಯುಮಿನಿಯಂ, ವಿದ್ಯುತ್ತು, ಬಟ್ಟೆಬರೆ, ಕಾಗದ, ಪ್ಲಾಸ್ಟಿಕ್ ಬಳಸುತ್ತಾರೆ. ತಮಗೆ ಬೇಕಿದ್ದ ವಸ್ತುಗಳನ್ನು ಜಗತ್ತಿನ

ಎಲ್ಲಿಂದಲಾದರೂ ತರಿಸಿಕೊಳ್ಳುತ್ತಾರೆ (ದುಬೈ ನಗರದ ನಿರ್ಮಾಣಕ್ಕೆ ಬೇಕಾದ ಅಷ್ಟೂ ಮರಳನ್ನು 12 ಸಾವಿರ ಕಿಲೊಮೀಟರ್ ದೂರದ ಆಸ್ಟ್ರೇಲಿಯಾದಿಂದ ಹಡಗಿನ ಮೂಲಕ ತರಿಸಿಕೊಂಡಿದ್ದಾರೆ). ತಮಗೆ ಬೇಡವಾದ ತಿಪ್ಪೆಯನ್ನು ಎಷ್ಟು ದೂರ ಬೇಕಾದರೂ ತಳ್ಳುತ್ತಾರೆ (ನ್ಯೂಯಾರ್ಕಿನ 110 ಅಂತಸ್ತಿನ ಕಟ್ಟಡವು ಬಾಂಬ್ ದಾಳಿಯಿಂದ ಕುಸಿದಾಗ, ಅದರ ಅವಶೇಷಗಳೆಲ್ಲವನ್ನೂ ಭಾರತಕ್ಕೆ ಸಾಗಿಸಿದ್ದಾರೆ).

ಕೊಳ್ಳುಬಾಕರ ಹೆಜ್ಜೆಯಲ್ಲಿ ಹಳ್ಳಿಗರ ದೇಶ

ನಾವು ಭಾರತೀಯರೂ ಈ ಬಿಸಿಪ್ರಳಯಕ್ಕೆ ವರ್ಷವರ್ಷವೂ ಹೆಚ್ಚುಹೆಚ್ಚಾಗಿ ಕೊಡುಗೆ ನೀಡುತ್ತಿದ್ದೇವೆ. ಏಕೆಂದರೆ ನಮ್ಮ ನಗರಗಳನ್ನೂ ಸಿಂಗಪುರದ ಹಾಗೆ, ನಮ್ಮ ಬದುಕನ್ನು ಅಮೆರಿಕನ್ನರ ಹಾಗೆ ರೂಪಿಸುವುದಾಗಿ ನಮ್ಮ ನಾಯಕರು ಹೇಳುತ್ತಲೇ ಬಂದಿದ್ದಾರೆ. ನಮ್ಮನ್ನೂ ಶ್ರೀಮಂತ ದೇಶಗಳ ಜನರಷ್ಟೇ ಧಾರಾಳ ಕೊಳ್ಳುಬಾಕರನ್ನಾಗಿ ಮಾಡಲು ಎಲ್ಲ ದೊಡ್ಡ ಕಾರ್ಪೊರೇಟ್ ಕಂಪನಿಗಳೂ ಶ್ರಮಿಸುತ್ತಿವೆ. ನಮ್ಮ ನಗರಗಳಲ್ಲೂ ಯುರೋಪಿನ ನಗರಗಳಷ್ಟೇ ದೊಡ್ಡ ಪ್ರಮಾಣದ ತ್ಯಾಜ್ಯಗಳು ಸೃಷ್ಟಿಯಾಗುತ್ತಿವೆ. ಯುರೋಪಿನ ನಗರಗಳು ತಮ್ಮ ತಿಪ್ಪೆಯನ್ನು ನಮಗೆ ಕಳಿಸುತ್ತಾರೆ. ನಾವು ನಮ್ಮ ನಗರಗಳ ತಿಪ್ಪೆಯನ್ನು ಹಳ್ಳಿಗಳಿಗೆ ಕಳಿಸುತ್ತಿದ್ದೇವೆ.

ಭಾರತದಂಥ ಗತಿಶೀಲ ದೇಶದಲ್ಲಿ ಪ್ರತಿ ವ್ಯಕ್ತಿಯ ಸರಕುಬಳಕೆ ಪ್ರಮಾಣ ಶ್ರೀಮಂತ ದೇಶಗಳಷ್ಟು ಹೆಚ್ಚಾಗಿಲ್ಲ ನಿಜ. ಆದರೆ ನಮ್ಮವರ ಸಂಖ್ಯೆ 130 ಕೋಟಿ ದಾಟಿದ್ದರಿಂದ ಆರ್ಥಿಕ ಸ್ಥಿತಿ ಸ್ವಲ್ಪಸ್ವಲ್ಪ ಸುಧಾರಿಸಿದರೂ ಒಟ್ಟಾರೆ ಭೂಮಿಯ ಉಷ್ಣತೆಯನ್ನು ಗಣನೀಯವಾಗಿ ಹೆಚ್ಚಿಸುತ್ತಿದೆ. ನಮ್ಮಂತೆಯೇ ಮಧ್ಯಮವರ್ಗದ ದೇಶಗಳಾದ ರಷ್ಯ, ಬ್ರಝಿಲ್, ಮೆಕ್ಸಿಕೊ, ಇಂಡೊನೇಶ್ಯ, ದಕ್ಷಿಣ ಆಫ್ರಿಕಾಗಳಲ್ಲಿ ಕೂಡ ಎಲ್ಲೆಲ್ಲೂ ಶ್ರೀಮಂತಿಕೆ ಹೆಚ್ಚುತ್ತಿದೆ. ಅವರಲ್ಲಿ ಕೆಲವರು ಭವಿಷ್ಯದ ಆಘಾತಗಳಿಂದ ಬಚಾವಾಗಬಹುದು. ಆದರೆ ಸಾಮಾನ್ಯ ಜನರು, ಸಮುದ್ರ ಸಮೀಪದ ಪಟ್ಟಣಗಳ ನಿವಾಸಿಗಳು, ಕೃಷಿಕರು ದೊಡ್ಡ ತೊಂದರೆಗೆ ಒಳಗಾಗುತ್ತಾರೆ. ತಜ್ಞರ ಈಚಿನ, ಅಂದರೆ 2019ರ ಅಕ್ಟೋಬರ್ ವರದಿಯ ಪ್ರಕಾರ ಇನ್ನು 25–30 ವರ್ಷಗಳಲ್ಲಿ ಭಾರತದ ಕಡಲತೀರದಲ್ಲಿ ಕಡೇಪಕ್ಷ ಮೂರುವರೆ ಕೋಟಿ ಜನರ ನೆಲೆ ತಪ್ಪುತ್ತದೆ.

ನಗರಗಳಿಂದ ದೂರವಾಗಿ, ನೆಲಕ್ಕೆ ಹತ್ತಿರವಾಗಿ, ನಿಸರ್ಗಕ್ಕೆ ಆದಷ್ಟೂ ಸಹಜವಾಗಿ ಬದುಕುತ್ತಿರುವ ಮೂಲ ನಿವಾಸಿಗಳು, ಆದಿವಾಸಿಗಳು, ದ್ವೀಪವಾಸಿಗಳು ಮತ್ತು ಸಾಂಪ್ರದಾಯಿಕ ಕೃಷಿಕರು ಮಾತ್ರ ಭೂಮಿಯ ಸಂಕಷ್ಟಕ್ಕೆ ಯಾವ ಕೊಡುಗೆಯನ್ನೂ ಕೊಡುತ್ತಿಲ್ಲ. ಆದರೆ ಧನಿಕರ ಐಷಾರಾಮಿ ಬದುಕಿನ ದುಷ್ಪರಿಣಾಮ ಅವರ ಮೇಲೆ ಆಗುತ್ತಿದೆ. ಅವರ ಬದುಕು ಸಂಕಷ್ಟಕ್ಕೆ ಸಿಲುಕುತ್ತಿದೆ. ಅನುಕೂಲಸ್ಥರು ನೀರಿನ ಕೊರತೆ ಬಂದಾಗ ಎಲ್ಲಿಂದಾದರೂ ನೀರನ್ನು ಸಾಗಿಸಿ ತರುತ್ತಾರೆ (ದಕ್ಷಿಣ ಆಫ್ರಿಕಾ ದೇಶದ ರಾಜಧಾನಿ ಕೇಪ್‌ಟೌನ್‌ಗೆ 2600 ಕಿಲೊಮೀಟರ್ ದೂರದ ಅಂಟಾರ್ಕ್ಟಿಕಾದಿಂದ ಹಿಮಗಡ್ಡೆಯನ್ನು ಸಾಗಿಸಿ ನೀರೊದಗಿಸಲು ಸಿದ್ಧತೆ ನಡೆಯುತ್ತಿದೆ). ಆದರೆ ಯಾವ

ಯಂತ್ರವನ್ನೂ ಬಳಸದೆ, ಭೂಮಿ ಜೊತೆ ಸಹಜ ಮೈತ್ರಿಯಿಂದ ಬದುಕುವವರ ಹಳ್ಳಕೊಳ್ಳ ಒಣಗುತ್ತಿದೆ. ಮಾತು ಬಾರದ, ಮತದಾರರಲ್ಲದ ಮೃಗಪಕ್ಷಿ, ಜಲಚರಗಳ ಬದುಕಂತೂ ನರಕವಾಗುತ್ತಿದೆ. ಎಲ್ಲಕ್ಕಿಂತ ದೊಡ್ಡ ಶಿಕ್ಷೆಯನ್ನು ಅವು ಅನುಭವಿಸುತ್ತಿವೆ.

ಗ್ರೇತಾ ಇದನ್ನೆಲ್ಲ ಅರ್ಥ ಮಾಡಿಕೊಂಡಿದ್ದಾಳೆ. ಅವಳಿಗೆ ಜಗತ್ತಿನ ಮಹಾನ್ ನಾಯಕರ ಸೋಗು ಅರ್ಥವಾಗುತ್ತಿದೆ. ಎಲ್ಲರಿಗೂ ತಂತಮ್ಮ ದೇಶದ ಆರ್ಥಿಕತೆಯನ್ನು ಇನ್ನಷ್ಟು ಸುಧಾರಿಸಬೇಕೆಂಬ ಕಾಳಜಿ ಮತ್ತು ತಮ್ಮ ಕುರ್ಚಿಯನ್ನು ಕಾಯ್ದುಕೊಳ್ಳುವ ಸ್ವಾರ್ಥ ಮುಖ್ಯವಾಗಿದೆಯೇ ಹೊರತೂ ಯಾರಿಗೂ ಭೂಮಿಯ ದುಃಸ್ಥಿತಿಯ ಬಗ್ಗೆ ಕಾಳಜಿ ಇಲ್ಲ; ನಾಳಿನ ಪೀಳಿಗೆಯ ಬಗ್ಗೆ ಕಾಳಜಿ ಇಲ್ಲ ಎಂದು ಅವಳಿಗೆ ಗೊತ್ತಾಗಿದೆ. ಅದಕ್ಕೇ ಅವಳು ಚೀರುತ್ತಾಳೆ. ಅಂಬೆಗಾಲನ್ನೂ ಇಡಲಾಗದ ಎಳೆಯ ಮಗುವೊಂದು ಬೆಂಕಿಯ ಝಳದೆದುರು ಕಂಗೆಟ್ಟು ಕೂತು ಸಹಾಯಕ್ಕೆ ಕೂಗಿ ಕರೆಯುವ ಹಾಗೆ ಅವಳು ಚೀರುತ್ತಿದ್ದಾಳೆ. ಸಹಾಯಕ್ಕೆ ಬರಬೇಕಾದ ಧೀರರೆಲ್ಲ ತಂತಮ್ಮ ಕುರ್ಚಿಯಲ್ಲಿ ಕೂತೇ ಇರುವುದನ್ನು ಕಂಡು ಅವಳಿಗೆ ಕೋಪ ಬರುತ್ತಿದೆ.

ಏನು ಮಾಡಿದರೆ ಭೂಮಿಯನ್ನು ಈ ಸಂಕಷ್ಟದಿಂದ ಪಾರು ಮಾಡಬಹುದು? ಭೂಮಿ ಇನ್ನಷ್ಟು ಮತ್ತಷ್ಟು ಬಿಸಿಯಾಗದಂತೆ ತಡೆ ಹಿಡಿಯವುದು ಹೇಗೆ?

ಪ್ಯಾರಿಸ್ ಒಪ್ಪಂದದ ವಾಗ್ದಾನಗಳು

ಅದನ್ನೂ ಐಪಿಸಿಸಿ ವಿಜ್ಞಾನಿಗಳು ಹೇಳಿದ್ದಾರೆ: ಫಾಸಿಲ್ ಇಂಧನಗಳ ಬಳಕೆಯನ್ನು ಕ್ರಮೇಣ ಕಡಿಮೆ ಮಾಡುತ್ತ ಹೋಗಬೇಕು. ವಾಯು ಮಂಡಲದಲ್ಲಿ ಶೇಖರವಾಗಿರುವ ಉಷ್ಣವರ್ಧಕ ಅನಿಲಗಳ ಪ್ರಮಾಣವನ್ನು ಕಡಿಮೆ ಮಾಡಬೇಕು. ಇಲ್ಲವೆ ಹೀರಿ ತೆಗೆಯಬೇಕು. ಜಾಗತಿಕ ತಾಪಮಾನ ಉದ್ಯಮಪೂರ್ವ ಮಟ್ಟಕ್ಕಿಂತ 2.0 ಡಿಗ್ರಿ ಸೆಲ್ಸಿಯಸ್‌ನಷ್ಟು ಹೆಚ್ಚಾಗಲು ಬಿಡಬಾರದು. ಹೆಚ್ಚಾದರೆ ಮರಳಿ ಬರಲಾಗದ ಯುಗಕ್ಕೆ ಭೂಮಿ ಹೊರಳಿಕೊಳ್ಳುತ್ತದೆ. ಮನುಷ್ಯರ ಯಾವ ಯತ್ನವೂ ಆಗಿನ ಸಂಕಷ್ಟಗಳನ್ನು ಸರಿಪಡಿಸಲಾರದು ಎಂದಿದ್ದಾರೆ. 2015ರಲ್ಲಿ ಪ್ಯಾರಿಸ್ಸಿನಲ್ಲಿ ನಡೆದ ಜಾಗತಿಕ ಸಮಾವೇಶದಲ್ಲಿ ಇದನ್ನು ಸ್ಪಷ್ಟವಾಗಿ ಎಲ್ಲ ದೇಶಗಳ ನಾಯಕರಿಗೆ ತಿಳಿಸಿದ್ದಾರೆ. ಬಹುತೇಕ ಎಲ್ಲ ನಾಯಕರೂ ಪೃಥ್ವಿಯ ತಾಪಮಾನದ ಏರಿಕೆ ನಿಜವೆಂದು ಒಪ್ಪಿಕೊಂಡಿದ್ದಾರೆ. ಅದನ್ನು ನಿಯಂತ್ರಿಸಲು ತಮಗೆ ಸಾಧ್ಯವಾದ ಈ ಈ ಕ್ರಮಗಳನ್ನು ಕೈಗೊಳ್ಳುತ್ತೇವೆ ಎಂದು ವಾಗ್ದಾನ ಮಾಡಿದ್ದಾರೆ. 'ಏನೇ ಬರಲಿ, ಒಂದೂವರೆ ಡಿಗ್ರಿಗಿಂತ ಹೆಚ್ಚಾಗಲು ನಾವು ಬಿಡುವುದಿಲ್ಲ, ಎರಡು ಡಿಗ್ರಿಗೆ ಏರಲಿಕ್ಕೆ ಸುತರಾಂ ಬಿಡುವುದಿಲ್ಲ' ಎಂದು ಒಟ್ಟಾಗಿ ಘೋಷಣೆ ಮಾಡಿದ್ದಾರೆ.

ಅದನ್ನು ಜಾರಿಗೆ ತರಲು ಯಾಕೆ ಸಾಧ್ಯವಾಗುತ್ತಿಲ್ಲ? ಶಕ್ತಿಶಾಲಿ ದೇಶಗಳ ಮುಖ್ಯಸ್ಥರು ಯಾಕೆ ಏನೂ ಮಾಡದೆ ತಣ್ಣಗೆ ಕೂತಿದ್ದಾರೆ?

ಈ ಪ್ರಶ್ನೆಗೆ ಉತ್ತರ ಹೀಗಿದೆ: ಮೂರು ದಿನಗಳ ಮಟ್ಟಿಗೆ ಪೆಟ್ರೋಲ್ ಡೀಸೆಲ್

ಪೂರೈಕೆ ನಿಂತು ಹೋಯಿತೆಂದು ಊಹಿಸಿ. ಮುಂದೆ ಒಂದು ವಾರ ಪೆಟ್ರೋಲ್ ಇರುವುದಿಲ್ಲ ಎಂಬ ಗಾಳಿಸುದ್ದಿ ಹಬ್ಬಿದರಂತೂ ತೀರಿತು. ವಾಹನ ಸಂಚಾರ, ಜನಸಂಚಾರ ನಿಂತೇ ಹೋಗುತ್ತದೆ. ಅಡುಗೆ, ಊಟದ ಸಾಮಗ್ರಿ ಹಾಗಿರಲಿ, ಕೆಲವೆಡೆ ನೀರೂ ಸಿಗದಂತಾಗುತ್ತದೆ. ಜನರು ದಂಗೆ ಏಳುತ್ತಾರೆ. ಬೀದಿಯುದ್ಧಗಳೇ ಆಗುತ್ತದೆ. ಸಾಯಲು ಬಿದ್ದವರಿಗೆ ಆಸ್ಪತ್ರೆಯೂ ತೆರೆಯುವುದಿಲ್ಲ, ಔಷಧವೂ ಸಿಗುವುದಿಲ್ಲ, ಆರೈಕೆ ಮಾಡುವವರೂ ಇರುವುದಿಲ್ಲ. ಇಡೀ ಜಗತ್ತೇ ಫಾಸಿಲ್ ಇಂಧನಗಳ ಬಿಗಿ ಮುಷ್ಟಿಯಲ್ಲಿ ಸಿಲುಕಿದೆ. ಅದರಿಂದ ಬಿಡಿಸಿಕೊಳ್ಳುವುದು ತುಂಬ ಜಟಿಲವಾದ ಸಮಸ್ಯೆಯಾಗಿದೆ. ಜಗತ್ತಿಗೆಲ್ಲ ಪೆಟ್ರೋಲ್, ಡೀಸೆಲ್‌ಗಳನ್ನು ಪೂರೈಸುವ ಶಕ್ತಿಶಾಲಿ ಕಂಪನಿಗಳು ಹಾಗೂ ಸರಕಾರಗಳು ಪ್ರತಿದಿನವೂ ಲಕ್ಷಾಂತರ ಕೋಟಿ ಡಾಲರ್ ಲಾಭ ಗಳಿಸುತ್ತಿವೆ. ಕೋಟ್ಯಂತರ ಜನರಿಗೆ ಉದ್ಯೋಗ ಕೊಟ್ಟಿವೆ. ಜನರಿಗೂ ಈ ಇಂಧನಗಳನ್ನು ಬಿಟ್ಟು ಬದುಕಲು ಸಾಧ್ಯವಿಲ್ಲದಂತಾಗಿದೆ.

ಬದಲಿ ಇಂಧನ ವ್ಯವಸ್ಥೆಯನ್ನು ನಿಧಾನ ಜಾರಿಗೆ ತರಬೇಕು. ಆದರೆ ಅದು ತುಂಬಾ ಕಷ್ಟದ ಕೆಲಸ. ಸರಕಾರಗಳನ್ನೇ ಗೊಂಬೆಯಂತೆ ಕುಣಿಸಬಲ್ಲ ಪೆಟ್ರೊ ಕಂಪನಿಗಳು ಬದಲಿ ಶಕ್ತಿಗೆ ಪ್ರೋತ್ಸಾಹ ನೀಡುವುದಿಲ್ಲ. ಏಕೆಂದರೆ ಅವರ ತೈಲಬಾವಿಗಳು ನಿಂತು ಹೋಗುತ್ತವೆ. ತೈಲ ಸೋಸುವ ಕಾರ್ಖಾನೆಗಳು ನಿಂತು ಹೋಗುತ್ತವೆ. ಅವಕ್ಕೆ ಹೂಡಿದ ಬಂಡವಾಳವೆಲ್ಲ ಸ್ಥಗಿತವಾಗುತ್ತವೆ. ಅದಕ್ಕೇ ಈ ಕಂಪನಿಗಳು 'ಭೂಮಿ ಬಿಸಿಯಾಗ್ತಾ ಇಲ್ಲ, ಅದೆಲ್ಲ ಸುಳ್ಳು' ಎಂದು ಉಲ್ಟಾ ಆರೋಪ ಮಾಡುತ್ತವೆ. ಸರಕಾರಗಳೇ ಅಂಥ ತೈಲಪರ ಧೋರಣೆಯನ್ನು ತಳೆಯುವಂತೆ ಮಾಡುತ್ತವೆ. ಅಮೆರಿಕದ ಅಧ್ಯಕ್ಷ ಟ್ರಂಪ್ ಕೂಡ ಈ ಕಂಪನಿಗಳು ಹೇಳಿದ್ದನ್ನೇ ಗಿಣಿಪಾಠ ಒಪ್ಪಿಸುತ್ತಾರೆ.

ಪೃಥ್ವಿಯ ನೆತ್ತಿಗೆ ಬಿಸಿ ಕತ್ತಿ

ಕೆಲವು ದೇಶಗಳ ಮುಖ್ಯಸ್ಥರು ಪ್ರಾಮಾಣಿಕವಾಗಿ ಬದಲಿ ಇಂಧನ ವ್ಯವಸ್ಥೆಯನ್ನು ಜಾರಿಗೆ ತರಲು ಬಯಸಿದರೂ ಸಾಧ್ಯವಾಗುವುದಿಲ್ಲ. ಉದಾಹರಣೆಗೆ, ಜರ್ಮನಿಯಲ್ಲಿ ಜನರೇ ಸಹಕಾರಿ ಪದ್ಧತಿಯಲ್ಲಿ ತಮ್ಮೂರಿಗೆ ಬೇಕಾದಷ್ಟು ಸೌರವಿದ್ಯುತ್ತನ್ನು ಉತ್ಪಾದಿಸಿ ಹಂಚಿಕೊಳ್ಳಲು ಸರಕಾರ ಅನುಮತಿ ನೀಡಿದೆ. ಆದರೆ ತುಂಬ ಚಳಿ ಬೀಳುವ ಆ ದೇಶದಲ್ಲಿ ಬಿಸಿಲಿನ ವಿದ್ಯುತ್ ಶಕ್ತಿ ಸಾಕಾಗುವುದಿಲ್ಲ. ಜರ್ಮನಿ ತನ್ನ 17 ಪರಮಾಣು ಸ್ಥಾವರಗಳಲ್ಲಿ ಹತ್ತನ್ನು ಆಗಲೇ ಸ್ಥಗಿತಗೊಳಿಸಿದೆ. ಇನ್ನುಳಿದವನ್ನು ಇನ್ನು ಏಳು ವರ್ಷಗಳ ಒಳಗೆ ಮುಚ್ಚುವುದಾಗಿ ಹೇಳಿದೆ. ಆದರೆ ಅದಕ್ಕೆ ಬದಲಿ ಶಕ್ತಿ ಎಲ್ಲಿಂದ ಬರಬೇಕು? ಆ ದೇಶದಲ್ಲಿ ತೀರ ಜಾಸ್ತಿ ಹೊಗೆ ಹಬ್ಬಿಸುವ ಲಿಗ್ನೈಟ್ ಎಂಬ ಕೊಳಕು ಕಲ್ಲಿದ್ದಲಿನ ಅತಿ ದೊಡ್ಡ ನಿಕ್ಷೇಪವಿದೆ. ಗಣಿಗಾರಿಕೆ ಮಾಡಿ, ಅದನ್ನು ಉರಿಸಿ ವಿದ್ಯುತ್ ಉತ್ಪಾದನೆ ಮಾಡಲಾಗುತ್ತಿದೆ. ಅದನ್ನೂ ನಿಲ್ಲಿಸಿದರೆ ಅಲ್ಲಿನ ವಾಣಿಜ್ಯರಂಗದಲ್ಲಿ ಭಾರೀ ಏರುಪೇರಾಗುತ್ತದೆ.

ಉತ್ತರ ಧ್ರುವದಲ್ಲಿ ಹಿಮದ ಹಾಸುಗಳು ಕಣ್ಮರೆ ಆಗುತ್ತಿದ್ದ ಹಾಗೆ, ಅದರ ತಳದಲ್ಲಿರುವ ಅಪಾರ ಫಾಸಿಲ್ ಇಂಧನಗಳು ತೈಲ ಕಂಪನಿಗಳಿಗೆ ಚಿನ್ನದ ನಿಕ್ಷೇಪಗಳಂತೆ ಕಾಣತೊಡಗಿವೆ. ರಷ್ಯ, ಕೆನಡಾ ದೇಶಗಳು ಅಲ್ಲಿಂದ ಹೊಸದಾಗಿ ತೈಲ ಎತ್ತಲು ತುದಿಗಾಲಲ್ಲಿ ನಿಂತಿವೆ.

ಭಾರತ, ಬಾಂಗ್ಲಾದೇಶ, ಪಾಕಿಸ್ತಾನದಂಥ ದೇಶಗಳಲ್ಲಿ ಬೇರೊಂದು ಸಮಸ್ಯೆ ಇದೆ. ಇಲ್ಲಿ ಕೋಟಿಗಟ್ಟಲೆ ಬಡಜನರು ಈಗಲೂ ಸೌದೆ ಉರಿಸಿ ಅಡುಗೆ ಮಾಡುತ್ತಾರೆ. ಹೊಗೆ, ಕೆಮ್ಮು, ರಕ್ತಹೀನತೆ, ಕ್ಷಯರೋಗ, ಸೌದೆ ಕಡಿಯುವ ಅನಿವಾರ್ಯತೆ ಎಲ್ಲ ಇದೆ. ಅವರಿಗೆ ಓಡಾಡಲು ಜಪಾನಿ ಪ್ರಜೆಗಳ ಹಾಗೆ ಕಾರುಗೀರು ಹಾಗಿರಲಿ, ಕಡೇಪಕ್ಷ ಹೊಗೆಯಿಲ್ಲದ ಅಡುಗೆ ಅನಿಲವನ್ನಾದರೂ ಒದಗಿಸಲು ಕೋಟ್ಯಂತರ ಲೀಟರ್ ಪೆಟ್ರೋಲ್ ಬೇಕು. ಶ್ರೀಮಂತ ದೇಶಗಳು ಪೆಟ್ರೋಲ್ ಉರಿಸುತ್ತ ಐಷಾರಾಮ್ ಬದುಕುತ್ತಿದ್ದರೆ ನಮ್ಮ ಬಡಜನರಿಗೆ ಕ್ಲೀನ್ ಒಲೆಯನ್ನಾದರೂ ಕೊಡುವುದು ನಮ್ಮ ಹಕ್ಕು ಎಂದು ಬಡದೇಶಗಳು ವಾದಿಸುತ್ತವೆ.

ಧನಿಕನ ಸಿಟ್ಟು ಪೀಠಕ್ಕೆ ಪೆಟ್ಟು

ಬಡದೇಶಗಳ ಜನರ ಬದುಕು ಉತ್ತಮವಾಗಬೇಕು ಅಂದರೆ ಶ್ರೀಮಂತ ದೇಶಗಳು ತಮ್ಮ ಸುಖಸೌಲತ್ತುಗಳನ್ನು ತುಸುಮಟ್ಟಿಗೆ ಕಡಿಮೆ ಮಾಡಿಕೊಳ್ಳಬೇಕು. ಕಡೇಪಕ್ಷ ನಮ್ಮದೇ ದೇಶದ ಶ್ರೀಮಂತರು ತಮ್ಮ ಖಾಸಗಿ ಈಜುಗೊಳಗಳನ್ನು ವಾರಕ್ಕೆರಡು ಬಾರಿ ಖಾಲಿ ಮಾಡುವುದನ್ನು ನಿಲ್ಲಿಸಬೇಕು. ಪೆಟ್ರೋಲ್ ಸುಡುವುದನ್ನು ಕಮ್ಮಿ ಮಾಡಬೇಕು. ವಿಮಾನಗಳ ಬದಲು ರೈಲು ಪ್ರಯಾಣ ಮಾಡಬೇಕು. ಅದಕ್ಕೆ ಯಾರೂ ಸಿದ್ಧರಿಲ್ಲ. ಕಡ್ಡಾಯ ಮಾಡಿದರೆ ಕೋಪ ಬರುತ್ತದೆ. ಅನುಕೂಲಸ್ಥ ಪ್ರಜೆಗಳಿಗೆ, ಪೆಟ್ರೊಕಂಪನಿಗಳಿಗೆ ಕೋಪ ಬಂದರೆ ರಾಜಕೀಯ ಮುಖ್ಯಸ್ಥರು ಅಧಿಕಾರದಲ್ಲಿ ಉಳಿಯುವ ಹಾಗೂ ಇಲ್ಲ. ಯಾವುದೇ ದೇಶದ ಅಧ್ಯಕ್ಷರಿಗೆ, ಪ್ರಧಾನ ಮಂತ್ರಿಯವರಿಗೆ ಶ್ರೀಮಂತರ ಕೋಪವನ್ನು ತಾಳಿಕೊಳ್ಳುವ ಶಕ್ತಿ ಇಲ್ಲ. ಅದೇ ಕಾರಣಕ್ಕೆ ಪ್ಯಾರಿಸ್ ಒಪ್ಪಂದಕ್ಕೆ ಸಹಿ ಹಾಕಲು ಆಸ್ಟ್ರೇಲಿಯಾ, ಕೆನಡಾ ದೇಶಗಳು ಒಪ್ಪಿಗೆ ಸೂಚಿಸಿಲ್ಲ. ಅಧ್ಯಕ್ಷ ಒಬಾಮಾ ಅದಕ್ಕೆ ಸಹಿ ಹಾಕಿದ್ದರಾದರೂ ಈಗಿನ ಅಧ್ಯಕ್ಷ ಟ್ರಂಪ್ ಈ ಒಪ್ಪಂದದಿಂದ ಅಮೆರಿಕ ಹಿಂತೆಗೆದುಕೊಳ್ಳುವದಾಗಿ ಹೇಳುತ್ತಿದ್ದಾರೆ.

ಐಪಿಸಿಸಿಯ ವಿಜ್ಞಾನಿಗಳು ಕಳೆದ ವರ್ಷ ಜನವರಿ 1ರಂದು ಈ ಭೂಮಿಗೊಂದು ಕಾರ್ಬನ್ ಬಜೆಟ್ ಕೊಟ್ಟಿದ್ದಾರೆ. ಹಿಂದಿರುಗಲಾಗದ ಸ್ಥಿತಿ (ಪಲ್ಟಿಬಿಂದು) ತಲುಪುವ ಮೊದಲು ನಾವು ಹೆಚ್ಚೆಂದರೆ 420 ಗಿಗಾಟನ್ ಕಾರ್ಬನ್ನನ್ನು ಉರಿಸಬಹುದು. ನಮಗೆ ಉಳಿದಿರುವುದು ಅಷ್ಟೇ. ಅದು ಖಾಲಿಯಾಗುವ ಮೊದಲು, ಆದಷ್ಟು ಬೇಗ ಫಾಸಿಲ್ ಇಂಧನಗಳಿಗೆ ಬದಲಿಯಾಗಿ ಸುರಕ್ಷಿತ ಶಕ್ತಿಮೂಲಗಳನ್ನು ಬಳಸಲು ತೊಡಗಬೇಕು. ಸೌರಶಕ್ತಿ, ಗಾಳಿಶಕ್ತಿ, ಜೈವಿಕಶಕ್ತಿಗಳಿಂದ ವಾಹನ ಚಾಲನೆ, ವಿದ್ಯುತ್ ಉತ್ಪಾದನೆಗೆ ತೊಡಗಬೇಕು. ಅಥವಾ ಶಕ್ತಿಬಳಕೆಯಲ್ಲಿ ಮಿತವ್ಯಯ ಸಾಧಿಸಬೇಕು.

ದುಂದುವೆಚ್ಚಕ್ಕೆ ಕಡಿವಾಣ ಹಾಕಬೇಕು. ಎಲ್ಲ ದೇಶಗಳೂ ತುರ್ತಾಗಿ ಈ ಕ್ರಮಗಳನ್ನು ಕೈಗೊಳ್ಳಬೇಕಿತ್ತು. ಆದರೆ ಯಾರಿಗೂ ಅವಸರ ಇದ್ದಂತಿಲ್ಲ. ಈ ಮಧ್ಯೆ ಭಾರತದಂಥ ದೇಶಗಳು, ಆ ಕಾರ್ಬನ್ ಬಜೆಟ್‌ನ ಬಹುಪಾಲು ನಮಗೇ ಬೇಕೆನ್ನುತ್ತಿವೆ. ಅದು ನ್ಯಾಯದ ಮಾತೇನೋ ಹೌದು. ಶ್ರೀಮಂತ ದೇಶಗಳು ಫಾಸಿಲ್ ಇಂಧನವನ್ನು ಭರ್ಜರಿ ಉರಿಸಿ ತಮ್ಮ ಜೀವನಮಟ್ಟವನ್ನು ಸುಧಾರಿಸಿಕೊಂಡಿವೆ. ನಾವು ಅವಕ್ಕೆ ಹೇಳಲೇಬೇಕಿದೆ: 'ನೀವು ಬಳಸಿದ್ದು ಸಾಕು, ಇನ್ನುಳಿದಷ್ಟನ್ನು ನಮಗೆ ಬಿಡಿ, ನಾವೂ ನಮ್ಮ ಬಡವರನ್ನು ಮೇಲಕ್ಕೆತ್ತಬೇಕಿದೆ' ಎಂದು.

ಈ ವಾದದ ಪ್ರಕಾರ, ಫಾಸಿಲ್ ಇಂಧನದ ಮಿಕ್ಕುಳಿದ ಬಜೆಟ್ ಎಲ್ಲವೂ ಬಡ ದೇಶಗಳ ಬಳಕೆಗೆ ಮೀಸಲಿಡಬೇಕು. ಅಥವಾ ಹೊಸ ಸೋಲಾರ್ ತಂತ್ರಜ್ಞಾನವನ್ನು ಉಚಿತವಾಗಿ ಹಿಂದುಳಿದ ದೇಶಗಳಿಗೆ ಈ ಶ್ರೀಮಂತ ರಾಷ್ಟ್ರಗಳು ನೀಡಬೇಕು. ಆದರೆ ಇಂಥ ನ್ಯಾಯಯುತ ಬೇಡಿಕೆಗೆ ಧನಿಕ ರಾಷ್ಟ್ರಗಳು ಕ್ಯಾರೇ ಎನ್ನುತ್ತಿಲ್ಲ.

ಇಲ್ಲಿ ತಂತ್ರಜ್ಞಾನದ ಸಮಸ್ಯೆಯೂ ಇದೆ. ಸೌರಫಲಕ ಅಥವಾ ಗಾಳಿಯಂತ್ರಗಳಿಂದ ವಿದ್ಯುತ್ ಶಕ್ತಿಯನ್ನು ಪಡೆಯಬೇಕೆಂದರೆ ಬ್ಯಾಟರಿ ಚೆನ್ನಾಗಿರಬೇಕು. ಬ್ಯಾಟರಿಗೆ ಬೇಕಾದ ಲೀಥಿಯಂ ಮತ್ತು ಕೋಬಾಲ್ಟ್ ಮೂಲವಸ್ತುಗಳು ಭೂಮಿಯ ಮೇಲೆ ಅಷ್ಟಾಗಿ ಜಾಸ್ತಿ ಇಲ್ಲ. ಆಫ್ರಿಕಾದ ಕಾಂಗೋದಂಥ ಕಡುಬಡ ದೇಶದಲ್ಲಿ ಇಂಥ ಧಾತುಗಳ ಗಣಿಗಾರಿಕೆಯಲ್ಲಿ ಅರೆಹೊಟ್ಟೆಯ ಜನರನ್ನು, ಮಕ್ಕಳನ್ನು ದುಡಿಸಿಕೊಳ್ಳಲಾಗುತ್ತಿದೆ. ಸುಧಾರಿತ ದೇಶಗಳೇನೊ ಮುಂದಿನ ದಶಕದಲ್ಲಿ ಬೇರೆ ಗ್ರಹಗಳಿಂದ ಇಂಥ ಅಪರೂಪದ ಧಾತುಗಳನ್ನು ಬಾಚಿ ತರಬಹುದು. ಆದರೆ ಹಿಂದುಳಿದ ದೇಶಗಳಿಗೆ ಅದರಲ್ಲಿ ಪಾಲು ಸಿಕ್ಕೀತೆ? ಬದಲೀವಸ್ತು ಏನೇ ಲಭಿಸಿದರೂ ಅದರ ದೊಡ್ಡಪಾಲು ಧನಿಕ ದೇಶಗಳಿಗೇ ಹೋಗುತ್ತದೆ. ನಾಳೆ ಬಿಸಿ ಪ್ರಳಯ ಭೀಕರ ಸ್ಥಿತಿಗೆ ತಲುಪಿದರೆ ಈ ಧನಿಕರು ಬಚಾವಾಗುತ್ತಾರೆ. ಅವರ ಅನುಕೂಲಕ್ಕಾಗಿ ಜೀವತೇಯ್ದ ಬಡದೇಶಗಳ ಮಕ್ಕಳು ಜಾಸ್ತಿ ತೊಂದರೆಗೆ ಸಿಲುಕುತ್ತವೆ.

ಅದಕ್ಕೇ ಗ್ರೇತಾಗೆ ಕೋಪ ಬಂದಿದೆ. ಎಲ್ಲ ವಿವೇಕವಂತ ಸಾಮಾನ್ಯ ಜನರಿಗೆ ಕೋಪ ಬಂದಿದೆ. ಎಲ್ಲ ಪರಿಸರವಾದಿಗಳಿಗೆ, ಭೂಮಿಯ ಮಿತ್ರರಿಗೆ ಹಾಗೂ ಎಳೆಯ ಪ್ರಜೆಗಳಿಗೆ ಕೋಪ ಬಂದಿದೆ. ಅವರೆಲ್ಲರ ಮುಖವಾಣಿಯಾಗಿ ಮಾತಾಡಲು ನಿಂತಿದ್ದಾಳೆ ಗ್ರೇತಾ. ಆದರೆ ಇವಳು ಎಲ್ಲರಂತೆ ಬರೀ ಫಲಕ ಹಿಡಿದು, ಸ್ಲೋಗನ್ ಕೂಗಿ ಸಂಜೆಗೆ ಮನೆಗೆ ಹೋಗುವ ಹುಡುಗಿಯಲ್ಲ. ಅವಳ ಮಾತಿನಲ್ಲಿ ತರ್ಕ ಇದೆ; ರಾಜಕೀಯ ಪ್ರಜ್ಞೆ ಇದೆ. ಕಳಕಳಿಯ ನಿವೇದನೆ ಇದೆ. ಈ ಹುಡುಗಿಗೆ ಮಾನಸಿಕ ಕಾಯಿಲೆ ಇದೆಯೆಂದು ಯಾರಾದರೂ ಚುಚ್ಚುಮಾತು ಹೇಳಿದರೆ, 'ಕಾಯಿಲೆ ನನಗಲ್ಲ, ನಿಮಗೆ!' ಎಂದು ಶಕ್ತರನ್ನು ಹಂಗಿಸುವ ತಾಕತ್ತಿದೆ.

ಜಗತ್ತಿನ ಎಲ್ಲರಿಗೂ ಇವೆಲ್ಲ ಗೊತ್ತಾಗಲೆಂದೇ ಅವಳು ನೀಡುವ ಕೆಲವು ಚಿಕ್ಕ ಚಿಕ್ಕ ಉಪನ್ಯಾಸಗಳು ಹೇಗಿವೆ ನೋಡೋಣ ಬನ್ನಿ.

'ಕಾಯಿಲೆ ನನಗಲ್ಲ, ನಿಮಗೆ!'

'ಇಂಥ ಭೀಕರ ಬಿಕ್ಕಟ್ಟಿನ
ಸಂದರ್ಭದಲ್ಲಿ ಎಲ್ಲ
ಮಾಧ್ಯಮಗಳೂ ಕ್ಲೈಮೇಟ್
ಸಂಕಟದ ಬಗ್ಗೆ ಪ್ರತಿ ದಿನವೂ
ವರದಿ ಮಾಡಬೇಕಿತ್ತು.

ಆದರೆ ಏಕೆ ಎಲ್ಲರೂ
ಈ ವಿಷಯವನ್ನು
ಮೂಲೆಗೊತ್ತುತ್ತಿದ್ದಾರೆ?'

ಅಂತರ್ಜಾಲದಲ್ಲಿ 'ಟೆಡ್ ಟಾಕ್' ಹೆಸರಿನ ವಿಡಿಯೊ ಉಪನ್ಯಾಸವನ್ನು ಉಚಿತವಾಗಿ ನೋಡುವ ವ್ಯವಸ್ಥೆ ಇದೆ. 'ಎಲ್ಲೆಡೆ ವಿತರಿಸಲು ಯೋಗ್ಯವಾದ ಬಹುಮುಖ್ಯ ವಿಚಾರ'ಗಳನ್ನು ಮುಕ್ತವಾಗಿ ಪಸರಿಸಬೇಕೆಂಬ ಧ್ಯೇಯವುಳ್ಳ ಕಾರ್ಯಕ್ರಮ ಸರಣಿ ಇದು. 1984ರಲ್ಲಿ ಆರಂಭಗೊಂಡ ಈ ವ್ಯವಸ್ಥೆ ಆಗೆಲ್ಲ ಕೇವಲ ಟೆಕ್ನಾಲಜಿ, ಎಂಟರ್‌ಟೇನ್ಮೆಂಟ್ ಮತ್ತು ಡಿಸೈನ್ (ಟೆಡ್) ಇಷ್ಟಕ್ಕೇ ಇದು ಸೀಮಿತವಾಗಿತ್ತು. ನಂತರ ಅದರ ಗಡಿ ವಿಶಾಲವಾಗಿ ವಿಸ್ತಾರಗೊಂಡಿದೆ. ಈಗ ಸಾಮಾಜಿಕ, ಸಾಂಸ್ಕೃತಿಕ, ವೈಜ್ಞಾನಿಕ ರಾಜಕೀಯ ಮತ್ತು ಇತರ ಅಕಾಡೆಮಿಕ್ ವಿಷಯಗಳ ಬಗ್ಗೆ ಕೂಡ ಇಲ್ಲಿ ಉಪನ್ಯಾಸಗಳು ದೊರಕುತ್ತಿವೆ.

ಸ್ಟೀಫನ್ ಹಾಕಿಂಗ್‌ನಿಂದ ಹಿಡಿದು, ಬಿಲ್ ಗೇಟ್ಸ್, ಪೋಪ್ ಫ್ರಾನ್ಸಿಸ್, ಬಿಲ್ ಕ್ಲಿಂಟನ್ ಆದಿಯಾಗಿ ಸದ್ಗುರು ಜಗ್ಗಿ ವಾಸುದೇವ್‌ವರೆಗೆ ಇಂದಿನ ಸಾವಿರಾರು ಪ್ರಸಿದ್ಧ ಚಿಂತಕರು ಮತ್ತು ಸಾಧಕರ ಮಾತುಗಳನ್ನು ಇಲ್ಲಿ ಕೇಳಬಹುದು. ಸುಮಾರು 2500ಕ್ಕೂ ಹೆಚ್ಚು ಉಪನ್ಯಾಸಗಳು ಇಲ್ಲಿ ಉಚಿತವಾಗಿ ಲಭ್ಯ ಇವೆ. ಆಮಂತ್ರಿತರು ಮಾತ್ರ ಇಲ್ಲಿ ಉಪನ್ಯಾಸ ನೀಡಬಹುದು. ಯಾರೇ ಆದರೂ ಗರಿಷ್ಠ 18 ನಿಮಿಷಗಳಲ್ಲಿ ಮಾತನ್ನು ಮುಗಿಸಬೇಕು. ಮಾತಿನೊಂದಿಗೆ ಚಿತ್ರ ಅಥವಾ ವಿಡಿಯೊ ದೃಶ್ಯಗಳನ್ನೂ ತೋರಿಸಬಹುದು.

ಟೆಡ್ ವೇದಿಕೆಯ ಉದ್ದೇಶ ಕೇವಲ ಉಪನ್ಯಾಸವನ್ನು ರೆಕಾರ್ಡ್ ಮಾಡುವುದೇ ಆಗಿದ್ದರೂ ಅದನ್ನು ಕೇಳಲು ನೂರಾರು ಜನ ಸಭಿಕರೂ ಇರುತ್ತಾರೆ. ಟೆಡ್ ಸಂಸ್ಥೆಯಿಂದ ಲೈಸೆನ್ಸ್ ಪಡೆದ ಸಂಸ್ಥೆಗಳು ಸ್ವತಂತ್ರವಾಗಿ ಟೆಡ್-ಎಕ್ಸ್ ಉಪನ್ಯಾಸಗಳನ್ನು ಏರ್ಪಡಿಸಬಹುದು. 2018ರ ನವಂಬರ್‌ನಲ್ಲಿ, ಮುಷ್ಕರ ಆರಂಭಿಸಿದ ಮೂರೇ ತಿಂಗಳಲ್ಲಿ ಗ್ರೇತಾಗೆ ಈ ಪ್ರತಿಷ್ಠಿತ ಉಪನ್ಯಾಸ ನೀಡುವ ಅವಕಾಶ ಲಭಿಸಿತು. ಇದನ್ನು ಅವಳ ತವರೂರಾದ ಸ್ಟಾಕ್‌ಹೋಮ್‌ನಲ್ಲೇ ರೆಕಾರ್ಡ್ ಮಾಡಲಾಗಿತ್ತು.

ಟೆಡೆಕ್ಸ್ ವೇದಿಕೆಯಲ್ಲಿ ಉಪನ್ಯಾಸ ನೀಡುತ್ತಿರುವ ಗ್ರೇತಾ

'ನಾನು ಸುಮಾರು ಎಂಟು ವರ್ಷದವಳಿದ್ದಾಗ ಭೂಮಿ ಬಿಸಿಯಾಗುತ್ತಿರುವ ವಿಷಯ ನನಗೂ ಗೊತ್ತಾಯಿತು. ನಮ್ಮ ಬದುಕಿನ ವೈಖರಿಯಿಂದಾಗಿಯೇ ಭೂಮಿಗೆ ಸಂಕಷ್ಟ ಬರುತ್ತಿದೆ ಎಂಬುದು ನನ್ನ ಅರಿವಿಗೆ ಬರತೊಡಗಿತ್ತು. ವಿದ್ಯುತ್ ಶಕ್ತಿಯ ಅತಿವೆಚ್ಚ ಮಾಡಬಾರದು, ಪ್ಲಾಸ್ಟಿಕ್ ವಸ್ತುಗಳನ್ನೆಲ್ಲ ಮರುಬಳಕೆ ಮಾಡಬೇಕು ಎಂದು ಅವರಿವರು ಹೇಳತೊಡಗಿದ್ದರು.

'ನನಗೆ ಆಗೆಲ್ಲ ಅಚ್ಚರಿಯಾಗಿತ್ತು. ಬೇರೆಲ್ಲ ಪ್ರಾಣಿಗಳ ಹಾಗೇ ಮನುಷ್ಯನೂ ಒಂದು ಪ್ರಾಣಿ ಅಷ್ಟೆ. ಈ ಮನುಷ್ಯ ಹೇಗೆ ಇಷ್ಟು ದೊಡ್ಡ ಭೂಮಿಗೆ ಸಂಕಟ ತರಬಲ್ಲ ಎಂಬುದು ನನ್ನ ಪ್ರಶ್ನೆಯಾಗಿತ್ತು. ಭೂಮಿ ಬಿಸಿಯಾಗುತ್ತ ಹೋಗುತ್ತಿರುವುದು ನಿಜಕ್ಕೂ ಸತ್ಯವೇ ಆಗಿದ್ದರೆ ನಾವು ಆ ವಿಷಯವನ್ನು ಬಿಟ್ಟು ಬೇರೇನನ್ನೂ ಮಾತಾಡಲೇ ಬಾರದಾಗಿತ್ತು. ಟಿವಿಯಲ್ಲಿ ಸದಾಕಾಲ ಅದೇ ವಿಷಯವೇ ಚರ್ಚೆ ಆಗಬೇಕಾಗಿತ್ತು. ಇಡೀ ಜಗತ್ತೇ ಯುದ್ಧಕ್ಕೆ ಹೊರಟಂತೆ ರೇಡಿಯೊ, ದಿನಪತ್ರಿಕೆ ಎಲ್ಲವುಗಳಲ್ಲೂ ಅದೇ ವಿಷಯವೇ ದಿನವೂ ಹೆಡ್‌ಲೈನ್ ಆಗಿ ಬರಬೇಕಿತ್ತು.

'ಆದರೆ ಯಾರೊಬ್ಬರೂ ಅದರ ಬಗ್ಗೆ ಮಾತಾಡುತ್ತಲೇ ಇಲ್ಲ. ಪೆಟ್ರೋಲು, ಡೀಸೆಲ್ಲಿನಂಥ ಫಾಸಿಲ್ ಇಂಧನಗಳನ್ನು ಉರಿಸುವುದರಿಂದ ನಮ್ಮ ಅಸ್ತಿತ್ವಕ್ಕೇ ಸಂಚಕಾರ ಬರಲಿದೆ ಎಂದಮೇಲೆ, ಹೇಗೆ ನಾವು ಬೇರೆ ಮಾಮೂಲಿ ವಿಷಯಗಳ ಬಗ್ಗೆ ಮೊದಲಿನಂತೆ ಮಾತಾಡುತ್ತಿರಲು ಸಾಧ್ಯ? ಫಾಸಿಲ್ ಇಂಧನಗಳ ಮೇಲೆ ನಿಯಂತ್ರಣ ಯಾಕೆ ಯಾರೂ ಹಾಕುತ್ತಿಲ್ಲ? ಅದರ ಬಳಕೆಯನ್ನೇ ನಿಷೇಧಿಸಬೇಕಿತ್ತು. ಯಾಕೆ ಯಾರೂ ನಿಷೇಧಿಸುತ್ತಿಲ್ಲ?

'ಇದರ ಬಗ್ಗೆ ಚಿಂತೆ ಮಾಡುತ್ತಲೇ ಹನ್ನೊಂದನೇ ವರ್ಷದಲ್ಲಿ ಕಾಯಿಲೆ ಬಿದ್ದೆ. ನಾನು ಖಿನ್ನಳಾಗುತ್ತ ಹೋದೆ. ನನಗೆ ಯಾರೊಂದಿಗೂ ಮಾತಾಡಲು ಇಷ್ಟವಿರಲಿಲ್ಲ. ಊಟ ತಿಂಡಿಯೂ ಬೇಡವೆಂದು ಅನ್ನಿಸತೊಡಗಿತ್ತು. ಎರಡೇ ತಿಂಗಳಲ್ಲಿ ನನ್ನ

ತೂಕ 10 ಕಿಲೊಗ್ರಾಮಿನಷ್ಟು ಕಮ್ಮಿ ಆಯಿತು. ನನಗೆ 'ಆಸ್ಪರ್ಗರ್ ಸಿಂಡ್ರೋಮ್' ಎಂಬ ಕಾಯಿಲೆ ಇದೆಯೆಂದು ಗೊತ್ತಾಯಿತು. ಜೊತೆಗೆ ಓಸಿಡಿ ಮತ್ತು ಸೆಲೆಕ್ಟಿವ್ ಮ್ಯೂಟಿಸಂ ಕೂಡ ಇದೆ ಅಂತಲೂ ಡಾಕ್ಟರು ಹೇಳಿದರು. ಈ ಕಾಯಿಲೆಯಿಂದಾಗಿ ನಾನು ಬಹುತೇಕ ಮೂಕಿಯೇ ಆದೆ. ತೀರ ತೀರ ಅಗತ್ಯ ಇದೆಯೆಂದು ಅನ್ನಿಸಿದಾಗ ಮಾತ್ರ ನಾನು ಮಾತಾಡುತ್ತಿದ್ದೆ.

'ಈಗ ನಾನು ಮಾತಾಡಬೇಕಾದ ಅಗತ್ಯ ಇದೆ (ಚಪ್ಪಾಳೆ). ಅದಕ್ಕೇ ಇಲ್ಲಿ ಮಾತಾಡುತ್ತಿದ್ದೇನೆ.

'ಈ ಕಾಯಿಲೆಯುಳ್ಳ ನನ್ನಂಥವರಿಗೆ ಇದ್ದುದೆಲ್ಲ ಇದ್ದ ಹಾಗೇ ಕಾಣುತ್ತಿರುತ್ತದೆ. ನಮಗೆ ಸುಳ್ಳು ಹೇಳಲು ಬರುವುದಿಲ್ಲ. ಸಡಿಲ ಮಾತುಗಳು, ಚೇಷ್ಟೆ-ಚಾಡಿಗಳು ನಿಮಗೆಲ್ಲ ಇಷ್ಟವಾಗಬಹುದು, ನಮಗೆ ಅದು ಸರಿಕಾಣುವುದಿಲ್ಲ. (ನಗು) ನನಗೇನೋ ನಾವೇ ಸರಿ ಇದ್ದೇವೆ, ಸಮಾಜದ ಇತರೆಲ್ಲರಿಗೂ ಏನೋ ಕಾಯಿಲೆ ಇದೆ ಅಂತಲೇ ಅನ್ನಿಸ್ತಾ ಇರುತ್ತದೆ (ಇನ್ನಷ್ಟು ನಗು). ವಿಶೇಷವಾಗಿ ಈ ಭೂಮಿಯನ್ನು ಉಳಿಸುವ ಪ್ರಶ್ನೆ ಬಂದಾಗಲಂತೂ –ಅದು ನಮ್ಮ ಅಳಿವು ಉಳಿವಿನ ಪ್ರಶ್ನೆ ಎಂದು ಎಲ್ಲರೂ ಹೇಳುತ್ತಾರೆ ನಿಜ. ಆದರೂ ಏನೂ ವ್ಯತ್ಯಾಸವೇ ಇಲ್ಲ ಅನ್ನೋ ಥರಾ ನಿತ್ಯದ ಕೆಲಸ ಕಾರ್ಯಗಳಲ್ಲಿ ತೊಡಗಿರುತ್ತಾರೆ.

'ಇದೇಕೆ ಹೀಗೆ ಅಂತ ನನಗೆ ಅರ್ಥವಾಗುತ್ತಿಲ್ಲ. ಮನುಕುಲ ಉಳಿಯಬೇಕೆಂದರೆ ಫಾಸಿಲ್ ಇಂಧನಗಳ ಬಳಕೆಯನ್ನು ನಿಲ್ಲಿಸಬೇಕು ಎಂದು ತಜ್ಞರು ಹೇಳುತ್ತಾರೆ. ಹಾಗಿದ್ದರೆ ನಿಲ್ಲಿಸಬೇಕು ತಾನೆ? 'ಅದೂ ಸರಿ ಇದೂ ಸರಿ' ಅಂತ ಧೋರಣೆಯೇ ಇರಬಾರದು. ಬದುಕುಳಿಯುವ ಪ್ರಶ್ನೆ ಬಂದಾಗ ಖಡಕ್ ನಿರ್ಧಾರ ತೆಗೆದುಕೊಳ್ಳಬೇಕು. ಇಡೀ ಪೃಥ್ವಿಯ ನಾಗರಿಕತೆ ಒಟ್ಟಾಗಿ ಇತ್ತ ಅಥವಾ ಅತ್ತ ಸರಿಯಬೇಕು. ನಾವು ಬದಲಾಗಬೇಕು. ಸ್ವೀಡನ್ನಿನಂಥ ಧನಿಕ ದೇಶದವರು ಫಾಸಿಲ್ ಇಂಧನ ಬಳಕೆಯನ್ನು ಪ್ರತಿ ವರ್ಷವೂ ಶೇಕಡಾ 15ರಷ್ಟು ತಗ್ಗಿಸುತ್ತ ಹೋಗಬೇಕು. ಏಕೆಂದರೆ, ಭೂಮಿಯ ತಾಪಮಾನ ಇನ್ನೆರಡು ಡಿಗ್ರಿಯಷ್ಟು ಏರದಂತೆ ತಡೆಯಬೇಕೆಂಬ ಗುರಿಯನ್ನು ನಿಗದಿ ಮಾಡಲಾಗಿದೆ. ನಿಜ ಹೇಳಬೇಕೆಂದರೆ ಐಪಿಸಿಸಿಯ ಈಚಿನ ಲೆಕ್ಕಾಚಾರದ ಪ್ರಕಾರ ತಾಪಮಾನ ಒಂದೂವರೆ ಡಿಗ್ರಿ ಸೆಲ್ಸಿಯಸ್‌ನಷ್ಟು ಕಡಿಮೆ ಮಾಡಲು ನಿರ್ಧರಿಸಿದರೆ ಭೂಮಿಯ ಅನೇಕ ಸಂಕಷ್ಟಗಳು ನಿವಾರಣೆ ಆಗುತ್ತವೆ. ಅಂದರೆ ನಾವು ಇನ್ನೆಷ್ಟು ಪ್ರಮಾಣದಲ್ಲಿ ಪೆಟ್ರೋಲ್ ಡೀಸೆಲ್ ಕಲ್ಲಿದ್ದಲಿನ ಬಳಕೆಯನ್ನು ಕಡಿಮೆ ಮಾಡಬೇಕೆಂದು ನೀವೇ ಊಹಿಸಬಹುದು.

'ಇಂಥ ಭೀಕರ ಬಿಕ್ಕಟ್ಟಿನ ಸಮಯದಲ್ಲಿ ನಮ್ಮ ಎಲ್ಲ ಮಾಧ್ಯಮಗಳೂ ನಮ್ಮ ಎಲ್ಲ ರಾಷ್ಟ್ರ ನಾಯಕರೂ ಅದರ ಬಗೆಗೇ ಚರ್ಚೆ ಮಾಡುತ್ತಾರೇನೋ ಎಂದು ನಾವು ಅಂದುಕೊಂಡರೆ ಆಗುತ್ತಿರುವುದೇ ಬೇರೆ. ಯಾರೂ ಅದರ ಬಗ್ಗೆ ಮಾತೇ ಆಡುತ್ತಿಲ್ಲ. ಅದು ಹಾಗಿರಲಿ, ಈಗಾಗಲೇ ನಮ್ಮ ವಾಯುಮಂಡಲದಲ್ಲಿ ಜಮಾ

ಆಗಿರುವ ಶಾಖವರ್ಧಕ ಅನಿಲಗಳ ಬಗ್ಗೆ ಚಕಾರ ಎತ್ತುತ್ತಿಲ್ಲ. ಇವೊತ್ತೇ ಫಾಸಿಲ್ ಇಂಧನಗಳ ಬಳಕೆಯನ್ನು ನಿಲ್ಲಿಸಿದರೂ ಈಗ ಜಮಾ ಆಗಿರುವ ಅನಿಲಗಳೇ ವಾಯುಮಂಡಲದ ತಾಪವನ್ನು 0.5ರಿಂದ 1.1 ಡಿಗ್ರಿ ಸೆಲ್ಸಿಯಸ್‌ನಷ್ಟು ಏರಿಸಲಿವೆ ಎಂಬ ಕಟುವಾಸ್ತವ ನಮ್ಮೆದುರು ಇದೆ. ಯಾರೂ ಕ್ಯಾರೇ ಎನ್ನುತ್ತಿಲ್ಲ. ಅದೂ ಅಲ್ಲದೆ, ಈಗ ನಾವು ಆರನೇ ಸಾರ್ವತ್ರಿಕ ಜೀವನಾಶದ ಯುಗದಲ್ಲಿ ಇದ್ದೇವೆ. ಪ್ರತಿ ದಿನವೂ 200ರಷ್ಟು ಜೀವಿಪ್ರಭೇದಗಳು ಕಣ್ಮರೆ ಆಗುತ್ತಿವೆ. ಎಂದಿಗಿಂತ ಸಾವಿರ –ಹತ್ತು ಸಾವಿರ ಪಟ್ಟು ವೇಗದಲ್ಲಿ ಜೀವಿಪ್ರಭೇದಗಳ ಸಂಕುಲನಾಶ ಆಗುತ್ತಿದೆ.

'ಅಷ್ಟೇ ಅಲ್ಲ, ಈ ಜಗತ್ತಿನ ಒಟ್ಟಾರೆ ಸುಖ–ಸಂಕಷ್ಟಗಳಲ್ಲಿ ಎಲ್ಲರಿಗೂ ಸಮಪಾಲು ಇರಬೇಕೆಂದು ಪ್ಯಾರಿಸ್ ಒಪ್ಪಂದದಲ್ಲಿ ಪದೇ ಪದೇ ಹೇಳಲಾಗಿದೆ. ಸಮಪಾಲು ಇದ್ದಾಗ ಮಾತ್ರ ಸಂಕಟ ನಿವಾರಣೆಯ ಕೆಲಸ ಫಲಪ್ರದವಾಗುತ್ತದೆ. ಅದು ಸಾಧ್ಯವಾಗಬೇಕು ಎಂದಾದರೆ ಧನಿಕ ರಾಷ್ಟ್ರಗಳು ಇನ್ನು 6ರಿಂದ 12 ವರ್ಷಗಳಲ್ಲಿ ಫಾಸಿಲ್ ಇಂಧನಗಳ ಬಳಕೆಯನ್ನು ಪೂರ್ತಿ ನಿಲ್ಲಿಸಬೇಕು. ಏಕೆಂದರೆ ನಾವು ಈಗಾಗಲೇ ಅನುಭೋಗಿಸುತ್ತಿರುವ ಮೂಲ ಸೌಕರ್ಯಗಳನ್ನು – ಅಂದರೆ ರಸ್ತೆ, ಶಾಲೆ, ಆಸ್ಪತ್ರೆ, ಕುಡಿಯುವ ಶುದ್ಧನೀರು, ವಿದ್ಯುತ್ ಶಕ್ತಿ ಇತ್ಯಾದಿಗಳನ್ನು ಬಡ ರಾಷ್ಟ್ರಗಳು ಈಗಿನ್ನೂ ಪಡೆಯಬೇಕಾಗಿದೆ. ಎಲ್ಲ ಸೌಕರ್ಯಗಳನ್ನು ಪಡೆದಿರುವ ನಾವೇ ಭೂಮಿಯ ಇಂದಿನ ಸಂಕಟಗಳಿಗೆ ನಿಷ್ಕಾಳಜಿ ತೋರಿಸುತ್ತಿರುವಾಗ ಭಾರತ ಅಥವಾ ನೈಜೀರಿಯಾದಂಥ ರಾಷ್ಟ್ರಗಳು ಕಾಳಜಿ ತೋರಿಸುತ್ತಾವೆಂದು ನಾವು ನಿರೀಕ್ಷೆ ಮಾಡಲಾಗದು. ಪ್ಯಾರಿಸ್ ಒಪ್ಪಂದದಲ್ಲಿ ನಾವು ಕೊಟ್ಟ ಆಶ್ವಾಸನೆಗಳನ್ನು ನಾವೇ ಉಳಿಸಿಕೊಳ್ಳದಿದ್ದರೆ ಬೇರೆ ಬಡ ದೇಶಗಳ ಬಗ್ಗೆ ನಾವೇನು ಮಾತಾಡಲು ಸಾಧ್ಯ?

'ನಾವೇಕೆ ನಮ್ಮ ಮಾಲಿನ್ಯಗಳನ್ನು ಕಮ್ಮಿ ಮಾಡುತ್ತಿಲ್ಲ? ಯಾಕೆ ಅವು ಇನ್ನೂ ಹೆಚ್ಚುತ್ತಲೇ ಇವೆ? ಗೊತ್ತಿದ್ದೂ ಇದ್ದು ನಾವು ಜೀವಲೋಕದ ಸಾಮೂಹಿಕ ನಾಶಕ್ಕೆ ಕಾರಣವಾಗುತ್ತಿದ್ದೇವೆಯೆ? ನಾವೇನು ದುಷ್ಟಜಂತುಗಳೆ? ಖಂಡಿತ ಅಲ್ಲ. ಜನ ತಮ್ಮ ಪಾಡಿಗೆ ತಾವಿದ್ದಾರೆ ಏಕೆಂದರೆ ಅವರಿಗೆ ತಮ್ಮ ದಿನನಿತ್ಯದ ಬದುಕಿನ ವೈಖರಿಗಳು ಭವಿಷ್ಯದ ಮೇಲೆ ಎಂಥ ಪರಿಣಾಮ ಬೀರಲಿದೆ ಎಂಬುದು ಗೊತ್ತಿಲ್ಲ. ಬದುಕಿನ ರೀತಿನೀತಿಗಳನ್ನು ಶೀಘ್ರವಾಗಿ ಬದಲಿಸಿಕೊಳ್ಳಬೇಕಾಗುತ್ತದೆ ಎಂಬುದು ಅವರಿಗೆ ಗೊತ್ತೇ ಇಲ್ಲ.

'ನನಗಂತೂ ಗೊತ್ತಿದೆ –ಎಂದು ನಾವೆಲ್ಲ ಅಂದುಕೊಂಡಿದ್ದೇವೆ. ನನಗೆ ಗೊತ್ತಿದ್ದ ಮಾತ್ರಕ್ಕೇ ಎಲ್ಲರಿಗೂ ಗೊತ್ತಿದೆ ಅಂದುಕೊಂಡಿದ್ದೇವೆ. ಹೇಗೆ ಗೊತ್ತಿರಲು ಸಾಧ್ಯ? ಅಲ್ಲೊಂದು ಇಲ್ಲೊಂದು ನಗರಗಳಲ್ಲಿ ನೆರೆ ಹಾವಳಿ ಬರುತ್ತಿದೆ ಅಷ್ಟೆ. ಹತ್ತಾರು ಸಾವಿರ ಶವಗಳನ್ನು ನಾವು ನೋಡುತ್ತಿಲ್ಲ. ದೇಶದ ತುಂಬೆಲ್ಲ ಕುಸಿದ ಕಟ್ಟಡಗಳ ರಾಶಿಯನ್ನೇನೂ ನೋಡುತ್ತಿಲ್ಲ. ಅಂಥ ಸಂದರ್ಭ ಬಂದಿದ್ದರೆ, ಹೌದು ನಮ್ಮ ಕೆಲಸಗಳಿಗೆ ಅಷ್ಟಿಷ್ಟು ನಿರ್ಬಂಧ ವಿಧಿಸುತ್ತಿದ್ದರೇನೋ. ಆದರೆ ಸದ್ಯಕ್ಕೆ

ಹಾಗೇನೂ ಆಗುತ್ತಿಲ್ಲವಲ್ಲ? ತುರ್ತುಸಭೆಗಳು ಆಗುತ್ತಿಲ್ಲ. ದೊಡ್ಡದಾಗಿ ಚೀರುವ ಶಿರೋನಾಮೆಗಳು ಕಾಣುತ್ತಿಲ್ಲ. ಬಿಸಿ ಪ್ರಳಯದ ಬಗ್ಗೆ ನಿಮಿಷ-ನಿಮಿಷಕ್ಕೆ ಬ್ರೆಕಿಂಗ್ ನ್ಯೂಸ್ ಬರ್ತಾ ಇಲ್ಲ. ಯಾರೂ ಮುಂಬರುವ ಅಪಾಯಗಳ ಬಗ್ಗೆ ಮಾತಾಡುತ್ತಿಲ್ಲ. ಸಂಕಷ್ಟದಲ್ಲಿ ಇದ್ದೇವೆಂಬಂತೆ ಯಾರೂ ವರ್ತಿಸುತ್ತಿಲ್ಲ. ಕ್ಲೈಮೇಟ್ ವಿಜ್ಞಾನಿಗಳು, ಪರಿಸರವಾದಿ ರಾಜಕಾರಣಿಗಳೂ ನಿತ್ಯದಂತೆ ವಿಮಾನದಲ್ಲಿ ಜಗತ್ತನ್ನು ಸುತ್ತುತ್ತ, ಹಾಲು-ಹೈನು, ಮೀನು-ಮಾಂಸ ತಿನ್ನುತ್ತ ಹಾಯಾಗಿದ್ದಾರೆ.

'ನೂರು ವರ್ಷ ಬದುಕುವುದು ನನ್ನ ಹಣೆಯಲ್ಲಿ ಬರೆದಿದ್ದರೆ 2103ರಲ್ಲೂ ನಾನು ಬದುಕಿರುತ್ತೇನೆ. ಭವಿಷ್ಯದ ಬಗ್ಗೆ ಚರ್ಚೆ ಮಾಡುವಾಗ ನಾವು ಯಾರೂ 2050ರ ಆಚೆನದನ್ನು ಯೋಚಿಸುವುದೇ ಇಲ್ಲ. ಆ ವೇಳೆಗೆ ನನಗಿನ್ನೂ ಅರ್ಧ ಆಯಸ್ಸೂ ಕಳೆದಿರುವುದಿಲ್ಲ. ಮುಂದೇನಾದೀತು? 2078ರಲ್ಲಿ ನಾನು ನನ್ನ 75ನೇ ಜನ್ಮದಿನವನ್ನು ಆಚರಿಸುತ್ತೇನೆ. ನನಗೆ ಮಕ್ಕಳು, ಮೊಮ್ಮಕ್ಕಳು ಆಗಿದ್ದರೆ ಅವರೆಲ್ಲ ಸೇರಿ ಆದಿನ ಹಬ್ಬ ಆಚರಿಸಬಹುದು. '2018ನೇ ಇಸವಿ ಹೇಗಿತ್ತಜ್ಜೀ?' ಎಂದು ಅವರು ನನ್ನ ಬಗ್ಗೆ, ನಿಮ್ಮೆಲ್ಲರ ಬಗ್ಗೆ ಕೇಳಬಹುದು. 'ಏನಾದರೂ ಮಾಡಬಹುದಿತ್ತಲ್ಲ, ಮಾಡಲು ಸಮಯ ಇತ್ತಲ್ಲ? ಯಾಕೆ ಏನೂ ಮಾಡಿಲ್ಲ?' ಎಂದು ನನ್ನನ್ನು ಕೇಳಬಹುದು.

'ಇವೊತ್ತು ನಾವು ಏನು ಮಾಡುತ್ತೇವೆ, ಏನು ಮಾಡುತ್ತಿಲ್ಲ ಅನ್ನೋದು ನನ್ನ ಇಡೀ ಬದುಕನ್ನು ನಿರ್ಧರಿಸುತ್ತದೆ. ನನ್ನದೊಂದೇ ಅಲ್ಲ, ನನ್ನ ಮಕ್ಕಳ, ಮೊಮ್ಮಕ್ಕಳ ಬದುಕನ್ನು ನಿರ್ಧರಿಸುತ್ತದೆ. ಇಂದು ನಾವು ಏನು ಮಾಡಿದ್ದೇವೆ, ಮಾಡಿಲ್ಲ ಅನ್ನೋದನ್ನು ಸರಿಪಡಿಸಲು ಮುಂದಿನ ಪೀಳಿಗೆಗೆ ಸಾಧ್ಯವಾಗುವುದಿಲ್ಲ.

'ಅದಕ್ಕೇ -ಏನಾದರೂ ಮಾಡಲೇಬೇಕೆಂದು ಈ ವರ್ಷದ ಆಗಸ್ಟ್‌ನಲ್ಲಿ ಶಾಲೆ ಆರಂಭವಾದಾಗಿನಿಂದಲೇ ನಾನು ಯೋಚಿಸುತ್ತಿದ್ದೆ. ಅದಕ್ಕೇ ಸ್ವೀಡಿಶ್ ಸಂಸತ್ತಿನ ಹೊರಗೆ ಹೋಗಿ ಧರಣಿ ಕೂತೆ. ಕ್ಲೈಮೇಟ್ ಕಾರಣದಿಂದಾಗಿ ನಾನು ಶಾಲಾ ಮುಷ್ಕರ ಆರಂಭಿಸಿದೆ. ಕೆಲವರು ಅದಕ್ಕೆ ಆಕ್ಷೇಪ ಎತ್ತಿದರು. ನಾನು ಶಾಲೆಗೆ ಹೋಗಬೇಕಿತ್ತು ಎಂದರು. ಚೆನ್ನಾಗಿ ಓದಿ, ಕ್ಲೈಮೇಟ್ ವಿಜ್ಞಾನಿಯಾಗಿ ಆಮೇಲೆ ಸಂಕಟ ನಿವಾರಣೆಗೆ ಉಪಾಯ ಹುಡುಕಬೇಕಿತ್ತು ಎಂತಲೂ ಸಲಹೆ ಮಾಡಿದರು. ಆದರೆ ಕ್ಲೈಮೇಟ್ ಸಂಕಟಕ್ಕೆ ಪರಿಹಾರವನ್ನು ಈಗಾಗಲೇ ವಿಜ್ಞಾನಿಗಳು ನಮಗೆ ನೀಡಿದ್ದಾರೆ. ನಮಗೆ ಬೇಕಿದ್ದ ಎಲ್ಲ ಅಂಕಿಅಂಶಗಳೂ ಸಂಕಷ್ಟದ ಪರಿಹಾರೋಪಾಯಗಳೂ ಗೊತ್ತಿವೆ ನಮಗೆ. ಅಂಥ ಅತ್ಯುತ್ತಮ ಶಾಲೆಗಳಲ್ಲಿ ಓದಿ ಶ್ರೇಷ್ಠ ವಿಜ್ಞಾನಿಗಳೆನಿಸಿದವರ ಮಾತುಗಳನ್ನು ಯಾರೂ ಪರಿಗಣಿಸುತ್ತಿಲ್ಲ; ಅವರ ಸಲಹೆಗಳಿಗೆ ಕಿವಿಗೊಡಬೇಕೆಂದು ಸಮಾಜಕ್ಕೂ ಅನ್ನಿಸುತ್ತಿಲ್ಲ, ರಾಜಕಾರಣಿಗಳಿಗೂ ಅನ್ನಿಸುತ್ತಿಲ್ಲ- ಅಂದಮೇಲೆ ನಾನೇಕೆ ಓದಬೇಕು?

'ಕೆಲವರು ಹೇಳುತ್ತಾರೆ, ಸ್ವೀಡನ್ ತುಂಬಾ ಚಿಕ್ಕ ದೇಶ. ನಾವು ಏನೇ ಮಾಡಲಿ,

ಬಿಡಲಿ ಅದರಿಂದ ಏನೂ ಆಗುವುದಿಲ್ಲ ಎನ್ನುತ್ತಿದ್ದಾರೆ. ಅದು ಹಾಗಲ್ಲ; ಬದಲಾವಣೆ ಸಾಧ್ಯವಿದೆ. ಕೆಲವು ಶಾಲಾ ಮಕ್ಕಳು ಕೆಲವು ವಾರಗಳ ಮಟ್ಟಿಗೆ ವಿವಿಧ ದೇಶಗಳಲ್ಲಿ ಶಾಲಾ ಮುಷ್ಕರ ಹೂಡುತ್ತಿದ್ದಾರೆ ಎಂಬದೇ ಇಂದು ದೊಡ್ಡ ಹೆಡ್‌ಲೈನ್ ಸುದ್ದಿ ಆಗುತ್ತಿದೆ ಅಂದರೆ, ನೀವು ನಾವು ಎಲ್ಲರೂ ಒಂದಾದರೆ ಏನೆಲ್ಲ ಪರಿಣಾಮ ಆದೀತೆಂದು ಊಹಿಸಿಕೊಳ್ಳಿ! (ಚಪ್ಪಾಳೆ)

'ನಾವೀಗ ನನ್ನ ಭಾಷಣದ ಕೊನೆಯ ಹಂತದಲ್ಲಿದ್ದೇವೆ. ಈ ಹಂತದಲ್ಲೇ ಎಲ್ಲ ಭಾಷಣಕಾರರೂ ಸೌರಶಕ್ತಿ, ಗಾಳಿಶಕ್ತಿ, ಸುತ್ತುವೃತ್ತದ ಆರ್ಥಿಕತೆ, ಆಶಾಕಿರಣ ಇತ್ಯಾದಿಗಳ ಬಗ್ಗೆ ಮಾತಾಡತೊಡಗುತ್ತಾರೆ. ನಾನಂತೂ ಹಾಗೆ ಮಾಡುವುದಿಲ್ಲ. ಕಳೆದ 30 ವರ್ಷಗಳಿಂದ ಇಂಥ ಮಾತುಗಳನ್ನು ಕೇಳುತ್ತಲೇ ಬಂದಿದ್ದೇವೆ. ಆದರೆ ಕ್ಷಮಿಸಿ, ಅದರಿಂದೇನೂ ಆಗುವುದಿಲ್ಲ. ಆಗುವುದಾಗಿದ್ದರೆ ಇಷ್ಟರಲ್ಲೇ ಉತ್ಸರ್ಗ‍ನೆಗಳು (ಎಮಿಶನ್ಸ್) ಕಡಿಮೆ ಆಗಬೇಕಿತ್ತು. ಆಗಿಲ್ಲ. ಆದರೆ ಹೌದು, ನಾವು ಆಶಾವಾದಿಗಳಾಗಬೇಕು. ಆಗಿಯೇ ಇರೋಣ. ಆದರೆ ಕೇವಲ ಆಶಾವಾದಿಗಳಾಗಿದ್ದರೆ ಸಾಲದು, ಒಂದಿಷ್ಟು ಕೆಲಸ ಮಾಡಬೇಕು. ಒಮ್ಮೆ ಕೆಲಸ ಆರಂಭವಾದರೆ ಎಲ್ಲೆಲ್ಲೂ ಆಶಾಕಿರಣಗಳು ಕಾಣತೊಡಗುತ್ತವೆ. ಆದ್ದರಿಂದ–

'ಆಶಾಕಿರಣ ಎಲ್ಲಿ ಕಂಡೀತೆಂದು ಹುಡುಕುವುದಕ್ಕಿಂತ ಮುಂಚೆ ನಾವು ಮಾಡಲೇಬೇಕಾದ ಕೆಲಸ ಏನೇನಿದೆ ಅನ್ನುವುದನ್ನು ಹುಡುಕಲು ತೊಡಗಬೇಕು. ಆಗ, ಆಗಮಾತ್ರ ಆಶಾಕಿರಣ ಗೋಚರಿಸುತ್ತದೆ. ಇಂದು ನಾವು ಪ್ರತಿ ದಿನವೂ ಹತ್ತು ಕೋಟಿ ಬ್ಯಾರೆಲ್ ತೈಲವನ್ನು ಸುಡುತ್ತಿದ್ದೇವೆ. ಆ ಅಭ್ಯಾಸವನ್ನು ಕೈಬಿಡಬೇಕು ಎಂಬ ವಿಚಾರವಾಗಿ ಯಾವ ರಾಜಕೀಯ ನಾಯಕರೂ ಒಂದು ಹೆಜ್ಜೆ ಮುಂದಿಡುತ್ತಿಲ್ಲ. ಆ ಅಷ್ಟೂ ತೈಲವೆಲ್ಲ ಭೂಮಿಯೊಳಗೇ ಇರುವಂತೆ ಮಾಡಬೇಕು ಎಂಬ ಬಗ್ಗೆ ಯಾರೂ ಕಾನೂನುಗಳನ್ನು ರೂಪಿಸುತ್ತಿಲ್ಲ. ಅದರರ್ಥ ಏನೆಂದರೆ, ಈಗಿರುವ ಕಾಯಿದೆ, ಕಾನೂನುಗಳನ್ನೇ ನಂಬಿಕೊಂಡಿದ್ದರೆ ಜಗತ್ತನ್ನು ಬದಲಿಸಲು ಸಾಧ್ಯವೇ ಇಲ್ಲ. ಕಾನೂನುಗಳನ್ನೇ ಬದಲಿಸಬೇಕು. ಎಲ್ಲವನ್ನೂ ಬದಲಿಸಬೇಕು.

'ಅದು ಇಂದೇ ಆರಂಭವಾಗಬೇಕು.

'ಧನ್ಯವಾದ'

(ಚಪ್ಪಾಳೆ).

‘ಮನೆಗೆ ಬೆಂಕಿ ಬಿದ್ದಿದೆ...’

ಸ್ವಿಟ್ಸರ್ಲೆಂಡಿನ ದಾವೋಸ್ ಪಟ್ಟಣದಲ್ಲಿ ಪ್ರತಿ ವರ್ಷ ಜನವರಿಯಲ್ಲಿ ‘ವಿಶ್ವ ಆರ್ಥಿಕ ವೇದಿಕೆ’ಯ (World Economic Forum) ಸಭೆ ನಡೆಯುತ್ತದೆ. ಜಗತ್ತಿನ ಪ್ರಮುಖ ರಾಷ್ಟ್ರಗಳ ಪ್ರಧಾನಿ/ಅಧ್ಯಕ್ಷರು, ಬಹುರಾಷ್ಟ್ರೀಯ ಕಂಪನಿಗಳ ಪ್ರತಿನಿಧಿಗಳು, ಚಿಂತಕರು, ದಾರ್ಶನಿಕರು, ಮಾಧ್ಯಮದವರು ಮುಂತಾದ ಎರಡೂವರೆ ಸಾವಿರ ಪ್ರತಿಷ್ಠಿತರ ಸಮಾವೇಶ ಅದು. ಜಗತ್ತಿನ ಸ್ಥಿತಿಗತಿಯನ್ನು ಸುಧಾರಿಸಲು ವಾಣಿಜ್ಯ, ರಾಜಕೀಯ, ವಿಜ್ಞಾನ, ಅರ್ಥಶಾಸ್ತ್ರ ರಂಗದ ತಜ್ಞರು ಏನೇನು ಮಾಡಬೇಕು ಎಂಬುದರ ಚರ್ಚೆ ಅಲ್ಲಿ ನಡೆಯುತ್ತದೆ. ಈ 2019ರ ಸಮಾವೇಶದಲ್ಲಿ ತನ್ನ ಅಭಿಪ್ರಾಯವನ್ನು ಮಂಡಿಸಲೆಂದು ಗ್ರೇತಾಳನ್ನೂ ಅಲ್ಲಿಗೆ ಆಹ್ವಾನಿಸಲಾಗಿತ್ತು. ಅಲ್ಲಿಗೆ ಆಹ್ವಾನಿತರಾದ ಅನೇಕ ಗಣ್ಯರು ತಂತಮ್ಮ ಖಾಸಗಿ ವಿಮಾನಗಳಲ್ಲಿ ಬಂದಿಳಿಯುತ್ತಿದ್ದರೆ ಈ ಹುಡುಗಿ 32 ಗಂಟೆಗಳ ರೈಲು ಪ್ರಯಾಣ ಮಾಡಿ ಬರುತ್ತಾಳೆ. ಘೋರ ಚಳಿಯಲ್ಲೂ ತೀರ ಸಾಮಾನ್ಯ ಹೊಟೆಲ್ ಒಂದರಲ್ಲಿ ಇಳಿದುಕೊಳ್ಳುತ್ತಾಳೆ. ಜನವರಿ 22ರಂದು ಅವಳು ಮಂಡಿಸಿದ ಕಟುಮಾತುಗಳ ಚಿಕ್ಕ ಭಾಷಣ ಇಲ್ಲಿದೆ:

'ನಮ್ಮ ಮನೆಗೆ ಬೆಂಕಿ ಬಿದ್ದಿದೆ ಎಂದು ಹೇಳಲಿಕ್ಕೆ ನಾನಿಲ್ಲಿ ಬಂದಿದ್ದೇನೆ.

'ನಮ್ಮ ತಪ್ಪುಗಳನ್ನು ಸರಿಪಡಿಸಿಕೊಳ್ಳಲು ಇನ್ನು ಹೆಚ್ಚೆಂದರೆ 12 ವರ್ಷ ಮಾತ್ರ ಇವೆಯೆಂದು ಐಪಿಸಿಸಿ ತಜ್ಞರು ಹೇಳಿದ್ದಾರೆ. ಈ ಅವಧಿಯಲ್ಲಿ ನಮ್ಮ ಸಮಾಜದ ಎಲ್ಲ ಚಟುವಟಿಕೆಗಳಲ್ಲಿ, ಎಲ್ಲ ಕ್ಷೇತ್ರಗಳಲ್ಲಿ ಹಿಂದೆಂದೂ ಕಂಡಿರದಷ್ಟು ಬದಲಾವಣೆ ಆಗಿರಬೇಕು. ಪ್ಯಾರಿಸ್ ಒಪ್ಪಂದದ ಪ್ರಕಾರ ನಾವು ಹೊರಹಾಕುತ್ತಿರುವ ಕಾರ್ಬನ್ ಹೊಗೆಯಲ್ಲಿ ಶೇಕಡಾ 50ರಷ್ಟು ಕಡಿತ ಆಗಬೇಕು. ಉತ್ತರ ಧ್ರುವದ ಹಿಮಹಾಸುಗಳು ಕರಗಿ ಹೋಗದಂತೆ ನೋಡಿಕೊಳ್ಳಬೇಕು. ಭೂಮಿ ಮತ್ತೆಂದೂ ಹಿಂದಿರುಗಲಾರದಷ್ಟು ..

'ದಾವೋಸ್ ನಂಥ ಸಭೆಗಳಿಗೆ ಬರುವವರು ತಂತಮ್ಮ ಸಾಧನೆಗಳ, ಯಶಸ್ಸಿನ ಕಥನಗಳನ್ನು ಹೊತ್ತು ತರುತ್ತಾರೆ. ಆದರೆ ಅಂಥ ಎಲ್ಲ ಕಥನಗಳೂ ಪರಿಸರದ ಮೇಲೆ ಭಾರೀ ಸಂಕಷ್ಟವನ್ನು ಹೊರಿಸಿ ಬರುತ್ತವೆ. ನಾವು ಅದಕ್ಕೆ ತೆರಬೇಕಾದ ಬೆಲೆ ಊಹಿಸಲೂ ಸಾಧ್ಯವಿಲ್ಲದಷ್ಟು ಹೆಚ್ಚಿನದಾಗಿರುತ್ತದೆ. ಕ್ಲೈಮೇಟ್ ಬದಲಾವಣೆಯ ವಿಷಯ ಬಂದಾಗ ನಾವೆಲ್ಲರೂ ವಿಫಲರಾಗಿದ್ದೇವೆ. ಈಗಿನ ಎಲ್ಲ ರಾಜಕೀಯ ವ್ಯವಸ್ಥೆಗಳೂ ವಿಫಲವಾಗಿವೆ. ಮಾಧ್ಯಮಗಳು ಈ ಬಗ್ಗೆ ಜನಜಾಗೃತಿ ಉಂಟುಮಾಡಲು ವಿಫಲವಾಗಿವೆ.

'ಆದರೆ ಹೋಮೋ ಸೇಪಿಯನ್ಸ್ ಎಂಬ ಈ ಮಾನವ ಸಂಕುಲ ವಿಫಲವಾಗಿಲ್ಲ. ಇದುವರೆಗೆ ಆಗಿರುವ ತಪ್ಪನ್ನೆಲ್ಲ ಸರಿಪಡಿಸಲು ನಮ್ಮಿಂದ ಈಗಲೂ ಸಾಧ್ಯವಿದೆ. ಎಲ್ಲವೂ ನಮ್ಮ ಕೈಯಲ್ಲೇ ಇವೆ. ಇದಕ್ಕೂ ಮೊದಲು ನಮ್ಮಿಂದ ತಪ್ಪುಗಳಾಗಿವೆ ಎಂಬುದನ್ನು ನಾವು ಗುರುತಿಸಬೇಕು, ಆಗಿದ್ದನ್ನು ಒಪ್ಪಿಕೊಳ್ಳಬೇಕು. ಇಲ್ಲಾಂದರೆ ಪ್ರಾಯಶಃ ಮಾನವ ಕುಲ ಬದುಕುಳಿಯಲಾರದು.

'ಈಗ ನಮಗೆ ವಿನಯದಿಂದ ಮಾತಾಡುವಷ್ಟು ಸಮಯ ಉಳಿದಿಲ್ಲ. ಹೇಳಬೇಕಾದುದನ್ನು ಸ್ಪಷ್ಟವಾಗಿ ಹೇಳುವ ಸಮಯ ಬಂದಿದೆ. ಕ್ಲೈಮೇಟ್ ಸಂಕಟಕ್ಕೆ ಪರಿಹಾರ ಹುಡುಕುವುದು ಅತ್ಯಂತ ತುರ್ತಿನ, ಆದರೆ ಅತ್ಯಂತ ಕ್ಲಿಷ್ಟ ಸವಾಲಾಗಿದೆ. ಮನುಕುಲದ ಇದುವರೆಗಿನ ಅತಿ ದೊಡ್ಡ ಸವಾಲು ಇದು.

'ಈ ಸಮಸ್ಯೆಗೆ ಪರಿಹಾರ ಹುಡುಕುವುದು ತೀರ ಸುಲಭ. ಎಷ್ಟು ಸುಲಭ ಅಂದರೆ ಒಂದು ಮಗುವಿಗೂ ಅದು ಅರ್ಥವಾಗುತ್ತದೆ. ಉಷ್ಣವರ್ಧಕ ಅನಿಲಗಳು ವಾಯುಮಂಡಲಕ್ಕೆ ಸೇರದಂತೆ ತಡೆಗಟ್ಟಬೇಕು. ಇದು ಇದಮಿತ್ಥಮ್ ಎಂದು ಆಗಲೇಬೇಕು. ನೀವೇನೋ ಹೇಳುತ್ತೀರಿ, ಈ ಬದುಕಿನಲ್ಲಿ ಯಾವುದೂ ಕಪ್ಪು-ಬಿಳಿ ಅಂತ ಇಲ್ಲವೇ ಇಲ್ಲ, ತುಸು ಹೊಂದಾಣಿಕೆ ಮಾಡಿಕೊಳ್ಳಬೇಕು ಅಂತ. ಅದು ಪೂರ್ತಿ ಸುಳ್ಳು. ಅಪಾಯಕಾರಿ ಸುಳ್ಳು.

'ಭೂಮಿಯ ತಾಪಮಾನ 1.5 ಡಿಗ್ರಿಯಷ್ಟು ಏರದಂತೆ ತಡೆಯಬೇಕು.

ಅಥವಾ ಇಲ್ಲ. ಭೂಮಿ ಮತ್ತೆಂದೂ 'ಹಿಂದಿರುಗಿ ಬಾರದ ಸ್ಥಿತಿ'ಗೆ ಹೊರಳದಂತೆ ತಡೆಯಬೇಕು. ಅಥವಾ ಇಲ್ಲ. ನಾವೊಂದು ನಾಗರಿಕತೆಯಾಗಿ ಉಳಿಯಬೇಕು ಅಥವಾ ಇಲ್ಲ. ಕಪ್ಪು ಅಥವಾ ಬಿಳಿ. ಎರಡೇ ಸ್ಥಿತಿ.

'ಮಧ್ಯಂತರದ ಬೂದು ಸ್ಥಿತಿ ಇಲ್ಲ.

'ಮನುಕುಲದ ಅಳಿವು ಉಳಿವಿನ ಸ್ಥಿತಿ ಅದು. ನಮಗೆ ಈಗಲೂ ಆಯ್ಕೆ ಮಾಡಿಕೊಳ್ಳುವ ಅವಕಾಶ ಇದೆ. ಹಿಂದಿನಂತೆ ಈಗಲೂ ಮುಂದೆಯೂ ನಡೆದು–ಕೊಂಡು ಹೋಗುತ್ತದೆ ಎಂದು ಹೇಳಿಕೊಳ್ಳುತ್ತ ನಾವೆಲ್ಲ ವಿಫಲ ಆಗುತ್ತೇವೆ. ಅಥವಾ ಸಂರಕ್ಷಿಸುವ ತುರ್ತು ಕ್ರಮಗಳನ್ನು ಕೈಗೊಳ್ಳುತ್ತೇವೆ. ಅದು ಅಥವಾ ಇದು. ಸದ್ಯಕ್ಕಂತೂ ಇದು ನಮ್ಮ ನಿಮ್ಮ ಕೈಯಲ್ಲಿದೆ.

'ನಿಮ್ಮಲ್ಲಿನ ಕೆಲವರ ಪ್ರಕಾರ, ಬದಲಾವಣೆಗೆ ನಾವು ವಿಶೇಷ ಒತ್ತಡ ಹಾಕಬೇಕಾಗಿಲ್ಲ. ಬದಲಾವಣೆ ಬೇಕೆಂದು ಹೇಳಿ ಮತ ಹಾಕಿ, ನಮಗೆ ಬೇಕಿದ್ದ ರಾಜಕಾರಣಿಗಳಿಗೆ ಆ ಜವಾಬ್ದಾರಿಯನ್ನು ಹೊರಿಸಿದರೆ ಆಯಿತು. ಆದರೆ ಬದಲಾವಣೆಗೆ ಬೇಕಿದ್ದ ರಾಜಕೀಯ ಇಚ್ಛಾಶಕ್ತಿಯೇ ಇಲ್ಲದಿದ್ದಾಗ ನಾವೇನು ಮಾಡೋಣ? ಅದಕ್ಕೆ ಬೇಕಿದ್ದ ರಾಜಕೀಯ ಪ್ರಣಾಳಿಕೆಯೇ ಇಲ್ಲದಿದ್ದಾಗ ನಾವೇನು ಮಾಡೋಣ?

'ಎಲ್ಲ ಕಡೆಗಳಲ್ಲಿ ಆಗುವಂತೆ ಇಲ್ಲಿ ದಾವೋಸ್‌ನಲ್ಲಿ ಕೂಡ ಎಲ್ಲರೂ ಹಣದ ಬಗ್ಗೆಯೇ ಮಾತಾಡುತ್ತಾರೆ. ದುಡ್ಡು ಮತ್ತು ಅಭಿವೃದ್ಧಿ ಇವೆರಡೇ ಎಲ್ಲರ ತಲೆಯಲ್ಲೂ ಇದೆಯೆಂದು ಕಾಣುತ್ತದೆ. ಕ್ಲೈಮೇಟ್ ಸಂಕಟವನ್ನು ಇದುವರೆಗೆ ಯಾರೂ ಸಂಕಟ ಎಂದೇ ಭಾವಿಸಿಲ್ಲ. ಆದ್ದರಿಂದ ಈ ಸಂಕಟ ಒದಗಿಬಂದರೆ ಅದು ಜನರ ಬದುಕಿನ ಮೇಲೆ ಏನೇನು ಪರಿಣಾಮ ಮಾಡೀತೆಂಬ ಕಲ್ಪನೆಯೇ ಯಾರಿಗೂ ಇಲ್ಲ. ಕಾರ್ಬನ್ ಬಜೆಟ್ ಎಂದರೆ ಏನೆಂಬುದು ಜನರಿಗೆ ಗೊತ್ತಿಲ್ಲ. ನಮಗೆ ಉಳಿದಿರುವ ಕಾರ್ಬನ್ ಮೊತ್ತ ಎಷ್ಟು ಅತ್ಯಲ್ಪ ಎಂಬುದೂ ಗೊತ್ತಿಲ್ಲ. ಈ ಅಜ್ಞಾನವನ್ನು ನಾವು ಇಂದೇ ತೊಡೆದು ಹಾಕಬೇಕಿದೆ. ಕಾರ್ಬನ್ ಬಜೆಟ್ ಎಂಬುದು ನಮ್ಮ ಇಂದಿನ ಮತ್ತು ನಾಳಿನ ಅರ್ಥಶಾಸ್ತ್ರದ ಮೂಲಮಂತ್ರ ಆಗಬೇಕಿದೆ. ಇದರ ಕುರಿತು ವ್ಯಾಪಕ ಜನಜಾಗೃತಿ ಆಗಬೇಕಿದೆ.

'ಕ್ಲೈಮೇಟ್ ಸಂಕಟ ನಮ್ಮ ಮತ್ತು ಇಡೀ ಪೃಥ್ವಿಯ ಜೀವಮಂಡಲವನ್ನು ಅಪಾಯದ ಅಂಚಿಗೆ ತಂದೊಡ್ಡಿದೆ. ಅದರ ಬಗ್ಗೆ ಗೊತ್ತಿದ್ದವರು ಇಂದು ಧ್ವನಿ ಎತ್ತಬೇಕಿದೆ. ಹಾಗೆ ಧ್ವನಿ ಎತ್ತುವುದು ಅದೆಷ್ಟೇ ಕಷ್ಟದ್ದಾಗಿರಲಿ, ಅದೆಷ್ಟೇ ನಷ್ಟದ್ದಾಗಿರಲಿ ಧ್ವನಿ ಎತ್ತಲೇಬೇಕಿದೆ. ಅದಕ್ಕೆಂದು ನಮ್ಮ ಇಂದಿನ ಸಮಾಜದ ಎಲ್ಲ ಮೌಲ್ಯಗಳನ್ನೂ ಬದಲಿಸಬೇಕಿದೆ. ನಿಮ್ಮ ಕಾರ್ಬನ್ ಹೆಜ್ಜೆಗುರುತು ದೊಡ್ಡದಿದ್ದಷ್ಟೂ ನಿಮ್ಮ ನೈತಿಕ ಹೊಣೆಗಾರಿಕೆಯೂ ಅಷ್ಟೇ ದೊಡ್ಡದಾಗಿರುತ್ತದೆ. ನಿಮಗೆ ಲಭ್ಯವಿರುವ ವೇದಿಕೆ ದೊಡ್ಡದಿದ್ದಷ್ಟೂ ನಿಮ್ಮ ಜವಾಬ್ದಾರಿ ಹೆಚ್ಚಿಗೆ ಇರುತ್ತದೆ.

'ನಾಳಿನ ಬಗ್ಗೆ ಎಳೆಯರಲ್ಲಿ ಆಶಾ ಭಾವನೆಯನ್ನು ಮೂಡಿಸುತ್ತಿರಬೇಕೆಂದು ನೀವು ದೊಡ್ಡವರು ಆಗಾಗ ಹೇಳುತ್ತಿರುತ್ತೀರಿ. ನನಗೆ ನಿಮ್ಮ ಆಶಾ ಭಾವನೆಗಳು ಬೇಕಾಗಿಲ್ಲ. ನೀವೂ ಆಶಾವಾದಿಗಳಾಗಿರುವುದು ನನಗೆ ಬೇಕಿಲ್ಲ. ನಿಮ್ಮಲ್ಲಿ ದಿಗಿಲು ಹುಟ್ಟಬೇಕಾಗಿದೆ. ಭವಿಷ್ಯದ ಬಗ್ಗೆ ನಾನು ಪ್ರತಿದಿನವೂ ಅನುಭವಿಸುವ ಭಯ ನಿಮ್ಮನ್ನು ಕೂಡ ಭೀತರನ್ನಾಗಿ ಮಾಡಬೇಕಿದೆ. ನೀವು ಎದ್ದೇಳಬೇಕಿದೆ. ತೀವ್ರ ಸಂಕಟದ ಸಮಯ ಬಂದಾಗ ಏನೇನು ತುರ್ತುಕ್ರಮ ಕೈಗೊಳ್ಳಬೇಕೊ ಅವೆಲ್ಲವನ್ನೂ ನೀವು ಕೈಗೊಳ್ಳಬೇಕಿದೆ. ಮನೆಗೆ ಬೆಂಕಿ ಬಿದ್ದಾಗ ಏನೇನು ತುರ್ತು ಕ್ರಮ ಕೈಗೊಳ್ಳಬೇಕೊ ಅವನ್ನು ನೀವು ಕೈಗೊಳ್ಳಬೇಕಿದೆ.

'ಏಕೆಂದರೆ, ಮನೆಗೆ ಬೆಂಕಿ ಬಿದ್ದಿದೆ'.

●

ಸೌರನೌಕೆಯಲ್ಲಿ ಸಾಗರಯಾನ

ಜಗತ್ತಿನ ಮಹಾನ್ ಮುತ್ಸದ್ದಿಗಳ ಎದುರು ಭಾಷಣ ಮಾಡಲೆಂದು ಈ ಹುಡುಗಿಯನ್ನು ವಿಶ್ವಸಂಸ್ಥೆ ಕರೆಯಿತು. ಇವಳು ವಿಮಾನದಲ್ಲಿ ಹೋಗುವುದಿಲ್ಲ. ಹೊಗೆ ಉಗುಳುವ ಹಡಗಿನಲ್ಲೂ ಹೋಗುವುದಿಲ್ಲ. ಐದು ಸಾವಿರ ಕಿಲೊಮೀಟರ್ ದೂರ ಹೇಗೆ ಹೋಗುವುದು?

ಸೂರ್ಯ ಮತ್ತು ಗಾಳಿ ಇವಳ ನೆರವಿಗೆ ಬಂದ ಕತೆ ಇದು.

ಈ ಹುಡುಗಿ ಹೀಗೆ ಬಂದು ಸುದ್ದಿ ಮಾಡಿ ಹಾಗೆ ಹೋದವಳಲ್ಲ. ಜಗತ್ತಿನ ಅನೇಕ ದೇಶಗಳಲ್ಲಿ ಚಳವಳಿಗಳಿಗೆ ಮತ್ತೆ ಮತ್ತೆ ಪ್ರೇರಣೆ ಕೊಡುತ್ತಲೇ ಇದ್ದಾಳೆ. ಎಲ್ಲಕ್ಕಿಂತ ಮುಖ್ಯವಾಗಿ ಇಡೀ ಜಗತ್ತಿನ ಎಲ್ಲ ಟಿವಿ ಚಾನೆಲ್‌ಗಳಲ್ಲಿ ಮತ್ತೊಮ್ಮೆ ಕಾಣಿಸಿಕೊಂಡ ಘಟನೆ 2019ರ ಸೆಪ್ಟಂಬರ್ ತಿಂಗಳಲ್ಲಿ ನಡೆಯಿತು. ಮತ್ತೊಮ್ಮೆ ಹೇರಳ ಶಾಭಾಸ್‌ಗಳನ್ನೂ ತೀವ್ರ ಟೀಕೆಗಳನ್ನೂ ಹೊಮ್ಮಿಸಬಲ್ಲ ಘಟನೆ ಅದಾಗಿತ್ತು.

ಸರಿಯಾಗಿ ಒಂದು ವರ್ಷದ ಹಿಂದೆ ಅವಳ ಹೆಸರು ಅವಳದೇ ಶಾಲೆಯಲ್ಲೂ ಎಲ್ಲರಿಗೂ ಗೊತ್ತಿರಲಿಲ್ಲ. ಆ ಆಗಸ್ಟ್ 20ರಂದು ಅವಳು ಒಬ್ಬಂಟಿಯಾಗಿ, ಬಗಲಲ್ಲಿ ಫಲಕ ಹಿಡಿದು ಸ್ವೀಡಿಶ್ ಸಂಸತ್ ಭವನದ ಹೊರಗೋಡೆಗೆ ಒರಗಿ ಕೂತು ಧರಣಿ ಮುಷ್ಕರ ಆರಂಭಿಸಿದಳಲ್ಲ? ಈ ಒಂದು ವರ್ಷದಲ್ಲಿ ಅವಳು ಜಗತ್ತಿನ ಬಹಳಷ್ಟು ದೇಶಗಳಲ್ಲಿ ಮನೆಮಾತಾದಳು; ಹದಿನಾರು ಲಕ್ಷ ಎಳೆಯರು ಫಲಕ ಹಿಡಿದು ಬೀದಿಗೆ ಬರುವಂತೆ ಮಾಡಿದಳು. ನೊಬೆಲ್ ಶಾಂತಿ ಪಾರಿತೋಷಕಕ್ಕೆ ನಾಮಾಂಕಿತಗೊಂಡಳು. ಎಫ್‌ಆರ್‌ಎಸ್‌ಜಿಎಸ್ ಪದವಿಯನ್ನೂ ಗೌರವ ಡಾಕ್ಟರೇಟನ್ನೂ ಪಡೆದಳು. ಬೆಲ್ಜಿಯಮ್ ದೇಶದ ಪರಿಸರ ಸಚಿವೆಯ ರಾಜೀನಾಮೆಗೂ ಕಾರಣವಾದಳು. ಈ ರಾಕೆಟ್‌ಯಾನದಲ್ಲಿ ಗ್ರೇತಾಗೆ ಅಮೆರಿಕದಲ್ಲಿರುವ ವಿಶ್ವಸಂಸ್ಥೆಯ ಅಧಿವೇಶನದಲ್ಲಿ ಮಾತಾಡಲು ಆಹ್ವಾನವೂ ಬಂತು.

ಯುರೋಪಿನಿಂದ ಅಮೆರಿಕದ ನ್ಯೂಯಾರ್ಕ್ ನಗರಕ್ಕೆ 5 ಸಾವಿರ ಕಿಲೊಮೀಟರ್ ಪಯಣ ಮಾಡಬೇಕು. ವಿಮಾನದಲ್ಲಿ ಹೋದರೆ ಭಾರೀ ಪ್ರಮಾಣದಲ್ಲಿ ಫಾಸಿಲ್ ಇಂಧನವನ್ನು ಸುಡಬೇಕಾಗುತ್ತದೆ. ವಾಯುಮಂಡಲಕ್ಕೆ ಒಂದು ಸಾವಿರ ಕಿಲೊಗ್ರಾಮ್‌ನಷ್ಟು ಕಾರ್ಬನ್ ಡೈಆಕ್ಸೈಡ್ ಸೇರುತ್ತದೆ. ತಾನು ವಿಮಾನ ಏರುವುದಿಲ್ಲ ಎಂದು ಅವಳು ಕಳೆದ ವರ್ಷ ನಿರ್ಧರಿಸಿದ್ದಳು. ಅಪ್ಪ ಅಮ್ಮನಿಗೂ ಅದೇ ನಿರ್ಬಂಧನೆ ಹಾಕಿದ್ದಳು. ವಿಮಾನ ಏರಬೇಕಾಗಿ ಬರುತ್ತದೆಂದೇ ಅವಳು ಅದೆಷ್ಟೊ ದೇಶಗಳ ಭಾಷಣ ಕಾರ್ಯಕ್ರಮಗಳನ್ನು ನಿರಾಕರಿಸಿದ್ದಳು, ಪ್ರಶಸ್ತಿಯನ್ನೂ ನಿರಾಕರಿಸಿದ್ದಳು. ಈಗ ಅಮೆರಿಕಕ್ಕೆ ವಿಮಾನದ ಬದಲಿಗೆ ದೊಡ್ಡ ಹಡಗಿನಲ್ಲಿ ಹೋದರೂ ಸುಮಾರು ವಿಮಾನದಿಂದ ಹೊಮ್ಮಿದಷ್ಟೇ

ಇಂಗಾಲ ಹೊರಬೀಳುತ್ತದೆ. ಅದರ ಹೊರೆ ನಮ್ಮ ವಾತಾವರಣದ ಮೇಲೆ ಬೀಳುತ್ತದೆ. ಅಮೆರಿಕಕ್ಕೆ ಹೋಗಲೇಬೇಕು; ತನ್ನ ನಿಲುವನ್ನು ವಿಶ್ವಸಂಸ್ಥೆಯಲ್ಲಿ ಮಂಡಿಸಲೇಬೇಕು. ಹೇಗೆ ಹೋಗುವುದು?

ಉತ್ತರ ಅವಳಿಗೆ ಮೊದಲೇ ಗೊತ್ತಿತ್ತು. ಇತಿಹಾಸ ಓದಿದ ಎಲ್ಲರಿಗೂ ಅದು ಗೊತ್ತೇ ಇರುತ್ತದೆ. ಹಿಂದೆ 1492ರಲ್ಲಿ ಕೊಲಂಬಸ್ ಅಮೆರಿಕಕ್ಕೆ ಹೋಗುವಾಗ ಪೆಟ್ರೋಲ್, ಡೀಸೆಲ್ ಏನೂ ಇರಲಿಲ್ಲ; ಕಲ್ಲಿದ್ದಲು ಕೂಡ ಇರಲಿಲ್ಲ. ಇಂಡಿಯಾಕ್ಕೆ ಪೋರ್ಚುಗೀಸ್ ನಾವಿಕ ವಾಸ್ಕೊ ಡ ಗಾಮಾ ಮೂರನೆಯ ಬಾರಿ 1524ರಲ್ಲಿ ಬಂದಾಗಲೂ ಯಂತ್ರಚಾಲಿತ ನೌಕೆಗಳಿರಲಿಲ್ಲ. ಗಾಳಿಶಕ್ತಿಯಿಂದಲೇ ಹಡಗುಗಳು ಚಲಿಸುತ್ತಿದ್ದವು. ಮುನ್ನೂರು ವರ್ಷಗಳ ನಂತರ, 1824ರ ಹೊತ್ತಿಗೆ ಕಲ್ಲಿದ್ದಲ ಹೊಗೆ ಉಗುಳುವ ಉಗಿಯಂತ್ರ ಬಂತು. ಯಂತ್ರಶಕ್ತಿಯಿಂದ ಚಲಿಸುವ ಸ್ಟೀಮರ್ ಹಡಗುಗಳು ಬಂದವು. ಪೆಟ್ರೋಲ್ ಚಾಲಿತ ದೋಣಿ, ಹಡಗುಗಳು ಬಂದಿದ್ದೇ 1897ರಲ್ಲಿ, ಅಂದರೆ ಸುಮಾರು 130 ವರ್ಷಗಳ ಈಚೆಗೆ. ಈ ಯಂತ್ರಯುಗಕ್ಕೂ ಹಿಂದೆ ಕೇವಲ ಗಾಳಿಶಕ್ತಿಯಿಂದ ಹಾಗೂ ನಾವಿಕರ ಸ್ನಾಯುಬಲದಿಂದ ದೋಣಿ ಮತ್ತು ಹಡಗುಗಳು ಸಮುದ್ರದಲ್ಲಿ ಸಾಗುತ್ತಿದ್ದವು. ಹಡಗಿನ ಎತ್ತರದ ಕಂಬಗಳಿಗೆ ಪರದೆ (ಹಾಯಿ) ಕಟ್ಟಿದರೆ ಗಾಳಿ ಅದನ್ನು ಒತ್ತುತ್ತ ಹೋದಂತೆ ಇಡೀ ದೋಣಿ ಚಲಿಸುತ್ತದೆ. ಅದು ನಮಗೆ ಮರೆತೇ ಹೋಗಿದೆ.

ಈಗಲೂ ಹಾಗೇ ಮಾಡಬಾರದೇಕೆ? ಎಲ್ಲಿ ಹುಡುಕುವುದು ಅಂಥ ಹಾಯಿದೋಣಿಯನ್ನು?

ಆದರ್ಶ ಕೆಲಸಕ್ಕೆ ಹೊರಟಾಗ ಎಷ್ಟೊಂದು ಕಡೆಗಳಿಂದ ನೆರವು ಸಿಗುತ್ತದೆ. ಗಾಳಿಶಕ್ತಿಯಲ್ಲಿ ಓಡಬಲ್ಲ ದೋಣಿಯನ್ನು ನೀಡಲು ನಾ ಮುಂದು, ತಾ ಮುಂದು ಎಂದು ಅನೇಕರು ಸಹಾಯಕ್ಕೆ ಬಂದರು. 'ಮಲೀಝಿಯಾ–II' ಹೆಸರಿನ, 18 ಮೀಟರ್ ಉದ್ದದ ಸೌರಶಕ್ತಿಯ ರೇಸಿಂಗ್ ಬೋಟ್‌ನ (ಅಂಥ ನಾವೆಗಳಿಗೆ ಯಾತ್ yatch ಎನ್ನುತ್ತಾರೆ) ಮಾಲಿಕ ತನ್ನ ನೌಕೆಯನ್ನು ನೀಡಲು ಮುಂದೆ ಬಂದ. ಅದು ಪ್ರಯಾಣಿಕರನ್ನು ಕೊಂಡೊಯ್ಯಬಲ್ಲ ದೋಣಿಯೇನಲ್ಲ. ಭೂಮಂಡಲವನ್ನು ಸುತ್ತುವ ರೇಸಿಂಗ್ ಪಂದ್ಯಗಳಿಗೆಂದೇ ವಿಶೇಷವಾಗಿ ನಿರ್ಮಿತವಾದ ಅತ್ಯಾಧುನಿಕ ಯಾತ್. ಹಾಗಾಗಿ ಏನೂ ಆಡಂಬರವಿಲ್ಲದ, ಅಡುಗೆ, ಸ್ನಾನ, ಶೌಚಕ್ಕೆ ಕೂಡ ವ್ಯವಸ್ಥೆ ಇಲ್ಲದ ನೌಕೆ ಅದು. ಸಮುದ್ರಕ್ಕೆ ತೆರೆದಿರುವ, ತಳತೆರೆದ ಪೀಪಾಯಿಯ ಮೇಲೆ ಕೂತು ಶೌಚ ಮಾಡಬೇಕು. ಸೌರ ಫಲಕಗಳಿರುವ ಹಾಯಿ ಇದೆ. ಅಲ್ಲಿ ಉತ್ಪನ್ನವಾಗುವ ವಿದ್ಯುತ್‌ನಿಂದ ಹಗಲು ಹೊತ್ತಿನಲ್ಲಿ ಫ್ರಿಜ್ ಮತ್ತು ಇಲೆಕ್ಟ್ರಾನಿಕ್ ಉಪಕರಣಗಳ ಚಾರ್ಜಿಂಗ್ ಮಾಡಬಹುದು. ರಾತ್ರಿ ದೀಪಗಳನ್ನು ಬೆಳಗಿಸಬಹುದು. ಗಾಳಿಶಕ್ತಿಯಿಂದ ತೀರಾ ವೇಗವಾಗಿ ದೋಣಿ ಹೋಗುತ್ತಿದ್ದರೆ ಅದರ ತಳದಲ್ಲಿನ ಟರ್ಬೈನ್ ಜೋರಾಗಿ ತಿರುಗಿ ಅದೂ ವಿದ್ಯುತ್ ಉತ್ಪಾದನೆ ಮಾಡುತ್ತದೆ. ಹೀಗೆ ಗಾಳಿಶಕ್ತಿಯೇ ಜಲಶಕ್ತಿಯಾಗಿ ವಿದ್ಯುತ್ ಉತ್ಪಾದಿಸುವ ತಂತ್ರಜ್ಞಾನ ಅದರಲ್ಲಿದೆ.

ಹಾಗಾಗಿ ತುಸುವೂ ಕಾರ್ಬನ್ ಹೊರಹೊಮ್ಮುವುದಿಲ್ಲ. ಅಂಥ 'ಕಾರ್ಬನ್ ಸೂಸದ ಸಾಗರೋತ್ತರ ಪಯಣ'ವೂ ಜಾಗತಿಕ ಪರಿಸರ ರಕ್ಷಣೆಯ ಒಂದು ಮಹತ್ವದ ಸಂದೇಶವೇ ತಾನೆ?

ಇಂಗ್ಲೆಂಡಿನ ಪ್ಲೈಮೌತ್ ಬಂದರಿನಲ್ಲಿ ನಿಂತಿದ್ದ ಯಾತ್ ಮೇಲೆ ಸವಾರಿ ಮಾಡಲು ಗ್ರೇತಾ ತನ್ನ ಅಪ್ಪ ಸ್ವಾಂತಿ ಥನ್‌ಬರ್ಗ್ ಜೊತೆ ಬಂದಳು. ವಿಶಾಲ ಅಟ್ಲಾಂಟಿಕ್ ಮಹಾಸಾಗರವನ್ನು ಕೇವಲ ಗಾಳಿಶಕ್ತಿಯಿಂದ ಸುರಕ್ಷಿತಗಾಗಿ ದಾಟುವುದು ಎಂದರೆ ಅದು ಮಹಾ ಸಾಹಸದ ಕೆಲಸವೇ ಸರಿ. ಗಾಳಿ ತನ್ನ ದಿಕ್ಕು ಬದಲಿಸಿದ ಹಾಗೆ ಹಾಯಿಯನ್ನು ಆಗಾಗ ತಿರುಗಿಸಬೇಕು, ಅಥವಾ ಕೆಲವೊಮ್ಮೆ ಭಾರೀ ಬಿರುಗಾಳಿಯಲ್ಲಿ ದೋಣಿ ಹಿಮ್ಮೊಗ ಹೋಗದ ಹಾಗೆ, ಹಾಯಿಯನ್ನು ಪೂರ್ತಿ ಮಡಚಬೇಕು. ನಡುರಾತ್ರಿಯ ಸುಂಟರಗಾಳಿಗೆ ದೋಣಿ ಪಲ್ಟಿ ಹೊಡೆಯದ ಹಾಗೆ ಎಚ್ಚರದಿಂದ ನೋಡಿಕೊಳ್ಳಬೇಕು.

ಸಮುದ್ರದ ಮಧ್ಯೆಯ ಮಾರ್ಗವೆಂದರೆ ಕಾಲ್ಪನಿಕ ಮಾರ್ಗ. ಪಯಣದ ದಿಕ್ಕಿನಲ್ಲಿ ಒಂದು ಮೊಳ ಹೆಚ್ಚುಕಮ್ಮಿ ಆದರೂ ನ್ಯೂಯಾರ್ಕ್ ತಲುಪುವ ಬದಲು ಫ್ಲಾರಿಡಾಕ್ಕೊ ಅಥವಾ ಕೊಲಂಬಸ್ ಹೋದಂತೆ ವೆಸ್ಟ್ ಇಂಡೀಸ್ ದೇಶಕ್ಕೋ ದೋಣಿ ಹೋಗಿಬಿಡುವ ಸಂಭವ ಇರುತ್ತದೆ. ಹಾಗಾಗದಂತೆ ಕಂಪಾಸ್ ಮೇಲೆ ಗಂಟೆಗೊಮ್ಮೆಯಾದರೂ ಕಣ್ಣಿಡಬೇಕು. ಹಾಯಿಯ ಮೇಲಿನ ಸೌರಫಲಕ, ನೌಕೆಯ ತಳದಲ್ಲಿರುವ ಟರ್ಬೈನ್ ಹಾಗೂ ಅದಕ್ಕೆ ಜೋಡಿಸಿದ, ಬ್ಯಾಟರಿ ಎಲ್ಲವನ್ನು ಸದಾ-ಕಾಲ ಸುಸ್ಥಿತಿಯಲ್ಲಿ ಇಟ್ಟಿರಬೇಕು. ಸುಂಟರಗಾಳಿಯ ಜೊತೆ ಜಡಿಮಳೆ ಸುರಿದಾಗ ನೌಕೆಯ ಎಲ್ಲ ಉಪಕರಣಗಳು, ಸಾಮಾನು ಸರಂಜಾಮು ಹಾಳಾಗದಂತೆ ನೋಡಿಕೊಳ್ಳಬೇಕು. ಅದಕ್ಕೊಬ್ಬ ಅನುಭವಿ, ನಿಷ್ಣಾತ ಚಾಲಕ ಬೇಕು. ಬೋರಿಸ್ ಹರ್ಮನ್ ಎಂಬ ರೇಸಿಂಗ್ ವೀರ ಅದಕ್ಕೆ ಚಾಲಕನಾಗಿ ಬಂದ. ಅವನಿಗೊಬ್ಬ ಸಹಾಯಕ ಇದ್ದ. ಜೊತೆಗೆ ಒಬ್ಬ ವಿಡಿಯೊಗ್ರಾಫರ್ ಕೂಡ ಇದ್ದ.

ಭವಿಷ್ಯಕ್ಕಾಗಿ ಸರಿದಾರಿಯ ಸವಾರಿ

ಈ ಐದೂ ಮಂದಿ 2019ರ ಆಗಸ್ಟ್ 14ರಂದು ದೋಣಿ ಏರುವಾಗ ಮಾಧ್ಯಮಗಳ ದಂಡೇ ನೆರೆದಿತ್ತು. ಏಕೆಂದರೆ, ಗ್ರೇತಾ ಕೈಗೊಂಡ ಈ ಸಾಹಸ ಯಾತ್ರೆ ಜಗತ್ತಿನಾದ್ಯಂತ ಅವಳ ಅಭಿಮಾನಿಗಳಿಗೆ ಸಂಭ್ರಮವನ್ನೂ ಕೊಂಚ ಆತಂಕವನ್ನೂ ಉಂಟುಮಾಡಿತ್ತು. ಅವಳ ಯಾತ್ರೆ ಶುಭವಾಗಲೆಂದು ಹಾರೈಸಲು ವಿವಿಧ ದೇಶಗಳಲ್ಲಿ ಲಕ್ಷಾಂತರ ಜನರು ಕಾಯುತ್ತಿದ್ದರು. ಅವರಿಗೆಲ್ಲ ಕಾಣುವಂತೆ ಹಾಯಿಯ ಮೇಲೆ 'ಭವಿಷ್ಯಕ್ಕಾಗಿ ಶುಕ್ರವಾರ' (ಫ್ರೈಡೇಸ್ ಫಾರ್ ಫ್ಯೂಚರ್) ಎಂಬ ಪರಿಚಿತ ಘೋಷವಾಕ್ಯ ಇತ್ತು. (ಕಳೆದ ವರ್ಷ 2018ರ ಸೆಪ್ಟಂಬರ್ 1ರಂದು ಈ ಒಬ್ಬಂಟಿ ಹೆಣ್ಣುಮಗಳ ಧರಣಿ ಮುಷ್ಕರವನ್ನು ಬೆಂಬಲಿಸಿ, ಭೂಮಿಯ ಸುರಕ್ಷಿತ ಭವಿಷ್ಯಕ್ಕಾಗಿ ಇನ್ನು ಮೇಲೆ ಎಲ್ಲ ಶಾಲೆಗಳಲ್ಲೂ ಪ್ರತಿ ಶುಕ್ರವಾರ ಒಂದು ಅವಧಿಯ

ಮುಷ್ಕರ ಹೂಡೋಣವೆಂದು ನಿರ್ಧರಿಸಿದಾಗ ಹೊರಡಿಸಿದ ಆ ಘೋಷವಾಕ್ಯ ಜಗತ್ತಿನ ಬಹಳಷ್ಟು ದೇಶಗಳಲ್ಲಿ ಪರಿಚಿತ ಘೋಷಣೆಯಾಗಿತ್ತು.) ಅದೇ ಘೋಷಣೆ ಈಗ ಹಾಯಿದೋಣಿಗೂ ಬಂತು. ಜೊತೆಗೆ, ಅವಳು ತನ್ನ ಕೈಯಾರೆ ಕಳೆದ ವರ್ಷ ಬರೆದಿದ್ದ 'ಸ್ಕೂಲ್‌ಸ್ಟ್ರೈಕ್ ಫಾರ್ ಕ್ಲೈಮೇಟ್' ಹೆಸರಿನ ಫಲಕವನ್ನೂ ಗ್ರೇತಾ ಇಲ್ಲಿಗೆ ಹೊತ್ತು ತಂದಿದ್ದಳು. ಅವಳು ಹೋದಲ್ಲೆಲ್ಲ ಆ ಫಲಕವನ್ನೂ ಹೊತ್ತುಕೊಂಡೇ ಹೋಗುತ್ತಿರುತ್ತಾಳೆ– ತನ್ನ ಸ್ವಂತದ ಧ್ವಜವೆಂಬಂತೆ. ದೋಣಿಯ ಸೌರ ಹಾಯಿಗಳ ಮೇಲೆ 'ವಿಜ್ಞಾನವನ್ನು ಬೆಂಬಲಿಸೋಣ' ಎಂಬ ಇನ್ನೊಂದು ಪರಿಚಿತ ಘೋಷಣೆಯೂ ಸೇರಿಕೊಂಡಿತು. ಪೆಟ್ರೋಲ್ ಕಂಪನಿಗಳು, ಫಾಸಿಲ್ ಇಂಧನಗಳ ದಲ್ಲಾಳಿಗಳು ಹಾಗೂ ರಾಜಕಾರಣಿಗಳು ಏನೇ ಹೇಳಲಿ, ಭೂಮಿಯ ಸಂಕಷ್ಟಗಳ ಬಗ್ಗೆ ಹಾಗೂ ಪರಿಹಾರಗಳ ಬಗ್ಗೆ ವಿಜ್ಞಾನಿಗಳು ಹೇಳಿದ್ದನ್ನಷ್ಟೇ ನಾವು ನಂಬಬೇಕು, ವಿಜ್ಞಾನವನ್ನು ಬೆಂಬಲಿಸಬೇಕು ಎಂಬುದು ಪರಿಸರವಾದಿಗಳ ಧ್ಯೇಯವಷ್ಟೆ? ಫಾಸಿಲ್ ಇಂಧನಕ್ಕೆ ಬದಲು ಸುರಕ್ಷಿತ ಬದಲೀಶಕ್ತಿಯ, ವಿಜ್ಞಾನದ ಸಂಕೇತವಾಗಿ ಸೌರಫಲಕ ಅಲ್ಲಿ ಮಿಂಚುತ್ತಿತ್ತು.

ವಿವಿಧ ಖಂಡಗಳಲ್ಲಿ ಈ ಸಂಭ್ರಮದ ಯಾನದ ನೇರ ಪ್ರಸಾರವನ್ನು ನೋಡುತ್ತಿದ್ದ ಲಕ್ಷಾಂತರ ಅಭಿಮಾನಿಗಳ ಹಾರೈಕೆಯೊಂದಿಗೆ ಯಾತ್ ಮೇಲೆ ಯಾತ್‌-ರೆ ಹೊರಟಿತು. ಎಲ್ಲರತ್ತ ಕೈಬೀಸುತ್ತ ನೆಲದಿಂದ ದೂರವಾದ ನಂತರ ಗ್ರೇತಾ ಆ ನೌಕೆಯಲ್ಲಿ ತನ್ನನ್ನು ತಾನು ಸಂಬಾಳಿಸಿಕೊಳ್ಳುವ ತಾಲೀಮು ಆರಂಭಿಸಿದಳು. ಕ್ಷಣಕ್ಷಣಕ್ಕೂ ತೊನೆಯುವ ಪುಟ್ಟ ನಾವೆಯಲ್ಲಿ ನೇರ ನಿಲ್ಲುವುದೇ ಕಷ್ಟ. ತೆರೆಗಳು ಜೋರಾಗಿದ್ದರೆ ಒಂದೆರಡು ಗಂಟೆಗಳಲ್ಲಿ ವಾಕರಿಕೆ ಆರಂಭವಾಗುತ್ತದೆ. ತಲೆಸುತ್ತಿ ಬರುತ್ತದೆ. ಸಮುದ್ರಯಾನಕ್ಕೆ ಹೊಂದಿಕೊಳ್ಳಲು ಒಂದೆರಡು ದಿನಗಳೇ ಬೇಕಾಗುತ್ತವೆ. ಗ್ರೇತಾ ಒಂದೇ ದಿನದಲ್ಲಿ ನೌಕೆಯ ತೊನೆತಕ್ಕೆ ಹೊಂದಿಕೊಂಡಳು. ಸೌರಚಾಲಿತ ಬ್ಯಾಟರಿ ಹಾಗೂ ಉಪಗ್ರಹಗಳ ಸಂಪರ್ಕ ಸಾಧನಗಳ ಕಾರ್ಯವೈಖರಿಯನ್ನು ಕಲಿತಳು. ಸ್ಕೈಫೋನ್ ಮೂಲಕ ಜಗತ್ತಿನ ವಿದ್ಯಮಾನಗಳನ್ನು, ಸುದ್ದಿಗಳನ್ನು ನೋಡುವುದರಲ್ಲಿ, ತನ್ನ ಯಾನದ ವರದಿಗಳನ್ನು ಅಪ್‌ಲೋಡ್ ಮಾಡುವುದರಲ್ಲಿ ತೊಡಗಿಕೊಂಡಳು.

ತಾರೆಗಳ ತೋಟದಲಿ ನೆನಪುಗಳು ಹಾಯಿದೋಣಿ

'ಮಲೀಝಿಯಾ' ನೌಕೆಯ ಪ್ರಯಾಣವೇನೋ ಸಲೀಸಾಗಿತ್ತು. ಹಗಲೆಲ್ಲ ಹೆಚ್ಚಿನ ವೇಳೆ ಓದುವುದು, ಹವಾಮಾನದ ಮುನ್ಸೂಚನೆಗಳನ್ನು ನೋಡುವುದು ಆಗಾಗ ಕಂಡುಬರುವ ಡಾಲ್ಫಿನ್‌ಗಳೊಂದಿಗೆ ಆಟವಾಡುವುದು, ಸೆಲ್ಫಿ ತೆಗೆದು ಅಪ್‌ಲೋಡ್ ಮಾಡುವುದು, ಶಾರ್ಕ್ ಸುಳಿವು ಕಂಡರೆ ದೂರ ಸರಿದು ನಿಲ್ಲುವುದು, ರಾತ್ರಿಯಲ್ಲಿ ಅಂಗಾತ ಮಲಗಿ ಮಿನುಗುವ ನಕ್ಷತ್ರಗಳನ್ನೂ ಮಿನುಗದ ಗ್ರಹಗಳನ್ನೂ ಮೆಲ್ಲಗೆ ಸಾಗುವ ಕೃತಕ ಉಪಗ್ರಹಗಳನ್ನೂ ಬೀಸಿಬರುವ ಉಲ್ಕಾಬಾಣಗಳನ್ನೂ

ರೇಸಿನ ದೋಣಿಗೆ ಹೊಸ ಗುರಿ: 'ಕ್ಲೈಮೇಟ್ ಸಂಕಟವನ್ನು ನಿವಾರಿಸಲೇಬೇಕು'

ನೋಡುವುದು. ಮಿಲ್ಕಿವೇ ಗ್ಯಾಲಕ್ಸಿಯ ಮೆಲುಬೆಳಕಿನ ಪಟ್ಟಿಗುಂಟ ಕಣ್ಣು ಹಾಯಿಸಿ ನಕ್ಷತ್ರಗಳನ್ನು ಗುರುತಿಸಲು ಯತ್ನಿಸುವುದು; ಹಗಲಿನ ಉರಿಬಿಸಿಲಲ್ಲಿ ಸೌರಫಲಕಗಳನ್ನು ತಿರುಗಿಸುವುದು– ಅಂತೂ ನೋಡನೋಡುತ್ತ ದಿನಗಳು ಜಾರಿದವು. ಆಗಸ್ಟ್ 20 ಗ್ರೇತಾ ಪಾಲಿಗೆ ವಿಶೇಷ ದಿನ. ಕಳೆದ ವರ್ಷ ಇದೇ ದಿನವೇ ತಾನೆ ಅವಳು ಸ್ವಿಸ್ ಸಂಸತ್ ಭವನದ ಎದುರು ಒಬ್ಬಂಟಿಯಾಗಿ ಮುಷ್ಕರಕ್ಕೆ ಕೂತಿದ್ದು? ಅದು ಅವಳ ಬದುಕಿಗೆ ಹೊಸ ತಿರುವು ಕೊಟ್ಟ ದಿನ. ಹೊಸ ಜನ್ಮಕೊಟ್ಟ ದಿನ ಎಂತಲೇ ಹೇಳಬೇಕು.

ಹೊರಟ ಎಂಟು ದಿನಗಳ ನಂತರ ಆಗಸ್ಟ್ 23ರಂದು ಮತ್ತೆ ಶುಕ್ರವಾರ ಬಂತು. ಹೊಸ ಬಟ್ಟೆ ತೊಟ್ಟು ಗ್ರೇತಾ ಹಿಂದಿನಂತೆ 'ಫ್ರೈಡೇಸ್ ಫಾರ್ ಫ್ಯೂಚರ್' ಫಲಕವನ್ನು ಕೈಯಲ್ಲಿ ಹಿಡಿದು ಅಭಿಮಾನಿಗಳಿಗೆ ಶುಭ ಕೋರಿದಳು.

ಹನ್ನೆರಡನೆಯ ದಿನ ಅಟ್ಲಾಂಟಿಕ್ ಮಹಾಸಾಗರದಲ್ಲಿ ಬಿರುಗಾಳಿಗಳೆದ್ದವು. ಹವಾಮಾನದ ಏರುಪೇರಿನ ನಿರೀಕ್ಷೆ ಇತ್ತಾದರೂ ಇಷ್ಟೊಂದು ಭೀಕರವಾಗುತ್ತದೆಂಬ ಕಲ್ಪನೆ ಇರಲಿಲ್ಲ. ಹಾಯಿಯನ್ನು ಕೆಳಕ್ಕಿಳಿಸಿ ನೌಕೆಯನ್ನು ನಿಶ್ಚಲ ನಿಲ್ಲಿಸುವುದೂ ಸಾಹಸದ ಕೆಲಸವೇ ಆಗಿತ್ತು. ಇನ್ನೇನು ಮಗುಚಿಯೇ ಹೋಯಿತು ಎನ್ನುವಷ್ಟು ಎತ್ತರೆತ್ತರಕ್ಕೆ ಮಲೀಝಿಯಾ ನೌಕೆ ಏರಿಳಿಯುತ್ತಿತ್ತು. ಅಪ್ಪ ಸ್ವಾಂತಿ ಮತ್ತು ಇತರ ಮೂರೂ ದೊಡ್ಡವರು ಶತಾಯಗತಾಯ ನೌಕೆಯನ್ನು ನಿಯಂತ್ರಿಸಲು ಹೋರಾಡಬೇಕಾಯಿತು. ದಿಕ್ಕುತಪ್ಪಿ ಅಲೆಯೊಂದಿಗೆ ಅಲೆಯುತ್ತ ಹೊರಟ ನೌಕೆಯನ್ನು ಮತ್ತೆ ಸರಿದಾರಿಗೆ ತರಲು ಒಂದು ಹಗಲು, ಒಂದು ರಾತ್ರಿ ಹಿಡಿಯಿತು.

ನೆಲಮುಗಿಲಿನ ಸಂಗಮ

ಕೊನೆಗೂ ಸುರಕ್ಷಿತವಾಗಿ ಆಗಸ್ಟ್ 28ರಂದು (ಒಂದು ದಿನ ತಡವಾಗಿ) ಮಲೀಝಿಯಾ ನೌಕೆ ನ್ಯೂಯಾರ್ಕ್ ತಲುಪಿತು. ಅವಳ ಆಗಮನಕ್ಕೇ ಕಾಯುತ್ತಿದ್ದ ಕೆಲವರಂತೂ ಹದಿನೈದು ಕಿಲೊಮೀಟರ್ ದೂರದಿಂದಲೇ ನೌಕೆಯ ಬಳಿ ಸಾಗಿ, ಸಮೀಪದ ವಿಡಿಯೊ ಚಿತ್ರೀಕರಣ ಮಾಡತೊಡಗಿದರು.

ಅದೊಂದು ಅದ್ಭುತ ದೃಶ್ಯವಾಗಿತ್ತು. ಅವಳ ಸ್ವಾಗತಕ್ಕೆ ವಿಶ್ವಸಂಸ್ಥೆ 17 ದೋಣಿಗಳನ್ನು ಕಳಿಸಿತ್ತು. 'ಸುಸ್ಥಿರ ಅಭಿವೃದ್ಧಿ ಗುರಿ' ಎಂದು 17 ವಿಷಯಗಳನ್ನು ವಿಶ್ವಸಂಸ್ಥೆ ಜಗತ್ತಿಗೆ ಬೋಧಿಸಿದೆ. ಆ ಒಂದೊಂದು ವಿಷಯಕ್ಕೂ ಒಂದೊಂದು ಲಾಂಛನ, ಒಂದೊಂದು ಬಣ್ಣವನ್ನೂ ನಿಗದಿಪಡಿಸಿದೆ. ಇಲ್ಲಿಗೆ ಬಂದ 17 ದೋಣಿಗಳಿಗೆ ಅದೇ 17 ಬಣ್ಣಗಳಿದ್ದವು. ತೀರ ಅಪರೂಪದ ಸ್ವಾಗತ ಅದಾಗಿತ್ತು.

ಐದು ಗಂಟೆಗಳಲ್ಲಿ ಮುಗಿಯಬಹುದಾಗಿದ್ದ ಐಷಾರಾಮಿ ವಿಮಾನಯಾನದ ಬದಲು ಏನೆಲ್ಲ ಏರಿಳಿತಗಳ, ಅಪಾಯಗಳ ಏಕತಾನತೆಯ ಕಡಲಯಾತ್ರೆಯನ್ನು ಮುಗಿಸುವವೇಳೆಗೆ ಹುಡುಗಿ ಹೈರಾಣಾಗಿದ್ದಳು. ಗಟ್ಟಿ ನೆಲದ ಮೇಲೆ ಕಾಲೂರಲು ದೇಹ ಹಾತೊರೆಯುತ್ತಿತ್ತು.

ಆದರೆ ವಿರಾಮಕ್ಕೆ ಸಮಯವಿರಲಿಲ್ಲ. ಬಂದರಿನಲ್ಲಿ ಅವಳ ಸ್ವಾಗತಕ್ಕೆ ಜನವೋ ಜನ, ಹೆಚ್ಚಿನವರೆಲ್ಲ ಯುವಜನ. ನ್ಯೂಯಾರ್ಕ್ ನಗರದ ಶಾಲೆಗಳಲ್ಲಿ ಕಳೆದ ಒಂದು ವರ್ಷದಿಂದ ಶುಕ್ರವಾರದ ಮುಷ್ಕರಗಳನ್ನು ಸಂಘಟಿಸುತ್ತಿದ್ದ 17 ವರ್ಷದ ಹುಡುಗಿ ಸೈಲಿ ಬಸ್ತಿದಾ ತನ್ನ ಬೆಂಬಲಿಗರೊಂದಿಗೆ ಬಂದಿದ್ದಳು. ಕ್ಲೈಮೇಟ್

ಸುಸ್ಥಿರ ಅಭಿವೃದ್ಧಿಯ 17 ಸಂಕೇತಗಳನ್ನು ಹೊತ್ತ ವಿಶ್ವಸಂಸ್ಥೆಯ 17 ದೋಣಿಗಳು ಗ್ರೇತಾಳ ಸ್ವಾಗತಕ್ಕೆ

ಸಂಕಟದ ಬಗ್ಗೆ ಎಳೆಯರ ಜಾಗೃತಿಗೆಂದೇ 'ವಿಶ್ವಕ್ರಾಂತಿ' (ಅರ್ಥ್ ಅಪ್‌ರೈಸಿಂಗ್) ಹೆಸರಿನ ಸಂಘಟನೆಯನ್ನು ನಡೆಸುತ್ತಿರುವ 14 ವರ್ಷದ ಹುಡುಗಿ ಅಲೆಕ್ಸಾಂಡ್ರಿಯಾ ವಿಲ್ಲಾಸನೋರ್ ಕೂಡ ತನ್ನ ತಂಡದೊಂದಿಗೆ ಬಂದಿದ್ದಳು. ಅನೇಕ ದೇಶಗಳ ವಾರ್ತಾ ಪ್ರತಿನಿಧಿಗಳು ಗ್ರೇತಾಳನ್ನು ಸಂದರ್ಶಿಸಲೆಂದೇ ಅಮೆರಿಕಕ್ಕೆ ಬಂದಿದ್ದರು.

ನಿರಂತರ ತೊನೆತದಿಂದ ಕೊಂಚ ಸುಧಾರಿಸಿಕೊಂಡ ಗ್ರೇತಾ ಖುಷಿಯ ಮುಖವಾಡ ಹೊತ್ತು ಹೊಸ ನೆಲದ ಮೇಲೆ ಕಾಲಿಟ್ಟಳು. ನೂರಾರು ಕ್ಯಾಮರಾಗಳಿಗೆ ನಗುಮುಖ ಒಡ್ಡುತ್ತ, ಅಭಿಮಾನಿಗಳತ್ತ ಕೈಬೀಸುತ್ತ, ತನಗೆಂದೇ ಸಿದ್ಧವಾಗಿದ್ದ ವೇದಿಕೆಯನ್ನೇರಿ ಪುಟ್ಟದೊಂದು ಭಾಷಣ ಮಾಡಿದಳು. ಪತ್ರಕರ್ತರ ತರಾವರಿ ಪ್ರಶ್ನೆಗಳಿಗೆ ಚುರುಕಿನ ಉತ್ತರ ಕೊಟ್ಟಳು.

'ಅಮೆರಿಕಕ್ಕೆ ಬಂದಿದ್ದೀರಿ, ಇಲ್ಲಿನ ಅಧ್ಯಕ್ಷ ಟ್ರಂಪ್‌ಗೆ ನಿಮ್ಮ ಸಂದೇಶ ಏನು?' ಎಂದು ಯಾರೋ ಕೇಳಿದರು.

'ವಿಜ್ಞಾನಿಗಳ ಮಾತನ್ನು ಅವರು ಕೇಳಬೇಕು ಎಂಬುದೇ ನನ್ನ ಸಂದೇಶ. ವಾಸ್ತವ ಏನೆಂದರೆ, ಆ ಮನುಷ್ಯ ಅದೊಂದನ್ನು ಬಿಟ್ಟು ಬೇರೆ ಎಲ್ಲವನ್ನೂ ಮಾಡುತ್ತಿದ್ದಾರೆ' ಎಂದು ಮಾತಿನ ಬಾಣ ಬಿಟ್ಟಳು. ಪೂರ್ವನಿಗದಿತ ಕಾರ್ಯಕ್ರಮಕ್ಕೆ ಹೊರಟುಬಿಟ್ಟಳು.

ಅವಳ ನೌಕಾಯಾನಕ್ಕೆ ಎಲ್ಲೆಡೆಗಳಿಂದ ಶಾಭಾಸ್‌ಗಳ ಸುರಿಮಳೆ ಆಗುತ್ತಿದ್ದ ಹಾಗೇ ಹರಿತ ಟೀಕೆಗಳ ಕೋಲ್ಮಿಂಚುಗಳೂ ಕಾಣಿಸಿಕೊಂಡವು. 'ಇವಳದ್ದು ಬರೀ ಗಿಮ್ಮಿಕ್' ಎಂದು ಕೆಲವರು ಹೇಳಿದರು. 'ಇವಳು ಉಳಿಸಿದ ಇಂಧನಕ್ಕಿಂತ ಇವಳ ಕೆಲಸದ ಪ್ರಚಾರಕ್ಕೆ ಬಂದ ವಾರ್ತಾ ಪ್ರತಿನಿಧಿಗಳ ವಿಮಾನದ ಹೊಗೆಯೇ ಎಷ್ಟೋ ಪಟ್ಟು ಜಾಸ್ತಿ' ಎಂದು ಇನ್ನು ಕೆಲವರು ಟೀಕಿಸಿದರು. 'ಇನ್ನು ಈ ನೌಕೆಯನ್ನು ಮತ್ತೆ ಇಂಗ್ಲೆಂಡಿಗೆ ಒಯ್ಯಲು ಯಾರಾದರೂ ವಿಮಾನ ಏರಿ ಬರಬೇಕಲ್ಲ' ಎಂದು ಚಾಟಿಯೇಟು ಕೊಟ್ಟರು.

ಆ ಎಲ್ಲ ಟೀಕೆಗಳ ಮಧ್ಯೆ, ಇದೇ ಮಾದರಿಯ ಸೋಲಾರ್ ನೌಕೆಯ ಮೂಲಕ 24 ಸಾವಿರ ಕಿ.ಮೀ. ಸುತ್ತಿ ಬಂದ ಆಂಡ್ರೂ ರೆವ್ಕಿನ್ ಹೆಸರಿನ ಯುವಕನೊಬ್ಬ ನ್ಯೂಯಾರ್ಕ್ ಟೈಮ್ಸ್ ಪತ್ರಿಕೆಗೆ ಬರೆದ ಲೇಖನವೊಂದರ ಮಾತುಗಳು ಮನನೀಯವಾಗಿವೆ:

'ಲೇವಡಿ ಮಾಡಬೇಡಿ. ಅವಳ ಹಾಗೂ ಅವಳ ಬೆಂಬಲಿಗರ ಮಾತುಗಳಿಗೆ ಧ್ವನಿವರ್ಧಕಗಳು ಬೇಕಾಗಿವೆ. ಎಳೆ ಪೀಳಿಗೆಯ ಮಾತುಗಳನ್ನು ಕಡೆಗಣಿಸಬೇಡಿ. ನಾವು ಇಂದು ರೂಪಿಸುತ್ತಿರುವ ಕ್ಲೈಮೇಟಿನ ವಾರಸುದಾರರು ಅವರೆಲ್ಲ. ಅವರ ಆತಂಕ ಏನೆಂದು ನನಗೆ ಗೊತ್ತಿದೆ. ಸಾಗರ ಜೀವವಿಜ್ಞಾನಿಯಾಗಲೆಂದು ಅಷ್ಟೊಂದು ಕಾಲ ನೀರಿನಲ್ಲಿ ಸುತ್ತಾಡುತ್ತ ನಾನೀಗ ಪರಿಸರ ಪತ್ರಕರ್ತನಾಗಿ ಬದಲಾಗಿದ್ದೇನೆ. ನಾವೆಲ್ಲ ಬದಲಾಗಬೇಕಿದೆ, ಒಂದಾಗಬೇಕಿದೆ. ನಮ್ಮ ನಮ್ಮ ಬೆಚ್ಚಗಿನ ವಾಸ್ತವ್ಯಗಳಿಂದ

ಅಮೆರಿಕದ ಟ್ರಂಪ್ ಎಂಬ ಮಹಾನ್ ಹಡಗಿನ ಎದುರು ಪುಟ್ಟ ನೌಕೆಯಾಗಿ ದಿಟ್ಟೆ ಗ್ರೇತಾ: ವ್ಯಂಗ್ಯಚಿತ್ರ ಕೃಪೆ: ಗ್ರಯೀಮ್ ಕೇಯಸ್

ಹೊರಬಂದು ಸಂಕಷ್ಟದ ಸಮುದ್ರಕ್ಕೆ ಇಂದಲ್ಲ ನಾಳೆ ಇಳಿಯಲೇಬೇಕಾಗುತ್ತದೆ. ಈ ಇಡೀ ಭೂಮಿಯೇ ನಭೋಮಂಡಲದಲ್ಲಿ ಒಂದು ನಾವೆಯಿದ್ದಂತೆ. ನಾವೆಲ್ಲ ಒಂದೇ ನೌಕೆಯ ಪಯಣಿಗರು. ಸಹಪಯಣಿಗರ ಅಭಿಪ್ರಾಯಗಳಿಗೆ ಬೆಲೆ ಕೊಡುವುದನ್ನು ಕಲಿಯಬೇಕು. ಹಡಗಿನಲ್ಲಿ ಇದ್ದಷ್ಟೇ ಸೀಮಿತ ಸಂಪತ್ತನ್ನು ಎಲ್ಲರೂ ಹೊಂದಿಕೊಂಡು, ಹಂಚಿಕೊಂಡು ಅನುಭೋಗಿಸಬೇಕು. ಅವೆಲ್ಲಕ್ಕಿಂತ ಮುಖ್ಯವಾಗಿ, ಸಂಕಷ್ಟ ಬಂದಾಗ ಗಾಬರಿಬಿದ್ದು ಒಬ್ಬರಮೇಲೊಬ್ಬರು ದಾಳಿ ಮಾಡುವ ಬದಲು ಕಷ್ಟವನ್ನು ನಿಭಾಯಿಸಲು ಕೆಲಸ ಮಾಡಬೇಕು'.

ನೌಕೆಯಿಂದ ಗ್ರೇತಾ ಇಳಿದು ಬರುತ್ತಿದ್ದಂತೆಯೇ ಅಮೆರಿಕದ ಪರಿಸರ ಚಳವಳಿಗೆ ಹೊಸ ಚೈತನ್ಯ ಬಂದಂತಾಗಿತ್ತು. ಅವಳನ್ನು ತಮ್ಮ ಶಾಲೆ-ಕಾಲೇಜುಗಳಿಗೆ, ಸಂಸ್ಥೆಗಳಿಗೆ ಆಹ್ವಾನಿಸಲೆಂದು ಪೈಪೋಟಿಯೇ ನಡೆಯಿತು.

ಅಮೆರಿಕಕ್ಕೆ 'ಶಾಲಾ ಮುಷ್ಕರ' ಎಂಬ ವಿಚಾರವೇ ಹೊಸದು. ಫ್ಲಾರಿಡಾ ರಾಜ್ಯದಲ್ಲಿ ತಲೆತಿರುಕನೊಬ್ಬ ಹದಿನೇಳು ಮಕ್ಕಳನ್ನು ಗುಂಡಿಕ್ಕಿ ಕೊಂದಾಗ ಸರಕಾರದ ವಿರುದ್ಧ ಒಮ್ಮೆ ಮುಷ್ಕರ ಭುಗಿಲೆದ್ದಿತ್ತು. ಅದನ್ನು ಬಿಟ್ಟರೆ, ಕಾಲೇಜಿನ ಯುವಜನರು ಆಗಾಗ ಮುಷ್ಕರ ಹೂಡುತ್ತಾರೆ. ಭೂಮಿಯ ತಾಪಮಾನ ಏರಿಕೆಯ ವಿರುದ್ಧ ಅಲ್ಲಿನ ಕಾಲೇಜುಗಳಲ್ಲಿ 'ಸನ್‌ರೈಸ್ ಮೂವ್‌ಮೆಂಟ್' ಹೆಸರಿನ ಸರಣಿ ಧರಣಿ ನಡೆಯುತ್ತಿರುತ್ತದೆ.

ಆದರೆ ಹೈಸ್ಕೂಲ್ ಮಟ್ಟದಲ್ಲಿ ಪ್ರತಿಭಟನೆಗಳನ್ನು ಅವರು ಊಹಿಸಿಕೊಳ್ಳಲಾರರು.

ಅಲ್ಲಿನವರಿಗೆ ಶಾಲೆಗಳೆಂದರೆ ಮಕ್ಕಳನ್ನು ರೂಪಿಸುವ ತಾಣವೇ ಹೊರತೂ ಸಮಾಜವನ್ನು ತಿದ್ದುವ ಜಾಗ ಅದಲ್ಲ. ಮುಷ್ಕರ, ಬಂದ್ ಎಲ್ಲ ಏನಿದ್ದರೂ ಫ್ಯಾಕ್ಟರಿಗಳಲ್ಲಿ, ನಗರಗಳ ವಿಶಾಲ ಬೀದಿಗಳಲ್ಲಿ. ಆದರೆ ಈ ಹುಡುಗಿ ಈ ಪರಿಕಲ್ಪನೆಯನ್ನೇ ಉಲ್ಟಾ ಮಾಡಿದ್ದು, ಶಾಲೆಯ ಆವರಣವನ್ನೂ ಮುಷ್ಕರದ ಅಂಗಣವಾಗಿ ಪರಿವರ್ತಿಸಿದ್ದು, ಭವಿಷ್ಯವನ್ನು ಭವಿಷ್ಯದ ನಾಗರಿಕರೇ ತಿದ್ದುವಂತೆ ಪ್ರೇರೇಪಿಸುತ್ತಿದ್ದುದು, ಅಮೆರಿಕದಲ್ಲೂ ಈ ಹೊಸ ಪರಿಕಲ್ಪನೆಯನ್ನು ಜಾರಿಗೆ ತರಲೆಂಬಂತೆ ಬಂದಿದ್ದು ಹೊಸ ಉತ್ಸಾಹವನ್ನೇ ಚಿಮ್ಮಿಸಿತ್ತು. ಅವಳನ್ನು ಮುಂದಿಟ್ಟುಕೊಂಡು ಶಾಲಾಮಕ್ಕಳನ್ನು ಬೀದಿಗಿಳಿಸಲು ಎಲ್ಲೆಲ್ಲೂ ಸಿದ್ಧತೆಗಳು ನಡೆಯತೊಡಗಿದವು. ಸೆಪ್ಟಂಬರ್ 20ರಂದು ನ್ಯೂಯಾರ್ಕಿನಲ್ಲಿ ನಡೆದ ಬೀದಿಮೇಳದಲ್ಲಿ ಅಂದಾಜು ಎರಡು ಲಕ್ಷ ಯುವಜನರು ಪಾಲ್ಗೊಂಡರು.

ಪರಿಸರ ಕುರಿತು ತಿರಸ್ಕಾರದ ಧೋರಣೆಯುಳ್ಳ ಟ್ರಂಪ್ ಮಹಾಶಯನಿಗೆ ಮೊದಲ ಪ್ರಬಲ ಎದುರಾಳಿಯಾಗಿ ಈ ಹುಡುಗಿ ಅನೇಕರಿಗೆ ಗೋಚರಿಸಿದಳು. ವ್ಯಂಗ್ಯಚಿತ್ರಕಾರ ಗ್ರಯೀಮ್ ಕೇಯಸ್ ಈ ಕುರಿತು ಒಂದು ಚಿತ್ರವನ್ನೇ ಬರೆದ. ಟೈಟಾನಿಕ್ ದುರಂತದ ಮುಂಚಿನ ಕ್ಷಣವನ್ನು ನೆನಪಿಸುವ ಈ ಚಿತ್ರದಲ್ಲಿ ಟ್ರಂಪ್ ಎಂಬ ಅದ್ದೂರಿಯ ಹಡಗು ದಟ್ಟ ಹೊಗೆ ಕಾರುತ್ತ ಎಗ್ಗಿಲ್ಲದೆ ಸಾಗುತ್ತಿದೆ. ಅದರ ಎದುರಿಗೆ ಹಿಮಬಂಡೆಯಾಗಿ ಗ್ರೇತಾ ನಿಂತಿದ್ದಾಳೆ.

ಅದು ತುಂಬ ಗಟ್ಟಿ ಬಂಡೆ. ಅತ್ಯಂತ ಶಕ್ತಿಶಾಲಿ ಹಡಗೊಂದರ ತಳವನ್ನೇ ಸೀಳಿ ಮುಳುಗಿಸಬಲ್ಲ ಚೂಪು ಬಂಡೆ.

ಭೂಮಿಯನ್ನು ಈ ಪರಿಯ ಸಂಕಟಕ್ಕೆ ತರುವಲ್ಲಿ ನನ್ನದೂ ಪಾಲಿದೆ ಎಂಬ ಪಾಪಪ್ರಜ್ಞೆಯ ಲವಲೇಶವೂ ಅಂಟಿಕೊಂಡಿರದ ಪರಿಶುದ್ಧ ಬಂಡೆ.

'ನಿಮಗೆಷ್ಟು ಧೈರ್ಯ?'

ಈ ಒಂದು ವರ್ಷದಲ್ಲಿ, ನೂರಾರು ವೇದಿಕೆಗಳಲ್ಲಿ ಭಾಷಣ ಮಾಡಿದ ಗ್ರೇತಾ ಎಂದೂ ಭಾವಾವೇಶಕ್ಕೆ ಒಳಗಾಗಿರಲಿಲ್ಲ. ಅವಳದ್ದು ಯಾವತ್ತೂ ನಿರ್ಭಾವುಕ, ಆದರೆ ಆತ್ಮವಿಶ್ವಾಸದ ಮಾತುಗಳು.

ಹಾಗಿದ್ದರೂ 2019ರ ಸೆಪ್ಟಂಬರ್ 23ರಂದು ವಿಶ್ವಸಂಸ್ಥೆಯಲ್ಲಿ ಮಾತಾಡುವಾಗ ಮಾತ್ರ ಅವಳ ದೇಹಭಾಷೆ ಭೂಮಾತೆಯ ಅವತಾರದಂತಿತ್ತು. ಕೆಂಪು ಬಟ್ಟೆ ತೊಟ್ಟು, ಕಣ್ಣರಳಿಸಿ ಕೋಪದ ಕಿಡಿ ಸುರಿಸುತ್ತ ಗದ್ಗದ ಕಂಠದಿಂದ ಈ ಕಿಶೋರಿ ವಿಶ್ವನಾಯಕರನ್ನು ಉದ್ದೇಶಿಸಿ, ನಿಖರ ಅಂಕಿಅಂಶಗಳನ್ನು ಮುಂದಿಡುತ್ತ ಮತ್ತೆ ಮತ್ತೆ 'ನಿಮಗೆಷ್ಟು ಧೈರ್ಯ?' ಎಂದು ಕೇಳಿದ್ದು ಜಗತ್ತಿನ ಎಲ್ಲ ಮಾಧ್ಯಮಗಳಲ್ಲಿ ಪ್ರತಿಧ್ವನಿಸಿತು.

'ಇದ್ಯಾವುದೂ ನನಗೆ ಸರಿಕಾಣುತ್ತಿಲ್ಲ. ನಾನು ಇಲ್ಲಿಗೆ ಬರಲೇಬಾರದಾಗಿತ್ತು. ನಾನು ಈ ಮಹಾಸಾಗರದ ಆಚೆ ಮಗ್ಗುಲಲ್ಲಿ ಒಂದು ಶಾಲೆಯಲ್ಲಿ ಪಾಠ ಕೇಳುತ್ತ ಕೂತಿರಬೇಕಾಗಿತ್ತು. ನಮ್ಮ ಬಾಯಿಂದ ದೇಶಭಕ್ತಿಯ ಹಾಡು ಹಾಡಿಸುತ್ತೀರಿ. ಭೂಮಿಯ ಸದ್ಗುಣಗಳ ಬಗ್ಗೆ ಪಾಠ ಮಾಡುತ್ತೀರಿ. ಮಕ್ಕಳೇ ನಾಡಿನ, ನಾಳಿನ ಆಶಾಕಿರಣ ಎಂದೆಲ್ಲ ನಮ್ಮನ್ನು ಹಾಡಿ ಹೊಗಳುತ್ತೀರಿ. ಇಂಥ ಪೊಳ್ಳು ಮಾತುಗಳನ್ನು ಆಡುತ್ತಲೇ ನಮ್ಮ ಕನಸುಗಳನ್ನು ನಾಶ ಮಾಡುತ್ತಿದ್ದೀರಿ. ನಮ್ಮ ಬಾಲ್ಯವನ್ನು ನಮ್ಮಿಂದ ಕಿತ್ತುಕೊಳ್ಳುತ್ತಿದ್ದೀರಿ.

'ನಿಮಗೆಷ್ಟು ಧೈರ್ಯ?

'ಅಲ್ಲಿ ನೋಡಿದರೆ ಜನರಿಗೆ ಏನೆಲ್ಲ ಸಂಕಷ್ಟಗಳು ಬರುತ್ತಿವೆ. ಜನರು ಸಾಯುತ್ತಿದ್ದಾರೆ. ಇಡೀ ಜೀವಜಾಲವೇ ಧ್ವಂಸ ಆಗುತ್ತಿದೆ. ಜೀವಲೋಕದ ಯುಗಾಂತ್ಯ ಆಗುತ್ತಿದೆ. ಇಲ್ಲಿ ನೋಡಿದರೆ ನೀವು ಹಣ ಹಣ ಎಂದು ಮೇಲಾಟ ನಡೆಸುತ್ತಿದ್ದೀರಿ. ನಿರಂತರ ಅಭಿವೃದ್ಧಿಯ ಕಟ್ಟುಕತೆಗಳನ್ನು ಹೆಣೆಯುತ್ತಿದ್ದೀರಿ.

'ನಿಮಗೆಷ್ಟು ಧೈರ್ಯ?

'ಕಳೆದ ಮೂವತ್ತು ವರ್ಷಗಳಿಂದ ವಿಜ್ಞಾನ ಎಷ್ಟು ಸ್ಪಷ್ಟವಾಗಿ ನಮ್ಮನ್ನೆಲ್ಲ ಎಚ್ಚರಿಸುತ್ತಲೇ ಬಂದಿದೆ. ಅದನ್ನು ಕಡೆಗಣಿಸಿದ್ದೀರಿ. ಇಲ್ಲಿ ಬಂದು 'ನಾವು ಸಾಧ್ಯವಾದುದನ್ನೆಲ್ಲ ಮಾಡುತ್ತಿದ್ದೇವೆ' ಎನ್ನುತ್ತಿದ್ದೀರಿ. ಎಲ್ಲಿದೆ ನಿಮ್ಮ ರಾಜಕೀಯ ನಿರ್ಣಯಗಳು? ಎಲ್ಲಿವೆ ನೀವು ಕೈಗೊಂಡ ಪರಿಹಾರ ಕ್ರಮಗಳು? ಇಲ್ಲಿ ಬಂದು ಏನೆಲ್ಲ ಮಾತಾಡುತ್ತಿದ್ದೀರಿ. 'ಎಳೆಯರ ಮಾತುಗಳನ್ನು ಆಲಿಸುತ್ತಿದ್ದೇವೆ, ಭೂಮಿಗೆ ಬಂದ ತುರ್ತುಸ್ಥಿತಿ ನಮಗೆ ಅರ್ಥವಾಗಿದೆ' ಎಂದೆಲ್ಲ ಪೊಳ್ಳು ಮಾತಾಡುತ್ತಿದ್ದೀರಿ

'ನಿಮಗೆಷ್ಟು ಧೈರ್ಯ?

'ಇನ್ನು ಹತ್ತು ವರ್ಷಗಳಲ್ಲಿ ನಮ್ಮೆಲ್ಲ ಎಮಿಶನ್‌ಗಳನ್ನು ಅರ್ಧಕ್ಕರ್ಧ ತಗ್ಗಿಸುತ್ತೇವೆ ಎಂದು ಹೇಳಿದ್ದೀರಿ. ಹಾಗೊಮ್ಮೆ ನೀವು ಮಾಡಿದರೂ ಭೂಮಿಯ ತಾಪಮಾನ ಏರಿಕೆಯನ್ನು 1.5 ಡಿಗ್ರಿ ಸೆಲ್ಸಿಯಸ್‌ಷ್ಟಕ್ಕೆ ತಡೆಗಟ್ಟುವ ಸಾಧ್ಯತೆ ಕೇವಲ ಶೇಕಡಾ 50ರಷ್ಟಿರುತ್ತದೆ ಅಷ್ಟೆ. ಯಾರ ನಿಯಂತ್ರಣಕ್ಕೂ ಸಿಗದೆ ಭೂಮಿ ತಂತಾನೇ ಬಿಸಿಯಾಗುತ್ತ ಹೋಗುವ ಸಾಧ್ಯತೆಯೂ ಶೇಕಡಾ 50ರಷ್ಟಿರುತ್ತದೆ.

'ಅಷ್ಟಾದರೆ ಸಾಕು ಎಂದು ನೀವು ಅಂದುಕೊಳ್ಳಬಹುದು. ಆದರೆ

ನಮಗೆ ನೂರಕ್ಕೆ ನೂರು ಗ್ಯಾರಂಟಿ ಬೇಕು. ಶೇಕಡಾ 50ರಷ್ಟು ಸಾಧ್ಯತೆ ನಮಗೆ ಒಪ್ಪಿಗೆಯಿಲ್ಲ. ಹೊಸದಾಗಿ ಹೊಗೆ ಕಕ್ಕುವ ಪ್ರಮಾಣವನ್ನು ನೀವು ತಗ್ಗಿಸಿದರೂ ವಾತಾವರಣದಲ್ಲಿ ಈಗಿರುವ ಇಂಗಾಲದ ಪ್ರಮಾಣವೇನೂ ಕಡಿಮೆ ಆಗುವುದಿಲ್ಲ. ನೀವು ಕಕ್ಕಿದ ಕೊಳೆಯಲ್ಲಿ ನಾವು ಬದುಕಬೇಕೆ? ಅಲ್ಲಿನ ನೂರಾರು ಶತಕೋಟಿ ಟನ್‌ಗಳಷ್ಟು ಕೊಳೆಯನ್ನು ಹೀರಿ ತೆಗೆಯುವ ತಂತ್ರಜ್ಞಾನ ಎಲ್ಲೂ ಕಾಣುತ್ತಿಲ್ಲ. ಭೂಮಿ ಆಗಲೂ ಬಿಸಿ ಆಗುತ್ತಲೇ ಇರುತ್ತದೆ. ಬಡವರ, ದುರ್ಬಲರ ಸಂಕಷ್ಟ ಹೆಚ್ಚುತ್ತಲೇ ಇರುತ್ತದೆ.

‘ಐಪಿಸಿಸಿ ತಜ್ಞರು ಹೇಳುವ ಪ್ರಕಾರ, ಹೆಚ್ಚೆಂದರೆ 420 ಗಿಗಾಟನ್ ಇಂಗಾಲದ ಭಸ್ಮವನ್ನು ವಾತಾವರಣಕ್ಕೆ ಹರಿಬಿಡುವ ಅವಕಾಶ ನಮಗಿದೆ. ಅದು 2018ರ ಜನವರಿ ತಿಂಗಳಿನಲ್ಲಿ ನಮಗಿದ್ದ ಕೋಟಾ ಆಗಿತ್ತು. ಆದರೆ ಆಗಲೇ ಈ ಮಿತಿ 350 ಗಿಗಾಟನ್‌ಗೆ ಇಳಿದಿದೆ. ಈಗ ನೀವು ಫಾಸಿಲ್ ಇಂಧನಗಳನ್ನು ಉರಿಸುತ್ತಿರುವ ಪ್ರಮಾಣವನ್ನು ನೋಡಿದರೆ ಇನ್ನು ಎಂಟೂವರೆ ವರ್ಷಗಳಲ್ಲಿ ಅದೂ ಮುಗಿದು ಹೋಗುತ್ತದೆ. ಅದೇನೂ ತಲೆ ಹೋಗುವ ವಿಚಾರ ಅಲ್ಲವೆಂಬಂತೆ, ನಿತ್ಯದಂತೆ ಕಾರ್ಬನ್ ಉರಿಸುತ್ತ ಬರೀ ಬಾಯುಪಚಾರದ ಮಾತಾಡುತ್ತಿದ್ದೀರಿ.

‘ನಿಮಗೆಷ್ಟು ಧೈರ್ಯ?

‘ಈ ಅಂಕಿಸಂಖ್ಯೆಗಳು ನಿಮ್ಮನ್ನು ಕಂಗಾಲು ಮಾಡುತ್ತಿವೆ. ಬರಲಿರುವ ಕಂಟಕದ ಪರಿಹಾರಕ್ಕೆ ನಿಮ್ಮಲ್ಲಿ ಯಾವ ಉಪಾಯವೂ ಕಾಣುತ್ತಿಲ್ಲ. ಆದರೆ ಅದನ್ನು ಒಪ್ಪಿಕೊಳ್ಳಲು ನೀವು ಸಿದ್ಧರಿಲ್ಲ. ಪ್ರಾಂಜಲವಾಗಿ ಒಪ್ಪಿಕೊಳ್ಳುವಷ್ಟು ಪ್ರೌಢಿಮೆ ನಿಮಗೆ ಬಂದೇ ಇಲ್ಲ.

‘ನೀವು ನಮ್ಮನ್ನು ವಂಚಿಸುತ್ತಿದ್ದೀರಿ. ನಿಮ್ಮ ಕಪಟವನ್ನು ನಾವು ಎಳೆಯ ಪೀಳಿಗೆಯ ಮಂದಿ ಅರ್ಥಮಾಡಿಕೊಳ್ಳಲು ಆರಂಭಿಸಿದ್ದೇವೆ. ಮುಂದಿನ ಪೀಳಿಗೆಯ ಎಲ್ಲರ ದೃಷ್ಟಿಯೂ ನಿಮ್ಮ ಮೇಲಿದೆ. ನೀವು ನಮ್ಮನ್ನು ವಂಚಿಸಲು ಉದ್ಯುಕ್ತರಾದರೆ ನಾವು ನಿಮ್ಮನ್ನು ಎಂದೂ ಕ್ಷಮಿಸಲಾರೆವು. ನೀವು ನಮ್ಮಿಂದ ತಪ್ಪಿಸಿಕೊಂಡು ಹೋಗುವ ಹಾಗಿಲ್ಲ.

‘ಈ ತಾಣದಲ್ಲಿ, ಈ ಕ್ಷಣದಲ್ಲಿ ನಾವು ಗೆರೆ ಎಳೆಯುತಿದ್ದೇವೆ. ಜಗತ್ತು ಎದ್ದೇಳುತ್ತಿದೆ, ನಿಮಗೆ ಇಷ್ಟವಿರಲಿ, ಇಲ್ಲದಿರಲಿ, ಬದಲಾವಣೆ ನಿಮ್ಮತ್ತ ಬರುತ್ತಿದೆ. ಧನ್ಯವಾದ’.

●

'ಜೀವಕೋಟಿಯನ್ನು ಉಳಿಸಲು 12 ವರ್ಷಗಳಷ್ಟೇ ಉಳಿದಿವೆ'
ಗ್ರೇತಾಳಿಂದ ಪ್ರೇರಣೆ ಪಡೆದು ಜಗತ್ತಿಗೆಲ್ಲ ವಿಸ್ತರಿಸಿದ ಪರಿಸರ ಚಳವಳಿ

'ಗ್ರೇತಾ ಪರಿಣಾಮ' ಎಂದರೇನು?

'ನಾನು ವಿಮಾನ ಹತ್ತುವುದಿಲ್ಲ' ಎಂಬ ಇವಳ ನಿರ್ಧಾರ ಕೇಳಿ 'ನಾವೂ ಇನ್ನುಮೇಲೆ ವಿಮಾನ ಹತ್ತುವುದಿಲ್ಲ' ಎಂದು ಅನೇಕ ಹಿರಿಯರು ಶಪಥ ಮಾಡುತ್ತಾರೆ. ವಿಮಾನ ಬಿಟ್ಟು ರೈಲು ಪ್ರಯಾಣ ಮಾಡುವವರ ಸಂಖ್ಯೆ ಗ್ರೇತಾಳಿಂದಾಗಿ ಹೆಚ್ಚುತ್ತಿದೆ. ಹಾಯಿದೋಣಿಯ ಸಾಹಸಿಗರ ಸಂಖ್ಯೆ ಹೆಚ್ಚುತ್ತಿದೆ. ಕ್ಲೈಮೇಟ್ ಸಮಸ್ಯೆ ಕುರಿತ ಮಕ್ಕಳ ಸಾಹಿತ್ಯಕ್ಕೆ ಬೇಡಿಕೆ ಹೆಚ್ಚುತ್ತಿದೆ. ಪರಿಸರ ಸಂಘಟನೆಗಳಿಗೆ ಧನಸಹಾಯ ನೀಡುವವರ ಸಂಖ್ಯೆ ಹೆಚ್ಚುತ್ತಿದೆ. ಯುರೋಪ್‌ನಲ್ಲಿ ಹಸುರು ಪಂಥದ ರಾಜಕಾರಣಿಗಳ ಮತಗಳಿಕೆ ಹೆಚ್ಚುತ್ತಿದೆ. ಅಷ್ಟೇಕೆ, ಗ್ರೇತಾಳನ್ನು ಹಂಗಿಸಿದ ಸಚಿವೆಯೊಬ್ಬಳು ರಾಜೀನಾಮೆ ಕೊಟ್ಟಿದ್ದೂ ಆಗಿದೆ.

ಅದು ಭೂಮಾತೆಯ ಮಾತೇ ಇದ್ದೀತು.

'ನಾನು ಶಾಲೆಗೆ ಹೋಗುವುದಿಲ್ಲ' ಎಂದು ಹಠ ಹಿಡಿದು ಸ್ವೀಡನ್ನಿನ ಸಂಸತ್ ಭವನದ ಎದುರು ಗ್ರೇತಾ ಧರಣಿ ಕೂತಿದ್ದೇ ತಡ, ಎಷ್ಟೊಂದು ವಿದ್ಯಾರ್ಥಿಗಳು ಅವಳ ಜೊತೆಗೂಡಿ ಧರಣಿ ಕೂತರು. ಪತ್ರಿಕೆಗಳಲ್ಲಿ, ಟಿವಿ ಚಾನೆಲ್‌ಗಳಲ್ಲಿ ಈ ಹಠಮಾರಿ ಹುಡುಗಿಯ ಬಗ್ಗೆ ವರದಿಗಳು ಬರತೊಡಗಿದವು. ಸ್ವೀಡನ್ನಿನ ಅಕ್ಕಪಕ್ಕದ ದೇಶಗಳ ಎಷ್ಟೊಂದು ಸಂಘ ಸಂಸ್ಥೆಗಳು ಅವಳನ್ನು ಭಾಷಣಕ್ಕೆ ಕರೆಯ ತೊಡಗಿದರು. 2019ರ ಏಪ್ರಿಲ್ ತಿಂಗಳಿಡೀ ಅವಳು ಯುರೋಪ್ ಖಂಡದ ವಿವಿಧ ದೇಶಗಳಿಗೆ ಭೇಟಿ ಕೊಟ್ಟಳು. ಬ್ರಿಟಿಷ್ ಸಂಸತ್ತಿನಲ್ಲಿ ಅವಳು ಭಾಷಣ ಮಾಡಿದಳು. ಪ್ಯಾರಿಸ್‌ನಲ್ಲಿ ಅವಳನ್ನು ಮುಂದಿಟ್ಟುಕೊಂಡು ಸಾವಿರಾರು ಜನರು ಬೀದಿ ಪ್ರದರ್ಶನ ಮಾಡಿದರು. ಇಟಲಿಯ ರೋಮ್ ನಗರದಲ್ಲಿರುವ ವ್ಯಾಟಿಕನ್ ದೇಶಕ್ಕೆ ಅವಳನ್ನು ಕರೆಸಲಾಯಿತು. ಕ್ರಿಶ್ಚಿಯನ್ನರ ಜಾಗತಿಕ ಧರ್ಮಗುರು ಎನಿಸಿದ ಪೋಪ್ ಅವರೇ ಈ ಹುಡುಗಿಯ ಬೆನ್ನುತಟ್ಟಿದರು.

ಹೀಗೆ ಒಂದು ತಿಂಗಳಿನ ಯುರೋಪ್ ಪ್ರವಾಸವನ್ನು ಮುಗಿಸಿ ಸ್ಟಾಕ್‌ಹೋಮ್ ನಗರದ ತನ್ನ ಮನೆಗೆ ಹಿಂದಿರುಗಲೆಂದು ಒಂದು ಮುಂಜಾನೆ ಅವಳು ಲಂಡನ್‌ನಲ್ಲಿ ಟ್ರೇನ್ ಹತ್ತಿದಳು. ಅವಳ ಜೊತೆಜೊತೆಗೇ ಕೆಲವು ದಿನಗಳಿಂದ ಸುತ್ತಾಡುತ್ತಿದ್ದ 'ಟೈಮ್' ಪತ್ರಿಕೆಯ ವರದಿಗಾರ ಹೀಗೆ ಬರೆದಿದ್ದಾನೆ:

ಅದು ಎರಡು ದಿನಗಳ, 1930 ಕಿಲೊಮೀಟರ್ ದೂರದ ಸುದೀರ್ಘ ಪ್ರಯಾಣ. ಟ್ರೇನ್ ಹತ್ತಿದ ಕೂಡಲೆ ಗ್ರೇತಾ ಒಂದು ಫೋಟೊ ತೆಗೆದಳು. ಇನ್‌ಸ್ಟಾಗ್ರಾಮ್‌ಗೆ ಆ ಚಿತ್ರವನ್ನು ಅಪ್‌ಲೋಡ್ ಮಾಡಿದಳು. ಅವಳಿಗೆ 16 ಲಕ್ಷ ಅಭಿಮಾನಿಗಳ ದೊಡ್ಡ ಇನ್‌ಸ್ಟಾಗ್ರಾಮ್ ಬಳಗವಿದೆ. ಅಷ್ಟು ಕೆಲಸ ಮುಗಿಸಿ ಅಪ್ಪನ (ಅವನ ಹೆಸರು ಸ್ವಾಂತೆ ತುನ್‌ಬರಿ) ಪಕ್ಕದ ಸೀಟಿನಲ್ಲಿ ಕೂತು ಕಣ್ಣಿಗೆ ಕಪ್ಪು ಕವಚ ಹಾಕಿಕೊಂಡು ನಿದ್ದೆಗೆ ಜಾರಿದಳು.

ಐದು ನಿಮಿಷವೂ ಆಗಿರಲಿಲ್ಲ. ಯಾರೋ ಒಬ್ಬ ಪ್ರಯಾಣಿಕ ಅವಳ ಫೋಟೊ ತೆಗೆಯಲು ಬಂದ. 'ನಿದ್ದೆ ಮಾಡುತ್ತಿರುವ ನಿಮ್ಮ ಮಗಳ ಫೋಟೊ ತೆಗೆಯಲೆ? ನನ್ನ ಮಕ್ಕಳಿಗೆ ಇವಳೆಂದರೆ ತುಂಬ ಅಭಿಮಾನ' ಎನ್ನುತ್ತಾನೆ. 'ಈಗ ಬೇಡ, ಕೊಲೋನ್ ನಗರದಲ್ಲಿ ಅವಳು ನಿದ್ದೆಯಿಂದ ಎಚ್ಚರವಾದ ನಂತರ ಫೋಟೊ ತೆಗೆಯುವಿರಂತೆ' ಎಂದು ಮೆಲುಮಾತಿನಲ್ಲಿ ಅನುಮತಿ ನಿರಾಕರಿಸುತ್ತಾನೆ.

ಆ ಪುಟ್ಟ ಸಂಭಾಷಣೆಯಲ್ಲಿ ಟೈಮ್ ಪತ್ರಿಕೆಯ ವರದಿಗಾರನಿಗೆ ಹಳೇ ವೈಭವದ ದಿನಗಳು ನೆನಪಾಗುತ್ತವೆ. ಐವತ್ತು ವರ್ಷಗಳ ಹಿಂದೆ ಅತಿ ಗಣ್ಯ ವ್ಯಕ್ತಿಗಳೂ ಟ್ರೇನ್ ಮೂಲಕ ದೀರ್ಘ ಪಯಣ ಮಾಡುತ್ತಿದ್ದರು. ಅಂಥವರಿಗೆ ಎರಡು ನಗರಗಳ ಮಧ್ಯೆ ಸಲೀಸಾಗಿ ಸುಖನಿದ್ದೆ ಆಗುತ್ತಿತ್ತು. ಈಗ ಎಲ್ಲೆಲ್ಲೂ ವಿಮಾನಗಳ ಮೂಲಕವೇ

ಹಾರಿಹೋಗುತ್ತಾರೆ. ಕಣ್ಣು ಮುಚ್ಚಿ ಕಣ್ಣು ತೆರೆಯುವುದರೊಳಗೆ ಅವರು ಇಳಿಯಬೇಕಾಗಿ ಬರುತ್ತಿದೆ. ಆದರೆ ವಿಮಾನ ಪ್ರಯಾಣದಲ್ಲಿ ತೀರ ಜಾಸ್ತಿ ಕಾರ್ಬನ್ ಡೈಆಕ್ಸೈಡ್ (ಸಿಓ2) ಅನಿಲ ವಾತಾವರಣಕ್ಕೆ ಸೇರುತ್ತದೆ; ಅದ-ರಿಂದ ಭೂಮಿ ಜಾಸ್ತಿ ಪ್ರಮಾಣದಲ್ಲಿ ಬಿಸಿಯಾಗುತ್ತದೆ. ಜಗತ್ತಿನ ಒಟ್ಟೂ ಸಂಚಾರ ಸಾಧನಗಳಿಂದ ಹೊಮ್ಮುವ ಸಿಓ2 ಮಾಲಿನ್ಯದಲ್ಲಿ ವಿಮಾನಗಳ ಪಾಲು ಶೇ 12ರಷ್ಟಿದೆ. ಅದಕ್ಕೆ ಹೋಲಿಸಿದರೆ ರೈಲು ಸಾಕಷ್ಟು ಕಮ್ಮಿ ಸಿಓಟುವನ್ನು ವಾಯುಮಂಡಲಕ್ಕೆ ಸೇರಿಸುತ್ತದೆ. ಒಂದು ಲೆಕ್ಕಾಚಾರದ ಪ್ರಕಾರ, ಪ್ಯಾರಿಸ್‌ನಿಂದ 826 ಕಿ.ಮೀ. ದೂರದ ಬಾರ್ಸಿಲೋನಾಕ್ಕೆ (ಸ್ಪೇನ್ ದೇಶದ ರಾಜಧಾನಿ) ರೈಲಿನಲ್ಲಿ ಹೋದರೆ ತಲಾವ್ಯಕ್ತಿಯ ಲೆಕ್ಕದಲ್ಲಿ ಕೇವಲ 11 ಕಿಲೊಗ್ರಾಮ್ ಸಿಓಟು ಅನಿಲ ವಾಯುಮಂಡಲಕ್ಕೆ ಸೇರುತ್ತದೆ. ಅದೇ ವ್ಯಕ್ತಿ ವಿಮಾನದಲ್ಲಿ ಹೋದರೆ 238 ಕಿಲೊಗ್ರಾಮ್ ಇಂಗಾಲದ ಡೈಆಕ್ಸೈಡ್ ಹೊಗೆ ವಾತಾವರಣಕ್ಕೆ ಸೇರುತ್ತದೆ. ಅಂದರೆ ಸುಮಾರು 21 ಪಟ್ಟು ಹೆಚ್ಚು!

ರೈಲುಪಯಣದ ರೂಪದರ್ಶಿಯಾಗಿ ಗ್ರೇತಾ

ವಿಮಾನ ಹೋಗಲಿ, ಮಾನ ಉಳಿಯಲಿ

ಇದು ಗೊತ್ತಿದ್ದರಿಂದಲೇ ಗ್ರೇತಾ ತಾನೆಂದೂ ವಿಮಾನದಲ್ಲಿ ಪ್ರಯಾಣ ಮಾಡುವುದಿಲ್ಲ ಎಂದು ಪಣ ತೊಟ್ಟಿದ್ದಾಳೆ. ಅವಳ ಈ ನಿರ್ಧಾರಕ್ಕೆ ಎಲ್ಲರೂ ಮೆಚ್ಚುಗೆ ಸೂಸಿದ್ದಾರೆ. ಅಷ್ಟೇ ಅಲ್ಲ, ಅವಳ ಮಾರ್ಗದಲ್ಲೇ ಸಾಗುವವರ ಸಂಖ್ಯೆ ಕ್ರಮೇಣ ಹೆಚ್ಚತೊಡಗಿದೆ. ಗ್ರೇತಾಳ ಸಂದರ್ಶನ ಬಯಸುವವರು ಹಾಗೂ ಪ್ರಶಸ್ತಿ ನೀಡುವವರು ರೈಲನ್ನೇ ನೆಚ್ಚಿಕೊಳ್ಳಬೇಕಾಗಿದೆ. ಪ್ರಸಿದ್ಧ 'ಟೈಮ್' ಪತ್ರಿಕೆ ಇವಳ ಬಗ್ಗೆ ಮೇ ತಿಂಗಳಲ್ಲಿ ರಕ್ಷಾಪುಟ ಲೇಖನ ಪ್ರಕಟಿಸಲು ನಿರ್ಧರಿಸಿದಾಗ ವರದಿಗಾರ ಲಂಡನ್ನಿನಿಂದ (1909 ಕಿ.ಮೀ ದೂರ) ಬರುವುದಿತ್ತು. ಛಾಯಾಗ್ರಾಹಕಿ ಹೆಲೆನ್ ವಾನ್ ಮೀನಿ ಎಂಬಾಕೆ ನೆದರ್ಲೆಂಡ್ಸ್ ದೇಶದ ತನ್ನೂರು ಹೆಯಿಲೂದಿಂದಲೂ (1111ಕಿ.ಮೀ ದೂರ) ಬರುವುದಿತ್ತು. ಇಬ್ಬರೂ ಸ್ಟಾಕ್‌ಹೋಮ್‌ಗೆ ರೈಲಿನಲ್ಲೇ ಪ್ರಯಾಣ ಮಾಡಿ ಬರುತ್ತಾರೆ.

ಸ್ವೀಡಿಶ್ ರೇಲ್ವೆ ಅಧಿಕಾರಿಗಳ ಪ್ರಕಾರ, ಈಗೀಗ ರೇಲ್ವೆ ಪ್ರಯಾಣಿಕರ ಸಂಖ್ಯೆ

ಹೆಚ್ಚತೊಡಗಿದೆ. ಅದೇ ವೇಳೆಗೆ ವಿಮಾನದಲ್ಲಿ ಪ್ರಯಾಣ ಮಾಡುವವರ ಸಂಖ್ಯೆ ಕಡಿಮೆ ಆಗುತ್ತಿದೆ. ವಿಮಾನ ಪ್ರಯಾಣಕ್ಕೆ ಈಗೀಗ ಸ್ವೀಡಿಶ್ ಜನರು 'ಹಾರುವ ಲಜ್ಜೆ' ಎಂಬ ಹೆಸರನ್ನೂ ಕೊಟ್ಟಿದ್ದಾರೆ. ವಿಮಾನದಲ್ಲಿ ಹೋದರೆ ಮಾನ ಹೋದಂತೆ –ಎಂಬ ಭಾವನೆಯೂ ಬೆಳೆಯತೊಡಗಿದೆ.

ಯುರೋಪ್ ಮತ್ತು ಅಮೆರಿಕದಲ್ಲಿ ರೈಲಿನ ವ್ಯವಸ್ಥೆ ತುಂಬ ಚೆನ್ನಾಗಿದೆ. ತುಂಬ ಅಂದರೆ ತುಂಬ ಚೆನ್ನಾಗಿದೆ. ಡಬ್ಬಿಗಳು ತುಸುವೂ ಕುಲುಕಾಡುವುದಿಲ್ಲ. ಓದು, ಬರಹ ಮುಂತಾದ ಕೆಲಸಗಳನ್ನು ಕಚೇರಿಯಲ್ಲಿ ಅಥವಾ ಮನೆಯಲ್ಲಿ ಮಾಡಿದಷ್ಟೇ ಸುಲಭವಾಗಿ ಇಲ್ಲಿಯೂ ಮಾಡಬಹುದು. ಅಮೆರಿಕದಲ್ಲಂತೂ ಇಡೀ ವಿಶಾಲ ದೇಶದ ತುಂಬ ರೈಲು ಮಾರ್ಗ ಹಾಕಲಾಗಿತ್ತು. ಈಗಲ್ಲ, 1950ರ ಮೊದಲೇ ರೇಲ್ವೆ ವ್ಯವಸ್ಥೆ ಎಲ್ಲೆಡೆ ಇತ್ತು. ಆದರೆ ಕಾರುಗಳನ್ನು ತಯಾರಿಸುವ ಕಂಪನಿಗಳು ಪೈಪೋಟಿಯ ಮೇಲೆ ಜನರಿಗೆ ಕಾರಿನ ಹುಚ್ಚನ್ನು ಹಚ್ಚಿಬಿಟ್ಟರು. ರೈಲು ಖಾಲಿ ಓಡುತ್ತಿವೆ. ಈಗೀಗ ಸಮಯದ ಉಳಿತಾಯದ ಹೆಸರಿನಲ್ಲಿ ಬಹುಪಾಲು ಜನರು ವಿಮಾನಗಳಲ್ಲೇ ಸಂಚಾರ ಮಾಡುತ್ತಾರೆ. ಭೂಮಿ ಜಾಸ್ತಿ ವೇಗದಿಂದ ಬಿಸಿಯಾಗಲು ಕಾರಣವಾಗುತ್ತಿದ್ದಾರೆ. ಅದು ನಾಚಿಕೆಗೇಡು ಎಂಬ ಭಾವನೆ ಕ್ರಮೇಣ ಯುರೋಪ್‌ನ ಕೆಲವರಲ್ಲಾದರೂ ಮೂಡುತ್ತಿರುವುದಕ್ಕೆ 'ಗ್ರೇತಾ ಪರಿಣಾಮ' ಎನ್ನಲಾಗುತ್ತಿದೆ.

ಹಾಗೆಂದು, 'ನಾನು ವಿಮಾನ ಪ್ರಯಾಣ ಕೈಬಿಟ್ಟಿದ್ದೇನೆ, ನೀವೂ ಕಡಿಮೆ ಮಾಡಿ' ಎಂದು ಗ್ರೇತಾ ಯಾವತ್ತೂ ಕರೆ ಕೊಟ್ಟಿಲ್ಲ. ಅದು ಅವಳ ಜಾಯಮಾನವೇ ಅಲ್ಲ. ಜನರು ತನ್ನನ್ನು ಅನುಸರಿಸಬೇಕೆಂದು ಅವಳು ಎಂದೂ ಹೇಳಲಿಲ್ಲ. ಅನುಸರಿಸಿದವರಿಗೆ 'ಶಾಭಾಸ್' ಎಂತಲೂ ಹೇಳುವುದಿಲ್ಲ. ಆದರೂ ಜನ ತಾವಾಗಿ ವಿಮಾನದ ಬದಲು ರೈಲು ಹತ್ತುತ್ತಿರುವುದು ವಿಶೇಷ. ಈ ಬದಲಾವಣೆ ಕುರಿತು ಮತ್ತೆ ಮತ್ತೆ ಸಮೀಕ್ಷೆಗಳು ನಡೆಯತೊಡಗಿವೆ. ಕಳೆದ ಮೇ 2019ರ ಒಂದು ಸಮೀಕ್ಷೆಯ ಪ್ರಕಾರ, ಶೇಕಡಾ 20 ಪ್ರಯಾಣಿಕರು ತಾವಿನ್ನು ರೈಲಿನಲ್ಲೇ ಪ್ರಯಾಣ ಮಾಡುವುದಾಗಿ ಹೇಳಿದ್ದರು. ಈಗ (2019 ಅಕ್ಟೋಬರ್ 3ರ ಅಲ್‌ಜಝೀರಾ ವರದಿಯ ಪ್ರಕಾರ) ಶೇಕಡಾ 27 ಜನರು ರೈಲನ್ನೇ ತಮ್ಮ ಆದ್ಯತೆಯ ಸಂಚಾರ ಸಾಧನವೆಂದು ಹೇಳಿದ್ದಾರೆ.

ಇನ್ನು ಗ್ರೇತಾಳಿಂದಾಗಿ ಯುರೋಪಿನ ರಾಜಕೀಯ ರಂಗದಲ್ಲಂತೂ ಸಾಕಷ್ಟು ತುಮುಲಗಳು ಏಳುತ್ತಿವೆ. ಬೆಲ್ಜಿಯಮ್ ದೇಶದ ಪರಿಸರ ಸಚಿವೆ ಜೋಕಿ ಶೌಲೀಜ್ ಗ್ರೇತಾ ಹೆಸರಿಗೆ ಮಸಿ ಬಳಿಯಲು ಹೋಗಿ ರಾಜೀನಾಮೆ ಕೊಡಬೇಕಾಯಿತು. 'ಈ ಹುಡುಗಿಯನ್ನು ಯಾರು ಕುಣಿಸುತ್ತಿದ್ದಾರೆ ಎಂದು ನಮ್ಮ ಗುಪ್ತದಳದವರು ಪತ್ತೆ ಮಾಡಿದ್ದಾರೆ' ಎಂದು ಈಕೆ ಸಡಿಲವಾಗಿ ಹೇಳಿದ್ದೇ ತಡ, ಎಲ್ಲೆಲ್ಲೂ ಪ್ರತಿಭಟನೆಗಳು ಹೆಚ್ಚಿದವು. ಗುಪ್ತದಳದ ಮುಖ್ಯಸ್ಥ, 'ನಾವು ಅಂಥ ಸಂಗತಿಯನ್ನು ಸಚಿವೆಗೆ ಲಿಖಿತವಾಗಿಯೂ ಕೊಟ್ಟಿಲ್ಲ, ಮೌಖಿಕವಾಗಿಯೂ ಹೇಳಿಲ್ಲ' ಎಂದು ಹೇಳಿಕೆ ನೀಡಿಬಿಟ್ಟ. ಸಚಿವೆ ತಾನಾಗಿ ಹುದ್ದೆಯನ್ನು ತ್ಯಜಿಸಬೇಕಾಯಿತು.

ಆಸ್ಟ್ರಿಯಾ ದೇಶದ ರಾಜಕೀಯದ ಮೇಲೂ ‘ಗ್ರೇತಾ ಪರಿಣಾಮ’ ಕಂಡುಬಂದಿದೆ. ಅಲ್ಲಿ ‘ಗ್ರೀನ್ ಪಾರ್ಟಿ’ ಹೆಸರಿನ ರಾಜಕೀಯ ಪಕ್ಷ ಕಳೆದ 20 ವರ್ಷಗಳಿಂದ ಇದ್ದರೂ ಕ್ರಮೇಣ ಚುನಾವಣೆಯಲ್ಲಿ ಗೆಲ್ಲುವ ಪ್ರತಿನಿಧಿಗಳ ಸಂಖ್ಯೆ ಕಡಿಮೆ ಆಗುತ್ತ ಬಂದಿತ್ತು. ಸೆಪ್ಟಂಬರ್ 30ರಂದು ನಡೆದ ಚುನಾವಣೆಯಲ್ಲಿ ಆ ಪಕ್ಷಕ್ಕೆ ಮೂರು ಪಟ್ಟು ಹೆಚ್ಚು ಮತಗಳು ಬಂದವು. ಗ್ರೇತಾಗೆ ಬೆಂಬಲ ಸೂಚಿಸಲೆಂದು ದೇಶದಲ್ಲಿ ಪದೇ ಪದೇ ಪರಿಸರ ರ್‍ಯಾಲಿಗಳು ನಡೆದಿದ್ದೇ ಚುನಾವಣೆಯಲ್ಲಿ ಗ್ರೀನ್ ಪಕ್ಷದ ಜಯಭೇರಿಗೆ ಕಾರಣವಾಗಿದೆ ಎಂದು ಸೋಲೊಪ್ಪಿಕೊಂಡ ಸೋಶಿಯಲ್ ಡೆಮಾಕ್ರಟಿಕ್ ಪಕ್ಷದ ಮುಂದಾಳು ಥಾಮಸ್ ಡೋರ್ಝ್ಫ಼ ಹೇಳಿದ್ದು ವರದಿಯಾಗಿದೆ.

ಗ್ರೇತಾಳ ಹೆಸರನ್ನು ಮುಂದಿಟ್ಟುಕೊಂಡು ಗ್ರೀನ್‌ಪೀಸ್ ಸೇರಿದಂತೆ ಎಲ್ಲ ಪ್ರಮುಖ ಪರಿಸರ ಸಂಘಟನೆಗಳೂ ಕ್ಲೈಮೇಟ್ ಸಂಕಟದ ಬಗ್ಗೆ ಜನಜಾಗೃತಿಗೆ ಇಳಿದಿವೆ. 2018ರ ನವಂಬರ್ 30ರಂದು ಆಸ್ಟ್ರೇಲಿಯಾದಲ್ಲಿ 200ಕ್ಕೂ ಹೆಚ್ಚು ಶಾಲೆಗಳಲ್ಲಿ ಏಕಕಾಲಕ್ಕೆ ಮಕ್ಕಳು ಬೀದಿಗೆ ಬಂದರು. ದೇಶದ ಎಲ್ಲ ಕಲ್ಲಿದ್ದಲ ಗಣಿಗಾರಿಕೆಗೆ ನಿಷೇಧ ಹಾಕಬೇಕು ಎಂದು ಒತ್ತಾಯಿಸಿದರು (ಆಸ್ಟ್ರೇಲಿಯಾದ ಅತಿ ದೊಡ್ಡ ಗಣಿಗಾರಿಕೆಗೆ ಕೈ ಹಾಕಿದವರು ಭಾರತದ ಅದಾನಿ ಕಂಪನಿ). ಪರಿಸರ ಚಳವಳಿಗೆ ಬೇಕಾದ ದೇಣಿಗೆ ಸಂಗ್ರಹ ಕಾರ್ಯವೂ ಈಗ ಸುಲಭವಾಗಿದೆ. ಜನರು ಧಾರಾಳವಾಗಿ ಧನಸಹಾಯ ನೀಡತೊಡಗಿದ್ದಾರೆ.

ಗ್ರೇತಾಳನ್ನು ಪ್ರಚಾರಕ್ಕೆ ಬಳಸಿಕೊಳ್ಳುವಲ್ಲಿ ವಿಶ್ವಸಂಸ್ಥೆಯೂ ಹಿಂದೆ ಬಿದ್ದಿಲ್ಲ. ಇವಳು ಗಾಳಿಶಕ್ತಿಯ ನಾವೆಯನ್ನೇರಿ ಅಮೆರಿಕವನ್ನು ಪ್ರವೇಶಿಸಿದಾಗ ವಿಶ್ವಸಂಸ್ಥೆ ಇವಳ ಸ್ವಾಗತಕ್ಕೆಂದು ಹದಿನೇಳು ದೋಣಿಗಳನ್ನು ಕಳಿಸಿದ್ದರ ನೇರ ಪ್ರಸಾರ ಎಲ್ಲ ಪ್ರಮುಖ ಮಾಧ್ಯಮಗಳಲ್ಲೂ ನಡೆಯಿತು. ವಿಶ್ವಸಂಸ್ಥೆಯ ಫೇಸ್‌ಬುಕ್ ಪುಟದಲ್ಲೂ ಅದರ ನೇರ ಪ್ರಸಾರದ ವ್ಯವಸ್ಥೆ ಮಾಡಲಾಯಿತು. ವಿಶ್ವಸಂಸ್ಥೆ ತನ್ನ ಎಲ್ಲ 193 ಸದಸ್ಯ ದೇಶಗಳೂ ಪಾಲಿಸುವಂತೆ ಸುಸ್ಥಿರ ಅಭಿವೃದ್ಧಿಯ 17 ಸೂತ್ರಗಳನ್ನು ನಿರೂಪಿಸಿದ್ದು ಅದಕ್ಕೆ ವಿವಿಧ ಸಂಕೇತಗಳನ್ನೂ ಬಣ್ಣಗಳನ್ನೂ ನೀಡಿದೆ. ಅದನ್ನು ಆದಷ್ಟೂ ಹೆಚ್ಚು

ಗ್ರೇತಾಳ ಸ್ವಾಗತಕ್ಕೆ ಖುದ್ದಾಗಿ ನಿಂತ ವಿಶ್ವಸಂಸ್ಥೆಯ ಮಹಾಕಾರ್ಯದರ್ಶಿ ಅಂತೊನಿಯೊ ಗತೆರೆಸ್

2019ರ ಮಾರ್ಚ್ 15ರಂದು 125 ದೇಶಗಳ 2200 ಶಾಲೆಗಳಲ್ಲಿ ಏಕಕಾಲಕ್ಕೆ ಶಾಲಾ ಮುಷ್ಕರ ನಡೆದವು

ಜನಪ್ರಿಯ ಮಾಡುವ ನಿಟ್ಟಿನಲ್ಲಿ ಗ್ರೇತಾ ಕೂಡ ಸಹಾಯಕ್ಕೆ ಬಂದಂತಾಯಿತು.

ಪರಿಸರ ಹೋರಾಟಕ್ಕೆ ಇಳಿಯುತ್ತಿರುವವರಲ್ಲಿ ಹದಿಹುಡುಗಿಯರ ಸಂಖ್ಯೆ ಗ್ರೇತಾಳಿಂದಾಗಿ ಎಲ್ಲೆಡೆ ಜಾಸ್ತಿಯಾಗುತ್ತಿದೆ ಎಂದು ಖ್ಯಾತ ಫೋರ್ಬ್ಸ್ ಪ್ರಕಾಶನ ಸಂಸ್ಥೆ ವರದಿ ಮಾಡಿದೆ. ಕಝಾಕ್‌ಸ್ತಾನದಲ್ಲಿ ಕೊಕೊ ಟೀಮ್ ಹೆಸರಿನ ಯುವತಿಯರ ಸಂಘಟನೆಯೊಂದು ಟೆಕೊ ಹೆಸರಿನ ಆಪ್ ಒಂದನ್ನು ರೂಪಿಸಿದ್ದು, ಅದನ್ನು ಬಳಸಿ ಪರಿಸರ ಸಮಸ್ಯೆಗಳನ್ನು ಮುನ್ನೆಲೆಗೆ ತರುವ ಪ್ರಯತ್ನ ನಡೆದಿದೆಯೆಂದು ಅದು ಹೇಳಿದೆ. ಇಂಗ್ಲೆಂಡಿನಲ್ಲಿ 'ಫ್ಯೂಚರ್ ಮೇಕರ್ಸ್' ಹೆಸರಿನ ಸಂಘಟನೆಯೊಂದು ಸಾಮಾಜಿಕ ಸಮಸ್ಯೆಗಳ ಪರಿಹಾರಕ್ಕೆ ಕೃತಕ ಬುದ್ಧಿಮತ್ತೆಯನ್ನು ಬಳಸಿಕೊಳ್ಳುವುದು ಹೇಗೆಂಬ ತರಬೇತಿಯನ್ನು ಎಳೆಯ ಯುವತಿಯರಿಗೆ ನೀಡುತ್ತಿದ್ದು, ಈಗೀಗ ಕ್ಲೈಮೇಟ್ ಸಂಕಟದ ವಿಷಯವನ್ನೇ ಹೆಚ್ಚು ಹೆಚ್ಚು ಯುವತಿಯರು ಆಯ್ಕೆ ಮಾಡಿಕೊಳ್ಳುತ್ತಿರುವುದಕ್ಕೂ ಗ್ರೇತಾ ಪರಿಣಾಮವೇ ಕಾರಣವೆಂದು ಅದು ಹೇಳಿದೆ.

ಎಲ್ಲಕ್ಕಿಂತ ದೊಡ್ಡ ಪರಿಣಾಮ ಶಾಲಾ ಮಕ್ಕಳ ಮೇಲೆ ಆಗಿದೆ. ಗ್ರೇತಾಳ ಚಳವಳಿಗೆ ಬೆಂಬಲ ಸೂಚಿಸಿ ಹದಿಹರಯದ ಅದೆಷ್ಟೋ ಲಕ್ಷ ಮಕ್ಕಳು ಕ್ಲಾಸ್‌ರೂಮ್‌ಗಳಿಂದ ಹೊರಕ್ಕೆ ಬಂದು ಬೀದಿಗಿಳಿದ್ದಾರೆ. ಅಂಥ ಸಾವಿರಾರು ಬೀದಿ ಮೆರವಣಿಗೆಗಳ ಚಿತ್ರಗಳನ್ನು ಅಂತರಜಾಲದಲ್ಲಿ ನೋಡಬಹುದು. ಅವರು ಬರೆದು ತಂದ ನೂರಾರು ಬಗೆಯ ಸ್ಲೋಗನ್‌ಗಳನ್ನು ನಾವೂ ಓದಬಹುದು.

ಮೆರವಣಿಗೆಗೆ ಬಂದ ಒಬ್ಬ ಹುಡುಗಿ ಹಿಡಿದ ಫಲಕದಲ್ಲಿ ಈ ವಾಕ್ಯ ಇತ್ತು:

'ನಾವು ಹಿರಿಯರಿಗೊಂದು ಪಾಠ ಹೇಳಬೇಕಾಗಿದೆ.

ಅದಕ್ಕೇ ನಾವು ಪಾಠಗಳಿಗೆ ಚಕ್ಕರ್ ಹಾಕಿ ಬಂದಿದ್ದೇವೆ.'

ಅಮೆರಿಕದ ಹೈವೇಯಲ್ಲಿ ಗ್ರೇತಾ ಜೊತೆ ಮಾತುಕತೆ

'ಧರೆಗಿಳಿದ ದೇವತೆ' ಎಂದು ಅಮೆರಿಕದ ರೆಡ್ ಇಂಡಿಯನ್ ಜನರಿಂದ ಹೊಸ ಅಭಿಧಾನ ಪಡೆದ ಗ್ರೇತಾ ಅಪರೂಪಕ್ಕೆ ತನ್ನ ಒಳತೋಟಿಯನ್ನು ಇಲ್ಲಿ ತೆರೆದಿಡುತ್ತಾಳೆ. ಬಿಸಿಯಾಗುತ್ತಿರುವ ಭೂಮಿ ಕ್ರಮೇಣ 'ಹಿಂದಿರುಗಲಾಗದ ಸ್ಥಿತಿ'ಗೆ ತಲುಪುವ ಹಾಗೆ ಸಮಾಜಕ್ಕೂ ಅಂಥದ್ದೇ ಒಂದು 'ಟಿಪ್ಪಿಂಗ್ ಪಾಯಿಂಟ್' ಇದೆ ಎನ್ನುತ್ತಾಳೆ.

ಸೂ ರೆಡ್ ಇಂಡಿಯನ್ ಜನಾಂಗದ ವೈದ್ಯ ಅರ್ವೊಲ್ ಲುಕಿಂಗ್ ಹಾರ್ಸ್ ಜೊತೆ ಗ್ರೇತಾ

ಅಮೆರಿಕದ ರೆಡ್ ಇಂಡಿಯನ್ ಮೂಲನಿವಾಸಿಗಳ ತಾಂಡಾಕ್ಕೆ ಗ್ರೇತಾಳನ್ನು ಆಹ್ವಾನಿಸಿದ್ದಾರೆ. ಅಲ್ಲಿನ ಸೂ ಬುಡಕಟ್ಟಿನ ಪರಿಸರಾಸಕ್ತರು ಇವಳಿಗೆ ಹೊಸ ಹೆಸರನ್ನು ಇಡಲೆಂದು ವಿಶೇಷ ಸಭೆ ಕರೆದಿದ್ದಾರೆ. ಸುಮಾರು 500 ಜನ ಸಭಿಕರ ಎದುರಿನ ವೇದಿಕೆಯಲ್ಲಿ ಸಾಂಪ್ರದಾಯಿಕ ಸಂಗೀತ, ನೃತ್ಯಗಳ ನಡುವೆ ಅಲ್ಲಿನವರ ಆಧ್ಯಾತ್ಮಿಕ ಗುರು ಇವಳನ್ನು ಕೂರಿಸಿ ಸನ್ಮಾನಿಸಿ ಅಲ್ಲಿನ ಲಕೋಟಾ ಪದ್ಧತಿಯಂತೆ ಘೋಷಣೆ ಮಾಡುತ್ತಾನೆ: 'ನೀನು ಜಗತ್ತನ್ನು ನಿದ್ರೆಯಿಂದ ಎಬ್ಬಿಸಲೆಂದೇ ಧರೆಗಿಳಿದು ಬಂದಿದ್ದೀಯ. ಇಂದಿನಿಂದ ನಿನ್ನನ್ನು ಮ್ಹಾಪಿಯಾ ಎತಾಹನ್ ಹಿವಿ' ಎಂದು ಕರೆಯುತ್ತೇವೆ' ಎನ್ನುತ್ತಾನೆ.

ಅದರ ಅರ್ಥ ಏನೆಂದು ಗ್ರೇತಾ ಕೇಳುತ್ತಾಳೆ.

'ಧರೆಗಿಳಿದ ದೇವತೆ' ಎಂದು ಹೇಳಿ ಗುರು ಇವಳೆದುರು ಬಾಗುತ್ತಾನೆ.

ಕಳೆದ ಎರಡು ತಿಂಗಳಿಂದ ಗ್ರೇತಾ ಅಮೆರಿಕದ ಪ್ರವಾಸದಲ್ಲಿದ್ದಾಳೆ. ಅಲ್ಲಿಂದ ಕೆನಡಾಕ್ಕೆ ಹೋಗಿ ಅಲ್ಲಿನ ಸರಣಿ ಸಭೆಗಳಲ್ಲಿ, ಫ್ರೈಡೇ ಮುಷ್ಕರಗಳಲ್ಲಿ ಭಾಗವಹಿಸಿ ಮತ್ತೆ ಅಮೆರಿಕಕ್ಕೆ ಬಂದು ವಿವಿಧ ರಾಜ್ಯಗಳಲ್ಲಿ ಸಂಚರಿಸುತ್ತಿದ್ದಾಳೆ. ಗ್ರೇತಾಳ ಸಂದರ್ಶನಕ್ಕೆಂದು ಅವಳು ಹೋದಲ್ಲೆಲ್ಲ ಹಿಂಬಾಲಿಸುತ್ತ ಸ್ವೀಡನ್ನಿನಿಂದ ಬಂದ

ಅಲೆಕ್ಸಾಂಡ್ರಾ ಉರಿಸ್ಮನ್ ಒಟ್ಟೋ ಎಂಬಾಕೆ ಈ ನಾಮಕರಣ ಸಮಾರಂಭದ ಕೊನೆಯ ದೃಶ್ಯವನ್ನು ನೋಡಿ ಮೂಕವಿಸ್ಮಿತಳಾಗುತ್ತಾಳೆ. ತನ್ನ ದೇಶದ ಹುಡುಗಿಯೊಬ್ಬಳನ್ನು ಜಗತ್ತಿನ ಈ ಭಾಗದಲ್ಲಿ ದೇವತೆಯಂತೆ ಗೌರವಿಸಿದ್ದನ್ನು ನೋಡಿ ಅವಳ ಬಾಯಿಂದ ಮಾತೇ ಹೊರಡುವುದಿಲ್ಲ.

ಕಾರ್ಯಕ್ರಮ ಮುಗಿದ ಮೇಲೆ ಗ್ರೇತಾ ತಾನಾಗಿ ಈ ವರದಿಗಾರ್ತಿಯನ್ನು ಮಾತಿಗೆ ಎಳೆಯುತ್ತಾಳೆ. 'ಸುದ್ದಿ ಮಾಧ್ಯಮದವರ ಧೋರಣೆಯೇ ನನಗೆ ಅರ್ಥವಾಗುತ್ತಿಲ್ಲ. ಪಾಪ, ಈ ಮುಗ್ಧ ಜನರು ತಮ್ಮ ನೀರು-ನೆಲದ ರಕ್ಷಣೆಗಾಗಿ ಎಷ್ಟೊಂದು ಹೋರಾಟ ಮಾಡುತ್ತಿದ್ದಾರೆ. ಇವರ ಬಗ್ಗೆ ಬರೆಯುವುದಿಲ್ಲ. ನನ್ನನ್ನು ಭೇಟಿಯಾಗಲು ಫ್ಯಾಶನ್ ರೂಪದರ್ಶಿ ಕಿಮ್ ಕರ್ದೇಶಿಯನ್ ಬಯಸಿದ್ದಾಳೆ ಅನ್ನೋದೆ ಮಾಧ್ಯಮಗಳಿಗೆ ದೊಡ್ಡ ಸುದ್ದಿಯಾಗುತ್ತದೆ. ಏನೋ ಮಾಧ್ಯಮಗಳ ಧೋರಣೆ ಅರ್ಥವೇ ಆಗುವುದಿಲ್ಲ' ಎನ್ನುತ್ತ ಕಾರಿನ ಬಳಿಗೆ ಹೋಗುತ್ತಾಳೆ.

ಅದು ಬ್ಯಾಟರಿ ಶಕ್ತಿಯಿಂದ ಓಡುವ ಕಾರು. ಇವಳ ಓಡಾಟಕ್ಕೆಂದೇ ಸುವಿಖ್ಯಾತ ಹಾಲಿವುಡ್ ನಟ ಹಾಗೂ ಕ್ಯಾಲಿಫೋರ್ನಿಯಾ ರಾಜ್ಯದ ಮಾಜಿ ಗವರ್ನರ್ ಅರ್ನಾಲ್ಡ್ ಶ್ವಾರ್ಸ್ನೆಗರ್ ಬಿಟ್ಟುಕೊಟ್ಟ ಕಾರು. ಅಮೆರಿಕದ ಮೂರು ರಾಜ್ಯಗಳುದ್ದಕ್ಕೂ ಗ್ರೇತಾ ಹೋದಲ್ಲೆಲ್ಲ ಸ್ವೀಡಿಶ್ ವರದಿಗಾರ್ತಿ ಒಟ್ಟೋ ಮತ್ತು ಫೋಟೊಗ್ರಾಫರ್ ರೋಜರ್ ಟೂರ್ಸನ್ ಹಿಂಬಾಲಿಸಿದ್ದಾರೆ. ಅವರ ವರದಿ 2019ರ ಅಕ್ಟೋಬರ್ ಮೊದಲ ವಾರದಲ್ಲಿ ಸ್ಟಾಕ್‌ಹೋಮ್‌ನ ಪ್ರಮುಖ ದಿನಪತ್ರಿಕೆ 'ಡೇಗೆನ್ ನೈಹತರ್'ನಲ್ಲಿ ('ದಿನದ ಸುದ್ದಿ') ಪ್ರಕಟವಾಗಿ ಇಂಗ್ಲಿಷ್‌ಗೂ ತರ್ಜುಮೆಯಾಗಿದೆ. ಇಲ್ಲಿರುವುದು ಅದರ ಕನ್ನಡದ ಸಂಕ್ಷಿಪ್ತ ರೂಪ. ಮೂವರೂ ಕಾರಿನಲ್ಲಿ ಹೋಗುತ್ತಿರುವಾಗ ಸಂದರ್ಶನ ಪ್ರಾರಂಭವಾಗುತ್ತದೆ.

–ನೀನು ವಿಶ್ವಸಂಸ್ಥೆಯಲ್ಲಿ ತೀರ ಭಾವುಕಳಾಗಿ ಮಾತಾಡಿದ್ದು ಜಗತ್ತಿಗೆಲ್ಲ ಪ್ರಸಾರವಾಗಿದೆ. ನಿನ್ನ ಮಾತಿನಲ್ಲಿ ಸಾಮಾನ್ಯವಾಗಿ ಅಷ್ಟೊಂದು ಭಾವುಕತೆ ಇರುವುದಿಲ್ಲ. ಸಭಾಕಂಪನ ಇತ್ತೆ?'

–ಮಾತಾಡುವ ಮೊದಲು ನಾನು ನಿರ್ಭಾವುಕಳಾಗಿಯೇ ಇದ್ದೆ. ಅದು ತುಂಬ ಮಹತ್ವದ ವೇದಿಕೆ ಅನ್ನೋದು ಮಾತ್ರ ಮನಸ್ಸಿನಲ್ಲಿ ಇತ್ತು. ವೇದಿಕೆಗೆ ಏರುವ ತುಸು ಮುಂಚೆ ಜರ್ಮನಿಯ ಪ್ರಧಾನಿ ಅಂಗೆಲಾ ಮರ್ಕೆಲ್ ಮತ್ತು ಬೇರೆ ಯಾರ್‍ಯಾರೊ ಜಾಗತಿಕ ನಾಯಕರು ನನ್ನ ಜೊತೆ ಸೆಲ್ಫಿ ತಗೊಳ್ಳೋಕೆ ಬಂದರು. ಆಮೇಲೆ ನಾನು ವೇದಿಕೆಗೆ ಏರಿ ಇತರರ ಮಾತುಗಳನ್ನು ಆಲಿಸುತ್ತ ಕೂತೆ. ನನ್ನ ಸರದಿ ಬಂದಾಗ, ನನಗೇ ಗೊತ್ತಿಲ್ಲದ ಹಾಗೆ ತುಂಬ ಭಾವುಕಳಾಗಿಬಿಟ್ಟೆ. ಆ ಕ್ಷಣದಲ್ಲಿ ಅದು ತುಂಬ ಮಹತ್ವದ ಭಾಷಣ ಎಂದು ನನಗೇ ಅನ್ನಿಸತೊಡಗಿತು.

–ಭಾಷಣಕ್ಕೆ ಸಿದ್ಧತೆ ಹೇಗಿತ್ತು?

–ಕಳೆದ ಉಗ್ರ ಬೇಸಿಗೆಯಲ್ಲೇ ನಾನು ಭಾಷಣದ ಬಗ್ಗೆ ಯೋಚಿಸಿದೆ. ಈ ವಿಶ್ವ

ನಾಯಕರನ್ನೆಲ್ಲ ಚೆನ್ನಾಗಿ ದಬಾಯಿಸಬೇಕು, ಅವರಿಗೆ ನಾಚಿಕೆ ಉಂಟಾಗುವಂತೆ ಮಾತಾಡಬೇಕು, ನಮ್ಮ ಭವಿಷ್ಯವನ್ನು ಹಾಳುಗೆಡವಲು ನಿಮಗೆಷ್ಟು ಧೈರ್ಯ ಎಂದು ಖಡಕ್ಕಾಗಿ ಕೇಳಬೇಕು ಎಂದು ನಾನು ನಿರ್ಧರಿಸಿದ್ದೆ. ಆಮೇಲೆ, ಎಂದಿನಂತೆ ನಾನು ಆ ವಿಷಯವನ್ನೇ ಮರೆತುಬಿಟ್ಟೆ. ಸಮಾವೇಶಕ್ಕೆ ಕೆಲವೇ ದಿನ ಇದ್ದಾಗ ಬರೆಯಲು ಆರಂಭಿಸಿದೆ.

–*ಅದರಲ್ಲಿನ ಅಂಕಿಅಂಶಗಳೆಲ್ಲ ಸರಿ ಇದೆಯೇ ಎಂದು ಬೇರೆ ಯಾರನ್ನಾದರೂ ಕೇಳಿದೆಯಾ?*

–ಹೌದು, ನನ್ನ ಭಾಷಣಗಳನ್ನು ನಾನು ತಜ್ಞರಿಗೆ ಒಮ್ಮೆ ತೋರಿಸುತ್ತೇನೆ. ಕೆಲವೊಮ್ಮೆ ಅನೇಕ ವಿಜ್ಞಾನಿಗಳಿಗೆ ಕಳಿಸುತ್ತೇನೆ. ಕೆಲವೇ ಗಂಟೆಗಳಲ್ಲಿ ನನಗೆ ಅವರಿಂದ ಉತ್ತರ ಬಂದಿರುತ್ತದೆ. ಕೆಲವರು 'ಇದನ್ನೂ ಸೇರಿಸು' ಎಂದು ಕೆಲವು ಸಲಹೆಗಳನ್ನು ನೀಡುತ್ತಾರೆ.

[ಅವಳ ಅಂದಿನ ಆ ಐದು ನಿಮಿಷಗಳ ಭಾಷಣ ಹೇಗಿತ್ತೆಂದರೆ, ಅವಳೇನಾದರೂ ನಟಿಯಾಗಲು ಬಯಸಿದ್ದಿದ್ದರೆ ಅಲ್ಲಿ ಖಂಡಿತ ಅವಳಿಗೆ ಮೊದಲ ಬ್ರೇಕ್ ಸಿಗುತ್ತಿತ್ತು. ಅವಳ ದುಃಖಭರಿತ ಕಣ್ಣಲ್ಲಿ ಆಕ್ರೋಶವಿತ್ತು; ಸಭೆಯಲ್ಲಿ ಕೂತಿದ್ದ ವಿಶ್ವ ನಾಯಕರ ಕಣ್ಣಲ್ಲಿ ಕಣ್ಣಿಟ್ಟು ಕಿಡಿ ಹೊಮ್ಮಿಸಿದ್ದಳು. ಮಾತಿನಲ್ಲಿ ಐಪಿಸಿಸಿ ತಜ್ಞರ ವರದಿಯ ಖಚಿತ ಅಂಕಿಸಂಖ್ಯೆಗಳಿದ್ದವು. 'ನಿಮ್ಮ ಈ ಹೊಣೆಗೇಡಿ ನಿಲುವಿನ ದುಷ್ಫಲಗಳನ್ನು ನಾವು ಅನುಭವಿಸಬೇಕಾಗುತ್ತದೆ. ನಮ್ಮ ಭವಿಷ್ಯದೊಂದಿಗೆ ಚೆಲ್ಲಾಟವಾಡಲು ನಿಮಗೆಷ್ಟು ಧೈರ್ಯ?' ಎಂದು ಸವಾಲು ಹಾಕಿದಳು. ಅವಳಿಗೆ ಅಭೂತಪೂರ್ವ ಜೈಕಾರ ಸಿಕ್ಕಿತು. ಟೀಕೆಗಳ ಹೇರಳ ಸುರಿಮಳೆಯೂ ಸಿಕ್ಕಿತು. ಮುಂದಿನ ಒಂದೇ ವಾರದಲ್ಲಿ ಅವಳ ಇನ್‌ಸ್ಟಾಗ್ರಾಮ್ ಹಿಂಬಾಲಕರ ಸಂಖ್ಯೆ 30 ಲಕ್ಷಕ್ಕೇರಿತು. ಅಂದಿನ ಅವಳ ಈ ಉದ್ವಿಗ್ನ ಭಾಷಣವೇ ಈಗ ಚಂಡೆ ಮದ್ದಳೆಯ ಧಾಮ್‌ಡೂಂ ಸಂಗೀತದೊಂದಿಗೆ ಮ್ಯೂಸಿಕ್ ಆಲ್ಬಮ್ ಆಗಿ ವೈರಲ್ ಆಯಿತು.]

–*ಹೇಗನ್ನಿಸುತ್ತಿದೆ ನಿನ್ನ ಈ ಕೀರ್ತಿಪಥ? ಹೇಗನ್ನಿಸುತ್ತಿದೆ ಈ ಟೀಕಾಪ್ರಹಾರ, ಬೆದರಿಕೆ, ಬಯ್ಗುಳ ಸುರಿಮಳೆ?*

–ನನಗೇನೋ ಅಭ್ಯಾಸವಾಗಿದೆ. ಆದರೆ ಮನೆಯಲ್ಲಿರುವ ನನ್ನ ತಂಗಿಗೆ ತುಂಬ ಕಷ್ಟವಾಗುತ್ತಿದೆ. ಹದಿಮೂರು ವರ್ಷದ ಅವಳತ್ತ ಮಾತಿನ ಕೂರಂಬು, ಬೆದರಿಕೆ, ಮಾನಸಿಕ ಹಿಂಸೆ ಹೆಚ್ಚುತ್ತಿದೆ.

–*ನಿನ್ನ ತಂಗಿಗೆ ಯಾರು ಮಾನಸಿಕ ಹಿಂಸೆ ಕೊಡೋರು?*

–ನನಗೆ ಬೆದರಿಕೆ ಹಾಕುವವರೇ ನನ್ನ ಇಡೀ ಕುಟುಂಬಕ್ಕೆ ತೊಂದರೆ ಕೊಡುತ್ತಿದ್ದಾರೆ. ನಾನೇನೋ ದೂರದಲ್ಲಿ ಓಡಾಟದಲ್ಲಿದ್ದೇನೆ, ಅವರಿಗೆ ಸಿಗುವುದಿಲ್ಲ. ನಾನು ಎಲ್ಲಿದ್ದೇನೆ, ಏನು ಮಾಡುತ್ತಿದ್ದೇನೆ ಎಂದೆಲ್ಲ ಗೊತ್ತಿರುವುದಿಲ್ಲ. ಮಾಮೂಲು ದಿನಚರಿ ಎಂಬುದು ನನ್ನ ಪಾಲಿಗೆ ಇಲ್ಲವೇ ಇಲ್ಲ. ಆದರೆ ನನ್ನ ತಂಗಿಯ ದಿನನಿತ್ಯದ

ಓಡಾಟ, ಮಾಮೂಲು ಬದುಕು ಹಿಂಸೆಗೆ ತುತ್ತಾಗಿದೆ.

–ಹೇಗೆ ನಿಭಾಯಿಸುತ್ತಿದ್ದೀರಿ ನೀವೆಲ್ಲ?

–ಪೊಲೀಸರಿಗೆ ಹೇಳುತ್ತೇವೆ, ಮತ್ತಿನ್ನೇನು ಮಾಡಲು ಸಾಧ್ಯ?

–ನಿನ್ನ ಮೇಲೆ ಅದರ ಪರಿಣಾಮ ಹೇಗಾಗಿದೆ?

–ಕೆಟ್ಟದಾಗಿದೆ. ನನಗೆ ಏನಾದರೂ ಸಹಾಯ ಬೇಕೆ ಎಂದು ಜನರು ಕೇಳುತ್ತಾರೆ. ಸಹಾಯ ಬೇಕಾಗಿದ್ದುದು ನನಗಲ್ಲ, ಅವಳಿಗೆ.

ಮಾತಾಡದಿದ್ದ ಹುಡುಗಿಗೆ
ಈಗ ಮಾತೇ ಜ್ಯೋತಿ

–ನೌಕಾಯಾನದ ನಿನ್ನ ಅನುಭವ ಹೇಗಿತ್ತು?

–ಅದು ನನ್ನನ್ನ ಬಾಲ್ಯಕಾಲಕ್ಕೇ ಕೊಂಡು ಹೋಯಿತು. ನಾನು ದಿನಕ್ಕೆ ಹನ್ನೆರಡು, ಕೆಲವೊಮ್ಮೆ ಹದಿನಾಲ್ಕು ಗಂಟೆ ನಿದ್ದೆ ಮಾಡುತ್ತಿದ್ದೆ. ಸಮುದ್ರದ ಅಲೆಗಳನ್ನು ನೋಡುತ್ತ ಗಂಟೆಗಟ್ಟಲೆ ಕೂತಿರುತ್ತಿದ್ದೆ. ಒಂದಿಷ್ಟು ಭಾಷಣಗಳನ್ನು ಬರೆಯಬೇಕೆಂದು ಪ್ಲಾನ್ ಮಾಡಿದ್ದೆಲ್ಲ ವಿಫಲವಾಯಿತು. ಸುತ್ತಲಿನ ನೀಲಿ ಜಗತ್ತಿನಿಂದಾಗಿ ನನ್ನ ಬುದ್ಧಿ ಶೂನ್ಯಸ್ಥಿತಿಗೆ ಬಂದಿತ್ತು. ಬಾಲ್ಯದಲ್ಲಿ ಓದಿದ್ದ ಮಕ್ಕಳ ಪದ್ಯಗಳನ್ನು ನಾನು ನೆನಪಿಸಿ, ನೆನಪಿಸಿ ಗುನುಗುನಿಸುತ್ತಿದ್ದೆ.

[ಕಾರಿನ ಬ್ಯಾಟರಿಯ ರೀಚಾರ್ಜ್ ಮಾಡಿಸಲೆಂದು ಪೆಟ್ರೋಲ್ ಬಂಕ್ ಬಳಿ ಬಂದೆವು. ದೊಡ್ಡ ಕೌಬಾಯ್ ಹ್ಯಾಟ್ ಧರಿಸಿದ ವ್ಯಕ್ತಿಯೊಬ್ಬ ಇವಳ ಬಳಿ ಬಂದ. 'ನ್ಯೂಸ್‌ನಲ್ಲಿ ನಿಮ್ಮನ್ನ ನೋಡುತ್ತಿರುತ್ತೇನೆ. ಹೇಗಿದ್ದೀರಿ? ನಿಮಗೆ ನನ್ನ ಬೆಂಬಲ ಇದೆ' ಎನ್ನುತ್ತಾನೆ.]

–ಹೋದಲ್ಲೆಲ್ಲ ಎಷ್ಟೊಂದು ಹೊಸಮುಖಗಳು ನಿನಗೆ ಸೆಲ್ಯೂಟ್ ಹೊಡೆಯುತ್ತವೆ. ಹೇಗೆನ್ನಿಸುತ್ತದೆ?

–ನನ್ನ ಅನಿಸಿಕೆಗಳೆಲ್ಲ ಗಟ್ಟಿ ಆಗುತ್ತವೆ. ಅನೇಕರು ಸೆಲ್ಫಿ ಕೊಡಿ, ಆಟೊಗ್ರಾಫ್ ಕೊಡಿ ಎಂದು ಕೇಳುತ್ತಾರೆ. ಇನ್ನು ಕೆಲವರು ತಮ್ಮ ಪರಿಸರ ಹಾಳಾಗುತ್ತಿರುವ ಬಗ್ಗೆ ಹೇಳುತ್ತಾರೆ. ಅನಿರೀಕ್ಷಿತ ಕಾಡಿನ ಬೆಂಕಿ, ನೆರೆಹಾವಳಿ, ಬರಗಾಲ ಎಲ್ಲವೂ ಹೆಚ್ಚುತ್ತಿರುವ ಬಗ್ಗೆ ಹೇಳುತ್ತಾರೆ. ಎಲ್ಲರ ಮನಸ್ಸಿನಲ್ಲಿ ಪರಿಸರದ ಬಗ್ಗೆ ದುಗುಡ ತುಂಬಿದೆ. ನಮ್ಮ ಚಳವಳಿಗೆ ತುಂಬ ಬೆಂಬಲ ಸಿಗುತ್ತಿದೆ.

ಅಮೆರಿಕದ ಡೆನ್ವರ್ ನಗರದಲ್ಲಿ ಗ್ರೇತಾಳ ಸಭೆಯ ಪ್ರಚಾರಕ್ಕೆ ಬಳಸಿದ ಭಿತ್ತಿಚಿತ್ರ

–ಆದರೆ ನಿನ್ನನ್ನು ಬಯ್ಯುವವರ ಸಂಖ್ಯೆಯೂ ದೊಡ್ಡದೇ ಇದೆಯಲ್ಲ?

–ಅವರೆಲ್ಲ ಪರದೆ ಹಿಂದೆ ಬಚ್ಚಿಟ್ಟುಕೊಂಡು ಹೇಳಿಕೆ ಕೊಡುತ್ತಿರುತ್ತಾ-ರೆ. ಹೊರಕ್ಕೆ ಬರುವುದಿಲ್ಲ. ಹೊರಕ್ಕೆ ಬಂದು ನನ್ನ ಎದುರಿಗೆ ಯಾರೂ ಏನೂ ಹೇಳುವುದಿಲ್ಲ. ಅವರ ಉದ್ದೇಶ ನನ್ನನ್ನು ಹೀಗಳೆಯುವದಲ್ಲ. ಅವರು ರಾಜಕೀಯ ಅಭಿಪ್ರಾಯವನ್ನು ಬಿತ್ತರಿಸಲು ನನ್ನನ್ನು ಬಳಸಿಕೊಳ್ಳುತ್ತಾರೆ. ವಿಜ್ಞಾನದ ವಿಷಯವನ್ನು ಅವರು ರಾಜಕೀಯಕ್ಕೆ ಪರಿವರ್ತಿಸುತ್ತಿರುತ್ತಾರೆ.

[ಈ ಒಂದು ವರ್ಷದಲ್ಲಿ ಏನೆಲ್ಲ ಬದಲಾವಣೆ ಆಗಿದೆ. ತನ್ನ ಪಾಡಿಗೆ ತಾನಿದ್ದ ಈ 15ರ ಹುಡುಗಿ ಎಷ್ಟೊಂದು ಬಲಶಾಲಿ ಆಗಿದ್ದಾಳೆ. ಎಷ್ಟೊಂದು ವಿಷಯಗಳನ್ನು ತಿಳಿದುಕೊಂಡಿದ್ದಾಳೆ. ಮತದಾನದ ಹಕ್ಕೂ ಪ್ರಾಪ್ತವಾಗಿಲ್ಲದ ಇವಳು ರಾಜಕೀಯದಲ್ಲಿ ಬಹುದೊಡ್ಡ ಪರಿವರ್ತನೆ ತರುತ್ತಿದ್ದಾಳೆ. ಸಂಸತ್ತಿಗೆ ಸ್ಪರ್ಧಿಸುವವರು, ಅಧ್ಯಕ್ಷ ಪದವಿಯ ಆಕಾಂಕ್ಷಿಗಳು ಇಷ್ಟು ವರ್ಷ ಕ್ಲೈಮೇಟ್ ಬಗ್ಗೆ ಮಾತೂ ಆಡುತ್ತಿರಲಿಲ್ಲ. ಈಗ ಎಲ್ಲೆಲ್ಲೂ ಈ ವಿಷಯವೇ ಮುನ್ನೆಲೆಗೆ ಬರತೊಡಗಿದೆ. ಜಗತ್ತಿನಾದ್ಯಂತ ಯುವಜನರ ಬಹುದೊಡ್ಡ ಸಮುದಾಯ ಪರಿಸರ ಪಂಥವನ್ನು ಮುನ್ನೆಲೆಗೆ ತರುತ್ತಿದೆ. ಈ ಒಂದು ವರ್ಷದಲ್ಲಿ ಇವಳ ಸಂದೇಶ ಮಾತ್ರ ತುಸುವೂ ಬದಲಾಗಿಲ್ಲ. 'ವಿಜ್ಞಾನಿಗಳ ಮಾತನ್ನು ಕೇಳಿ. ವಿಜ್ಞಾನಿಗಳ ಮಾತನ್ನು ಕೇಳಿ. ವಿಜ್ಞಾನಿಗಳ ಮಾತನ್ನು ಕೇಳಿ'– ಅಷ್ಟೆ.]

–ನೀನು ರಾಜಕೀಯ ವಿಷಯದ ಬಗ್ಗೆ ಏಕೆ ಮಾತನಾಡುತ್ತಿಲ್ಲ?

–ಇಲ್ಲ, ನಾನೆಂದೂ ರಾಜಕೀಯದ ಮಾತಾಡುತ್ತಿಲ್ಲ. ವಿಜ್ಞಾನಿಗಳು ಏನು ಹೇಳುತ್ತಿದ್ದಾರೆ ಎಂಬುದನ್ನಷ್ಟೇ ನಾನು ಜನರ ಮುಂದಿಡುತ್ತಿದ್ದೇನೆ. ಬೇರೇನೂ ಹೇಳುತ್ತಿಲ್ಲ.

–ಮತ್ತೆ ವಿಶ್ವಸಂಸ್ಥೆಯಲ್ಲಿ ಆರ್ಥಿಕ ಅಭಿವೃದ್ಧಿಯ ಬಗ್ಗೆ ನೀನು ಮಾತಾಡಿದೆ?

–ಅಭಿವೃದ್ಧಿಯನ್ನು ಪೂರ್ತಿ ನಿಲ್ಲಿಸಿ ಎಂದೇನೂ ನಾನು ಹೇಳಿಲ್ಲ. ನಾನು ಹೇಳಿದ್ದಿಷ್ಟೆ: ಅಭಿವೃದ್ಧಿ ಮತ್ತು ಹಣಕಾಸಿನ ವ್ಯವಹಾರಗಳ ಬಗ್ಗೆ ಆದ್ಯತೆ ಬೇಡ; ಮನುಷ್ಯರ ಬಗ್ಗೆ, ಈ ಜೀವಜಗತ್ತಿನ ಬಗ್ಗೆ, ಪರಿಸರದ ಬಗ್ಗೆ ಲಕ್ಷ್ಯಕೊಡಿ ಎಂದೆ.

[2016ರಲ್ಲಿ ಅಮೆರಿಕದಲ್ಲಿ ಚುನಾವಣಾ ಫಲಿತಾಂಶ ಬರುತ್ತಿದ್ದಾಗ ಸ್ವೀಡನ್ನಿನ ಗ್ರೇತಾ ಮನೆಯಲ್ಲಿ ಎಲ್ಲರೂ ಟಿವಿಗೆ ಅಂಟಿಕೊಂಡಿದ್ದರು. ಇವಳು ನಿದ್ದೆ ಹೋಗಿದ್ದಳು. ನಸುಕಿನಲ್ಲಿ ಅಪ್ಪ ಎಬ್ಬಿಸಿ, 'ರಾತ್ರಿಯಿಡೀ ಹಿಮ ಬಿದ್ದಿದೆ, ಇಂದು ನೀನು ಶಾಲೆಗೆ ಹೋಗುವಂತಿಲ್ಲ. ಅಂದಹಾಗೆ ಅಮೆರಿಕದಲ್ಲಿ ಟ್ರಂಪ್ ಗೆದ್ದುಬಿಟ್ಟ' ಎಂದಿದ್ದು ಇವಳ ನೆನಪಿನಲ್ಲಿ ಆಳವಾಗಿ ಕೂತಿದೆ. ಟ್ರಂಪ್ ಅಧಿಕಾರಕ್ಕೆ ಬಂದ ನಂತರ ಒಂದರ ಮೇಲೊಂದರಂತೆ ಪರಿಸರ ಸಂರಕ್ಷಣೆಯ ನಿಯಮಗಳನ್ನು ಸಡಿಲ ಮಾಡುತ್ತಿರುವುದನ್ನು ಇವಳು ಗಮನಿಸುತ್ತ ಬಂದಿದ್ದಾಳೆ.]

–ಟ್ರಂಪ್ ಆಡಳಿತದ ಬಗ್ಗೆ ಏನನ್ನಿಸುತ್ತಿದೆ?

–ಒಬಾಮಾ ಇದ್ದಾಗ ಕ್ಲೈಮೇಟ್ ಹತೋಟಿಯ ಬಗ್ಗೆ ಅನೇಕ ಬಿಗಿ ಕ್ರಮಗಳು ಜಾರಿಗೆ ಬಂದಿದ್ದವು. ಅವೆಲ್ಲವುಗಳ ವಿರುದ್ಧ ಈಗ ಅಮೆರಿಕದ ಆಡಳಿತ ಯುದ್ಧವನ್ನೇ ಸಾರಿದೆ.

–ಏನೇನು ಸಡಿಲವಾಗಿವೆ ಅಲ್ಲಿ?

–ಮೈಕೆಲ್ ಬರ್ಗರ್ (ಕೊಲಂಬಿಯಾ ವಿವಿ ಕ್ಲೈಮೇಟ್ ವಿಜ್ಞಾನಿ) ವರದಿಯ ಪ್ರಕಾರ ಎಲ್ಲವೂ ಸಡಿಲ ಆಗ್ತಾ ಇವೆ. ಉಷ್ಣ ವಿದ್ಯುತ್ ಸ್ಥಾವರಗಳು, ಫಾಸಿಲ್ ಇಂಧನಗಳ ಗಣಿಗಾರಿಕೆ, ಅಪ್ಟೇಕೆ, ವಿದ್ಯುತ್ ದಕ್ಷತೆಯ ಲೈಟ್ ಬಲ್ಬ್ ಬಳಕೆಯ ಮೇಲಿನ ನಿಯಮಗಳೂ ಬದಲಾಗಿವೆ.

–ಕ್ಲೈಮೇಟ್ ಸಂಕಟದ ಹಿಂದಿರುವ ವಿಜ್ಞಾನದ ಬಗ್ಗೆ ಅಧ್ಯಕ್ಷ ಟ್ರಂಪ್ ದೃಷ್ಟಿಕೋನ ಹೇಗಿದೆ?

–ಕ್ಲೈಮೇಟ್ ಸಂಕಟ ಇಲ್ಲವೇ ಇಲ್ಲವೆಂದು ಅವರು ವಾದಿಸುತ್ತಾರೆ. ಅವರು ವಿಜ್ಞಾನವನ್ನೂ ತಿರಸ್ಕರಿಸುತ್ತಾರೆ. ಕ್ಲೈಮೇಟ್ ವಿಜ್ಞಾನವೇ ಮಹಾವಂಚನೆ ಎಂದು ಭಾವಿಸಿದವರು ಅವರು. ತಾನು ಅಂದುಕೊಂಡಿದ್ದೇ ಸತ್ಯ, ಅದೇ ಮುಖ್ಯ ಅನ್ನುವ ಪೈಕಿ ಅವರು.

[ನಾವೀಗ ಇದೇ ಬ್ಯಾಟರಿ ಕಾರಿನಲ್ಲಿ ಪಯಣಿಸುತ್ತ ಕೊಲರಾಡೊ ರಾಜ್ಯದ ಡೆನ್ವರ್ ನಗರಕ್ಕೆ ಬಂದಿದ್ದೇವೆ. ಇಲ್ಲಿ ಗ್ರೇತಾಳ 60ನೇ ಫ್ರೈಡೇ ಮುಷ್ಕರಕ್ಕೆ ಸಿದ್ಧತೆ ನಡೆದಿದೆ. ಅಂಗಡಿಯೊಂದರಲ್ಲಿ ಸಾಲು ಸಾಲು ಟಿ.ಶರ್ಟ್‌ಗಳು ತೂಗಾಡುತ್ತಿವೆ. ಮೋಟರ್ ಬೈಕ್ ಸವಾರಿ ಮಾಡುತ್ತಿರುವ ಅಧ್ಯಕ್ಷ ಟ್ರಂಪ್ ಚಿತ್ರ ಒಂದೊಂದು ಟಿ.ಶರ್ಟ್ ಮೇಲೂ ಇದೆ. ಅದರ ಕೆಳಗೆ, 'ಅಮೆರಿಕಕ್ಕೆ ಸ್ವಾಗತ. ಇಂಗ್ಲಿಷ್‌ನಲ್ಲೇ ಮಾತಾಡಿ, ಇಲ್ಲಾಂದರೆ ತೊಲಗಿ!' ಎಂದು ಮುದ್ರಿತವಾಗಿದೆ.]

–ಡೊನಾಲ್ಡ್ ಟ್ರಂಪ್ ಬಗ್ಗೆ ಈಗ ಏನನ್ನಿಸುತ್ತಿದೆ?

–ಈತ ಗೆದ್ದಿದ್ದಕ್ಕೇ ಇಲ್ಲಿ ಪರಿಸರ ಚಳವಳಿ ಇಷ್ಟು ಜೋರಾಗಿದೆ. ಇವರ ಬದಲು ಹಿಲರಿ ಕ್ಲಿಂಟನ್ ಅಧಿಕಾರಕ್ಕೆ ಬಂದಿದ್ದಿದ್ದರೆ ನಮ್ಮ ಸಂಘಟನೆ ಇಷ್ಟೊಂದು ಬೆಳೆಯುತ್ತಲೇ ಇರಲಿಲ್ಲ. ಕ್ಲೈಮೇಟ್ ಸಂಕಟದ ವಿಷಯ ಮಾತಾಡುವಾಗ ನಾವು 'ಟಿಪ್ಪಿಂಗ್ ಪಾಯಿಂಟ್' (ಪಲ್ಟಿ ಬಿಂದು) ಬಗ್ಗೆ ಹೇಳುತ್ತೇವೆ. ನಮ್ಮ ಸಾಮಾಜಿಕ ನಡವಳಿಕೆಯಲ್ಲೂ ಜನಜಾಗೃತಿಯ ಅಂಥ ಅನೇಕ 'ಹಿಂದಿರುಗಲಾಗದ ಸ್ಥಿತಿ' ಇರುತ್ತವೆ. ನನ್ನ ಅಭಿಪ್ರಾಯ ತಪ್ಪಾಗಿರಬಹುದು, ಆದರೆ ಟ್ರಂಪ್ ತಾನಾಗಿ ಹಿಂದಿರುಗಿ ನೋಡಿದಾಗ, ತಾನು ಅಧ್ಯಕ್ಷ ಪಟ್ಟಕ್ಕೆ ಬಂದಿದ್ದೇ ಒಂದು ಟಿಪ್ಪಿಂಗ್ ಪಾಯಿಂಟ್ ಅಂದುಕೊಳ್ಳಬಹುದು.

ಕೆನಡಾದ ಎಡ್ಮಾಂಟನ್ ನಗರದಲ್ಲಿ ಗ್ರೇತಾಳ ಗೋಡೆಚಿತ್ರಕ್ಕೆ ಮಸಿ

ಮುಗ್ಧ ಮುಖಕ್ಕೆ ತರಾವರಿ ಮಸಿ

ಒಂದು ಕಡೆ ಈಕೆ
ಯುವಜನರ ಕಣ್ಮಣಿಯಾಗಿ
ಕಾಣಿಸುತ್ತಿದ್ದರೆ
ಇನ್ನೊಂದು ಕಡೆ ಇವಳು
ದೊಡ್ಡವರ ಕಣ್ಣಿನ
ಕಸವಾಗಿ ಕಾಣುತ್ತಿದ್ದಾಳೆ.
ಹಾಗಿದ್ದರೆ ಅವಳನ್ನು ಹೇಗೆ
ಚಿತ್ರಿಸಬೇಕು?

ವಾಸ್ತವ ಏನು?

ಈ ಹುಡುಗಿ ಖ್ಯಾತಿಯ ಉತ್ತುಂಗಕ್ಕೆ ಏರುತ್ತ ಹೋದಳು. ಎಷ್ಟೊಂದು ದೇಶಗಳ ಎಷ್ಟೊಂದು ಲಕ್ಷ ಯುವಜನರು ಅವಳ ನೇತೃತ್ವದಲ್ಲಿ ಮನುಕುಲ ರಕ್ಷಣೆಗೆ ಒತ್ತಾಯಿಸಿ, ಬೀದಿಗೆ ಬಂದರು. 'ಟೈಮ್' ವಾರಪತ್ರಿಕೆ ಅವಳ ಬಗ್ಗೆ ಮುಖಪುಟ ಲೇಖನವನ್ನು ಪ್ರಕಟಿಸಿತು. ವಿಶ್ವಸಂಸ್ಥೆಯಲ್ಲಿ, ದಾವೋಸ್‌ನಲ್ಲಿ, ಬ್ರಿಟಿಷ್ ಸಂಸತ್ತಿನಲ್ಲಿ ಭಾಷಣ ಮಾಡಿದಳು.

ಇವೆಲ್ಲವುಗಳ ನಡುವೆ ಗ್ರೇತಾಳನ್ನು ಕೆಳಕ್ಕೆಳೆಯುವ ಯತ್ನಗಳೂ ಅಷ್ಟೇ ಚುರುಕಾಗಿ ನಡೆದವು. ಅವಳನ್ನು ಟೀಕಿಸುವವರ ದೊಡ್ಡ ಪಡೆಯೇ ಸಿದ್ಧವಾಯಿತು. ಅವಳ ಬಿಂಬಕ್ಕೆ ಮಸಿ ಬಳಿಯುವವರ ಮಧ್ಯೆ ಪೈಪೋಟಿಗಳೇ ನಡೆದವು. ಅಲ್ಲಿ ಇಲ್ಲಿ ಏಕೆ, ಫ್ರಾನ್ಸ್‌ನ ಸಂಸತ್ತಿನಲ್ಲೇ ಉಗ್ರ ಬಲಪಂಥೀಯರು ಇವಳನ್ನು 'ಪ್ರಳಯದ ಗುರು' ಎಂದು ಜರೆದರು. ಈಕೆಗೆ 'ಚೀರಾಟದ ನೊಬೆಲ್ ಕೊಡಬೇಕು' ಎಂದು ಹೀಗಳೆದರು. ಸಾಮಾಜಿಕ ಮಾಧ್ಯಮಗಳಲ್ಲಿ, ಇಂಟರ್‌ನೆಟ್‌ನಲ್ಲಿ ಅವಳನ್ನು ಹೀಗಳೆಯುವ, ಸೂತ್ರದ ಬೊಂಬೆಯಂತೆ ಚಿತ್ರಿಸುವ ಕಾರ್ಟೂನುಗಳಂತೂ ಹೇರಳ ಬಂದವು. ಸುಳ್ಳುಸುದ್ದಿ ಹಬ್ಬಿಸುವವರು ಇವಳ ಜೊತೆಗೆ ಇನ್ಯಾರನ್ನೋ ಕೂರಿಸಿದ್ದು, ಬೀದಿ ಪ್ರತಿಭಟನೆಗಳಲ್ಲಿ ಇವಳ ಬೆಂಬಲಿಗರ ಕೈಯಲ್ಲಿರುವ ಫಲಕದ ಅಕ್ಷರಗಳನ್ನೇ ಬದಲಿಸಿದ್ದು –ಒಂದಲ್ಲ, ಎರಡಲ್ಲ. ಇವಳು ಪೆಟ್ರೋಲ್ ಬಳಸದೆಯೇ ಯುರೋಪ್‌ನಿಂದ ಅಮೆರಿಕಕ್ಕೆ ಹಾಯಿದೋಣಿಯ ಮೇಲೆ ಹೋಗಿದ್ದರೆ ಅದಕ್ಕೂ ಟೀಕೆಗಳು ಎದುರಾದವು. ಅದು ಫೈಬರ್‌ಗ್ಲಾಸ್ ನಾವೆ; ಅದನ್ನು ತಯಾರಿಸಲು ಫಾಸಿಲ್ ಇಂಧನದ ಬಳಕೆ ಆಗಿಲ್ಲವೆ ಎಂದು ಕೇಳಿದರು. ಇವಳು ವಿಶ್ವಸಂಸ್ಥೆಯಲ್ಲಿ ರೋಷಾವೇಶ ಭಾಷಣ ಮಾಡಿದರೆ, 'ಅವಳದ್ದು ಬರೀ ನಟನೆ. ಅವಳ ಇಡೀ ಕುಟುಂಬವೇ ನಾಟಕದ ಕುಟುಂಬ' ಎಂದವರೂ ಇದ್ದಾರೆ.

ಜನಸಾಮಾನ್ಯರ ದೃಷ್ಟಿಯಲ್ಲಿ ಗ್ರೇತಾಗೆ ಅಷ್ಟು ಶೀಘ್ರವಾಗಿ ಅಷ್ಟು ದೊಡ್ಡ ಖ್ಯಾತಿ ಬಂದಿದ್ದೂ ಅಚ್ಚರಿ; ಜೊತೆಗೆ ಈ ಎಳೆಯುವತಿಯನ್ನು ಅಷ್ಟೊಂದು ದ್ವೇಷಿಸುವವರು ಇದ್ದಾರೆಂಬುದು ಇನ್ನೂ ದೊಡ್ಡ ಅಚ್ಚರಿ. ಇದು ನಾವಿರುವ ಈ ಯುಗದ ಲಕ್ಷಣ. ಮಾಧ್ಯಮಗಳು ಎಲ್ಲರ ಕೈಗೂ ಎಟಕುವಂತಾಗಿರುವುದರಿಂದ ಯಾರೇ ಯಾವುದೇ ಆದರ್ಶವನ್ನು ಬೆನ್ನುಹತ್ತಿದರೂ ಶ್ಲಾಘನೆ–ಬಯ್ಗುಳ ಎರಡೂ ದಂಡಿಯಾಗಿಯೇ ಬರುತ್ತವೆ.

ಇದನ್ನು ತುಸು ವಿವರವಾಗಿ ನೋಡೋಣ:

ಗ್ರೇತಾ ಹಠಾತ್ತಾಗಿ ಜನಪ್ರಿಯತೆಯ ಉತ್ತುಂಗಕ್ಕೆ ಏರಲು ಮೊದಲನೆಯ ಕಾರಣ ಏನೆಂದರೆ ಸಾಮಾಜಿಕ ಮಾಧ್ಯಮಗಳು. ಇವಳ ಫೇಸ್‌ಬುಕ್‌ನಲ್ಲಿ ಏನೇನು ಬರೆಯುತ್ತಾಳೆ ಎಂಬುದನ್ನು 26 ಲಕ್ಷ ಜನರು ಗಮನಿಸುತ್ತಾರೆ. ಪ್ರತಿ ಬಾರಿ ಫೇಸ್‌ಬುಕ್ ಗೋಡೆಯ ಮೇಲೆ ಅವಳು ಏನನ್ನಾದರೂ ಬರೆದರೆ 2500–3000 ಕಮೆಂಟ್‌ಗಳೂ ಅಷ್ಟೇ ಸಂಖ್ಯೆಯ ಫಾರ್ವರ್ಡ್‌ಗಳೂ ಇರುತ್ತವೆ. ಸಾಲದ್ದಕ್ಕೆ

ಇನ್‌ಸ್ಟಾಗ್ರಾಮ್ ಮತ್ತು ಟ್ವಿಟ್ಟರ್‌ನಲ್ಲೂ ಇವಳಿಗೆ ಅದೆಷ್ಟೋ ಲಕ್ಷ ಹಿಂಬಾಲಕರಿದ್ದಾರೆ. ಈ ಎಲ್ಲ ಮಾಧ್ಯಮಗಳೂ ಮುಖ್ಯವಾಗಿ ಎಳೆಯರ ಕೈಯಲ್ಲಿವೆ. ಅವರ ಅನಿಸಿಕೆಗಳು, ಆಶೋತ್ತರಗಳು ಮಿಂಚಿನ ವೇಗದಲ್ಲಿ ಎಲ್ಲೆಡೆ ಹರಿದಾಡುತ್ತವೆ. ದೊಡ್ಡವರಿಗೆ ಈ ರಂಗದಲ್ಲಿ ತುಸು ನಿಧಾನ; ಹಿರಿಯರಂತೂ ಇವೆಲ್ಲದರಿಂದ ದೂರವೇ ಇರುತ್ತಾ-ರೆ. ಹಾಗಾಗಿ ಎಳೆಯರ ಜೊತೆಗೆ ಇಲ್ಲಿ ಪೈಪೋಟಿ ಸಾಧ್ಯವಿಲ್ಲ. ಮೇಲಾಗಿ ಈ ಎಳೆಯರು ತಮ್ಮ ಅಭಿಪ್ರಾಯವನ್ನು ಹೇಳುವಷ್ಟು ಸಲೀಸಾಗಿ, ನಿರ್ಭೀತಿಯಿಂದ ದೊಡ್ಡವರು ಹೇಳಲಾರರು.

ಇನ್ನು ಟಿವಿ, ಪತ್ರಿಕೆ, ರೇಡಿಯೊಗಳಂಥ ಸುದ್ದಿಮಾಧ್ಯಮಗಳು ಪ್ರೌಢರ ಕೈಯಲ್ಲಿ ಇವೆಯಾದರೂ ಅವುಗಳಿಗೆ ರೋಚಕ ಕಥನಗಳು ಬೇಕು. ಬೀದಿ ಮೆರವಣಿಗೆ, ಹೋರಾಟ ಮತ್ತು ಸಂಘರ್ಷಗಳೇ ಅವಕ್ಕೆ ಮೃಷ್ಟಾನ್ನ. ಈ ಮಾಧ್ಯಮಗಳ ಮೂಲಸೂತ್ರ ಏನೆಂದರೆ 'ಮನುಷ್ಯನಿಗೆ ನಾಯಿ ಕಚ್ಚಿದರೆ ಅದು ಸುದ್ದಿಯಲ್ಲ; ಆದರೆ ಮನುಷ್ಯನೊಬ್ಬ ನಾಯಿಗೆ ಕಚ್ಚಿದರೆ ಅದು ಸುದ್ದಿ'. ಈಗ ಗ್ರೇತಾ ವಿಷಯದಲ್ಲೂ ಉಲ್ಟಾ ಸಂಗತಿಗಳೇ ಮುನ್ನೆಲೆಗೆ ಬರುತ್ತಿವೆ. ಎಳೆಯರೇ ಹಿರಿಯರಿಗೆ ಬುದ್ಧಿವಾದ ಹೇಳತೊಡಗಿದ್ದಾರೆ. ಹದಿವಯಸ್ಸಿನ ಕಿಶೋರಿಯೊಬ್ಬಳು ಹಿರಿಯ ಮುತ್ಸದ್ದಿಗಳಿಗೆ ಮುಖಕ್ಕೆ ಹೊಡೆಯುವಂತೆ ಹೇಳುವ ಧಿಮಾಕು ತೋರುತ್ತಿದ್ದರೆ ಸುದ್ದಿಮಾಧ್ಯಮಗಳಿಗೆ ಅದು ಗಮ್ಮತ್ತಿನ ಸಂಗತಿಯಾಗುತ್ತದೆ. ಮೇಲಾಗಿ ಈಕೆಯ ಮಾತುಗಳಲ್ಲಿ ಸತ್ಯಾಂಶ ಇದೆ. ಕಟುವಾಸ್ತವಗಳೂ ಇವೆ. ಆದ್ದರಿಂದಲೇ ಎಲ್ಲ ಸಮೂಹ ಮಾಧ್ಯಮಗಳೂ ಏಕತ್ರವಾಗಿ ಗ್ರೇತಾಳ ನಡೆನುಡಿಯನ್ನು ಗಮನಿಸುತ್ತಿವೆ. ಏನೇನೋ ಕಟ್ಟುಕತೆ, ವಿವಾದಗಳನ್ನು ಎಬ್ಬಿಸಿ ಅವಳು ಸದಾ ಸುದ್ದಿಯಲ್ಲಿರುವಂತೆ, ವದಂತಿಗಳನ್ನೂ ಜೀವಂತ ಇಡಲು ಯತ್ನಿಸುತ್ತಿರುತ್ತವೆ. ಗ್ರೇತಾಳನ್ನು ಬೆಂಬಲಿಸುವ ಪರಿಸರ ಸಂಘಟನೆಗಳಿಗೂ ಅದೇ ಬೇಕಾಗಿದೆ.

ಇವಳ ಖ್ಯಾತಿಗೆ ಮತ್ತು ಟ್ರೋಲಿಗೆ ಇನ್ನೊಂದು ಮುಖ್ಯ ಕಾರಣ ಏನೆಂದರೆ ಜಾಗತಿಕ ಪೆಟ್ರೊ ಉದ್ಯಮದ ವಿರುದ್ಧ ಇವಳು ಮುಖಾಮುಖಿ ಆಗಿದ್ದಾಳೆ. ಇಡೀ ಜಗತ್ತನ್ನೇ ಬಿಗಿ ಮುಷ್ಟಿಯಲ್ಲಿ ಹಿಡಿದಿರುವ ಫಾಸಿಲ್ ಇಂಧನಗಳ ಬಹುದೊಡ್ಡ ಶಕ್ತಿಗೆ ಈ ಹುಡುಗಿ ಸವಾಲು ಹಾಕುತ್ತಿದ್ದಾಳೆ. ಫಾಸಿಲ್ ಇಂಧನವಿಲ್ಲದೆ ಒಂದು ದಿನವನ್ನೂ ಒಂದರ್ಧ ಗಂಟೆಯನ್ನೂ ಕಳೆಯುವುದು ಸಾಧ್ಯವಿಲ್ಲದಾಗ ಪೆಟ್ರೊ ಉದ್ಯಮಿಗಳು ರಾಜಕೀಯ ನಾಯಕರುಗಳನ್ನು ತಮಗಿಷ್ಟ ಬಂದ ಹಾಗೆ ಆಡಿಸುತ್ತಾರೆ; ಹಿಂದಿನಿಂದಲೂ ಆಡಿಸುತ್ತಿದ್ದಾರೆ. ತಮ್ಮ ಹಿತಾಸಕ್ತಿಗೆ ಸದಾ ಪೋಷಣೆ ಸಿಗುತ್ತಿರುವಂತೆ ತಮಗಿಷ್ಟ ಬಂದ ನಾಯಕರನ್ನು ಮೇಲಕ್ಕೇರಿಸುವ, ಇಳಿಸುವ ಕೆಲಸ ಮಾಡುತ್ತಿದ್ದಾರೆ. ಆದರೆ ಈಗ ಇವಳು ಬಂದ ಮೇಲೆ ಆಟದ ನಿಯಮಗಳಲ್ಲಿ ಬದಲಾವಣೆ ಆಗಬಹುದಾದ ಸಂಭವ ಇದೆ. ಇವಳು ಎಳೆಯರನ್ನು ಎತ್ತಿ ಕಟ್ಟುತ್ತಿದ್ದಾಳೆ. ರಾಜಕೀಯ ನಾಯಕರನ್ನು ಹಂಗಿಸುತ್ತಲೇ ಸಾಮಾನ್ಯ ಬಳಕೆದಾರರಲ್ಲಿ ನೈತಿಕ ಪ್ರಜ್ಞೆಯನ್ನು ಎಬ್ಬಿಸುತ್ತಿದ್ದಾಳೆ. ವಿಮಾನ ಬಿಟ್ಟು ರೈಲಿನಲ್ಲಿ ಚಲಿಸಿ; ಕಾರು

ಬಿಟ್ಟು ಸೈಕಲ್ ಬಳಸಿ; ಬದಲಿ ಶಕ್ತಿಮೂಲಗಳಿಗೆ ಆದ್ಯತೆ ನೀಡಿ ಎಂದು ಹೇಳುತ್ತ ತಾನೇ ಮಾದರಿಯಾಗಿ ತೋರಿಸುತ್ತಿದ್ದಾಳೆ. ಇದು ಸಹಜವಾಗಿ ಪೆಟ್ರೊಸಾಮ್ರಾಟರಲ್ಲಿ ಆತಂಕ ಮೂಡಿಸುತ್ತಿದೆ. ಸಾಮಾನ್ಯ ಬಳಕೆದಾರರನ್ನು ಮಣಿಸುವುದೆಂದರೆ ರಾಜಕೀಯ ನಾಯಕರನ್ನು ಮುಷ್ಟಿಯಲ್ಲಿಟ್ಟುಕೊಂಡಷ್ಟು ಸುಲಭವಲ್ಲ. ಆದ್ದರಿಂದಲೇ ಹೇಗಾದರೂ ಮಾಡಿ ಈ ಹುಡುಗಿಯ ಧ್ವನಿಯನ್ನು ಹತ್ತಿಕ್ಕಬೇಕೆಂದು ತರಾವರಿ ಸಂಚುಗಳು ನಡೆಯುತ್ತಿವೆ.

ಮೂರನೆಯದಾಗಿ, ಫಾಸಿಲ್ ಇಂಧನಗಳ ಬಳಕೆ ತಗ್ಗಿದರೆ ಅನೇಕ ಬಗೆಯ ಸಾಮಾಜಿಕ, ಆರ್ಥಿಕ ಪಲ್ಲಟಗಳು ಆಗೇ ಆಗುತ್ತವೆ. ಪೆಟ್ರೋಲಿಯಂ, ಕಲ್ಲಿದ್ದಲ ಗಣಿಗಾರಿಕೆಯಿಂದ ಹಿಡಿದು, ಸಂಸ್ಕರಣೆ, ವಿತರಣೆ ಎಲ್ಲ ಸೇರಿ ಕೋಟ್ಯಂತರ ಜನರು ವಿವಿಧ ಉದ್ಯೋಗಗಳಲ್ಲಿ ತೊಡಗಿದ್ದಾರೆ. ಬದಲಿ ಶಕ್ತಿಮೂಲಗಳು ಬಳಕೆಗೆ ಬಂದಮೇಲೆ ಇವರಿಗೆಲ್ಲ ಅಲ್ಲೂ ಅವಕಾಶಗಳು ಸಿಕ್ಕೇ ಸಿಗುತ್ತವಾದರೂ ಆತಂಕ ಇದ್ದೇ ಇದೆ. ಕೆನಡಾದ ಎಡ್ಮೊಂಟನ್ ನಗರದಲ್ಲಿ ಈಚೆಗೆ, 2019ರ ಅಕ್ಟೋಬರ್ 18ರಂದು ಗ್ರೇತಾ ನೇತೃತ್ವದ ಪರಿಸರ ಸಮಾವೇಶದ ಸಂದರ್ಭದಲ್ಲಿ 30 ಮೀಟರ್ ಉದ್ದದ ಗೋಡೆಯ ಮೇಲೆ ಇವಳ ಬೃಹತ್ ಚಿತ್ರವನ್ನು ಕಲಾವಿದನೊಬ್ಬ ಬರೆದಿದ್ದ. ಕೇವಲ ಅರ್ಧ ಗಂಟೆಯಲ್ಲಿ ಅಲ್ಲಿನ ಪೆಟ್ರೊ ಕಂಪನಿಯ ಉದ್ಯೋಗಿಯೊಬ್ಬ ಬಂದು ಆ ಚಿತ್ರವನ್ನು ವಿಕಾರಗೊಳಿಸಿ ಹೋದ. ಇವಳ ಪ್ರಭಾವ ಹೆಚ್ಚುತ್ತ ಹೋದರೆ ತನ್ನ ಉದ್ಯೋಗಕ್ಕೆ ಕಂಟಕ ಬಂದೀತೆಂದು ಆತ ಬೆದರಿದ್ದ. ಇವನ ಹಾಗೆ ಇನ್ನೆಷ್ಟೊ ಜನರು ಆತಂಕಿತರಾಗಿದ್ದಾರೆ, ಉದ್ರಿಕ್ತರಾಗಿದ್ದಾರೆ. ಜಗತ್ತಿನೆಲ್ಲೆಡೆ ಇಂಥವರಿದ್ದಾರೆ. ಇವರ ವೈರತ್ವ ಕಟ್ಟಿಕೊಂಡು ಒಂದು ಚಳವಳಿಯನ್ನು ಮುನ್ನಡೆಸಲು ಅಪಾರ ಸಹನೆಯೂ ಬೇಕು, ನೈತಿಕ ಧೈರ್ಯವೂ ಬೇಕು. ಈ ಗಟ್ಟಿಗಿತ್ತಿಗೆ ಅವೆರಡೂ ಇವೆ. ಅವಳ ಅಮ್ಮನೇ ಹಿಂದೊಮ್ಮೆ ಹೇಳಿದಂತೆ, ನಾಲ್ಕು ವರ್ಷಗಳ ಹಿಂದೆ ಗ್ರೇತಾಳನ್ನು ನಲುಗಿಸಿದ್ದ ಕಾಯಿಲೆಯೇ ಅವಳಿಗೆ 'ಸೂಪರ್ ಪವರ್' ಕೊಟ್ಟು ಹೋಗಿದೆ.

ಗ್ರೇತಾ ವಿರುದ್ಧದ ಮೊದಲ ಮಾತಿನ ದಾಳಿ ಅವಳ ಕುಟುಂಬದ ಮೇಲೆಯೇ, ಅವಳ ಅಪ್ಪ-ಅಮ್ಮನ ಮೇಲೆಯೇ ನಡೆಯಿತು. ಅವಳ ಅಮ್ಮ ಮಲೆನಾ ಎರ್ನ್‌ಮನ್ ಭಾರೀ ಮಹತ್ವಾಕಾಂಕ್ಷೆಯ ಹೆಂಗಸಂತೆ. ಹಠಮಾರಿ ಮಗಳಿಂದಾಗಿ ತನ್ನ ವಿಮಾನಯಾನ ತಪ್ಪಿತು, ವಿದೇಶೀ ಗಾಯನ ಕಾರ್ಯಕ್ರಮಗಳೂ ಕೈಬಿಟ್ಟು ಹೋದವು. ಮಗಳ ಈ ಕ್ಲೈಮೇಟ್ ಹುಚ್ಚನ್ನೇ ಈಕೆ ತನ್ನ ಲಾಭಕ್ಕಾಗಿ ತಿರುಗಿಸಿಕೊಂಡಳಂತೆ. ಮಾನಸಿಕ ಖಿನ್ನತೆಯಿಂದ ಬಳಲುತ್ತಿದ್ದ ಮಗಳ ಚೇತರಿಕೆಯ ಮಾರ್ಗದಲ್ಲೇ ತನ್ನ ಕುಟುಂಬವನ್ನೂ ಮೇಲೆತ್ತಲು ಹೊರಟಳಂತೆ. ಮಗಳಿಗಾಗಿ ಅಪ್ಪ ಭಾಷಣ ಬರೆದುಕೊಡುತ್ತಿದ್ದರೆ ಅಮ್ಮ ಅವನ್ನೆಲ್ಲ ಸೇರಿಸಿ ಪುಸ್ತಕ ರೂಪದಲ್ಲಿ ಪ್ರಕಟಿಸಿದಳಂತೆ. ಈ ದಂಪತಿಗೆ ಭೂಗ್ರಹದ ಮೇಲಿನ ಕಾಳಜಿಗಿಂತ ಮಗಳ ಚೇತರಿಕೆಯ ಕಾಳಜಿಯೇ ಹೆಚ್ಚಾಗಿದೆಯಂತೆ ಇತ್ಯಾದಿ.

ಒಂದು ಒಳ್ಳೆಯ ಉದ್ದೇಶಕ್ಕೆಂದು ಮಗಳು ಆಸಕ್ತಿ ತೋರುತ್ತಿದ್ದರೆ ಅವಳನ್ನು

ಪ್ರೋತ್ಸಾಹಿಸುವುದು ಮನೆಯ ದೊಡ್ಡವರ ಸಹಜ ಅಭಿಲಾಷೆ ತಾನೆ? ಖಿನ್ನತೆಯ ಕಾಯಿಲೆಯಿಂದ ನರಳುತ್ತಿದ್ದ ಮಗಳಲ್ಲಿ ಜೀವನೋತ್ಸಾಹ ಚಿಮ್ಮತೊಡಗಿದರೆ ಅಮ್ಮ ಅಪ್ಪ ಅವಳಿಗೆ ಬೆಂಬಲ ನೀಡುವುದು ತಪ್ಪೇನಲ್ಲ ಅಲ್ಲವೆ? ಅಮ್ಮ ಈ ಮಗಳೊಂದಿಗೆ ಏಗುವಾಗಿನ ತಮ್ಮ ಅನುಭವವನ್ನು ಪುಸ್ತಕ ರೂಪದಲ್ಲಿ ಬರೆದಿದ್ದಾಳೆ. 'ಆಟಿಸಂ' ಎಂಬ ಕಾಯಿಲೆ ಅದೆಷ್ಟೊ ಮಕ್ಕಳಿಗೆ ಬರುತ್ತದೆ. ಅದನ್ನು ನಿಭಾಯಿಸುವುದು ಹೇಗೆ ಎಂಬುದರ ಬಗ್ಗೆ ಪುಸ್ತಕ ಬರೆಯುವುದು, ಬರೆದ ಮೇಲೆ ಅದು ಜಾಸ್ತಿ ಸಂಖ್ಯೆಯಲ್ಲಿ ಮಾರಾಟವಾಗುವಂತೆ ನೋಡಿಕೊಳ್ಳುವುದೂ ಸಹಜವೇ ಹೌದು. ಈ ವಿಷಯದಲ್ಲಿ ಗ್ರೇತಾಳ ಪಾಲಕರನ್ನು ದೂಷಿಸುವ ಬದಲು ಶ್ಲಾಘಿಸಬೇಕಲ್ಲವೆ?

ವಿಶ್ವಖ್ಯಾತಿ ಪಡೆದ ಫ್ಯಾಶನ್ ರೂಪದರ್ಶಿ ಕಿಮ್ ಕರ್ದೇಶಿಯನ್ ಹೇಳುವುದೇನು ಗೊತ್ತೆ? 'ನಾನಂತೂ ಗ್ರೇತಾಳ ದೊಡ್ಡ ಅಭಿಮಾನಿ. ಪೃಥ್ವಿಯ ರಕ್ಷಣೆಗಾಗಿ ತನ್ನೆಲ್ಲ ಸಮಯವನ್ನೂ ಮೀಸಲಿಟ್ಟ ಈ ಧೈರ್ಯವಂತ, ಪ್ರಾಮಾಣಿಕ ಹುಡುಗಿಗೆ ನಾವೆಲ್ಲ ಶಾಭಾಸ್ ಹೇಳಬೇಕು. ಅವಳಿಗೆ ಹೀಗೆ ಧುಮುಕಲು ಶಕ್ತಿಯನ್ನೂ ಪ್ರೇರಣೆಯನ್ನೂ ಕೊಟ್ಟ ಅವರ ಅಪ್ಪ-ಅಮ್ಮನನ್ನು ನಾನೊಮ್ಮೆ ಭೇಟಿಯಾಗಬೇಕು, ಧನ್ಯವಾದ ಹೇಳಬೇಕು' ಎನ್ನುತ್ತಾಳೆ. ಆದರೆ ಈ ಬಾಲಕಿಯನ್ನು ಪರಿಸರ ಚಳವಳಿಗೆ ಕಳಿಸಿದ್ದಕ್ಕೆ ಪಾಲಕರ ಬಗ್ಗೆ ಅಷ್ಟೇ ಉಗ್ರ ವಿರೋಧವೂ ವ್ಯಕ್ತವಾಗುತ್ತಿದೆ. 'ಈ ಹುಡುಗಿಗೆ ತನ್ನ ವಯೋಸಹಜ ಬದುಕೇ ಸಿಗದಂತೆ ಮಾಡಿದ್ದು ದೊಡ್ಡ ತಪ್ಪು. ಅವಳಿಗೆ ಕಾಯಿಲೆ ಇದೆ; ಅವಳಿಗೆ ಪ್ರಪಂಚವೆಲ್ಲ ಉಲ್ಟಾ ಕಾಣ್ತಾ ಇದೆ. ಮಾನಸಿಕವಾಗಿ ತೀರ ಒತ್ತಡದಲ್ಲಿದ್ದಾಳೆ. ಭೂಮಿಯ ಭವಿಷ್ಯ ಎಂದೆಲ್ಲ ಕನವರಿಸುತ್ತ ಭಯಭೀತಳಾಗಿದ್ದಾಳೆ. ಅವಳಿಗೆ ಚಿಕಿತ್ಸೆ ಕೊಡಿಸುವ ಬದಲು ಬಹಿರಂಗವಾಗಿ ಓಡಾಡಲು ಬಿಟ್ಟಿದ್ದೇ ತಪ್ಪು. ಮಕ್ಕಳನ್ನು ಹೀಗೆಲ್ಲ ಹಿಂಸಿಸುವುದು ಅಪರಾಧ' ಎಂದು ಆಸ್ಟ್ರೇಲಿಯಾದ ಜನಪ್ರಿಯ ಟಿವಿ ಶೋಮ್ಯಾನ್ ಆಂಡ್ರೂ ಬೋಲ್ಟ್ ಹೇಳಿದ್ದಾನೆ. ಹೇಳಿ ಸಾಕಷ್ಟು ವಲಯಗಳಿಂದ ಛೀಮಾರಿ ಹಾಕಿಸಿಕೊಂಡಿದ್ದಾನೆ.

ಗ್ರೇತಾಳ ಮುಷ್ಕರದ ಆರಂಭಿಕ ಸುದ್ದಿ ಕಾಳ್ಗಿಚ್ಚಿನಂತೆ ಹಬ್ಬಲು ಒಂದು ಜಾಹೀರಾತು ಕಂಪನಿಯ ಮುಖ್ಯಸ್ಥ ಇಂಗ್ಮಾರ್ ರೆಂಝೂಗ್ ಎಂಬ ವ್ಯಕ್ತಿಯೇ ಕಾರಣವೆಂಬ ಆರೋಪವಿದೆ. 'ವಿ ಡೋಂಟ್ ಹೆವ್ ಟೈಮ್' (ನಮಗೆ ಹೆಚ್ಚಿನ ಕಾಲಾವಕಾಶ ಇಲ್ಲ) ಎಂಬ ಹೆಸರಿನ ಪರಿಸರ ಪ್ರಚಾರ ಸಂಸ್ಥೆಯನ್ನು ಹೊಸದಾಗಿ ಆರಂಭಿಸಿದ್ದ ಈ ವ್ಯಕ್ತಿ ಅಂದು ಗ್ರೇತಾಳ ಮುಷ್ಕರದ ಮೊದಲ ದಿನವೇ ಸಂಸತ್ತಿನ ಬಳಿ ಹೋಗಿದ್ದ. ಇವಳನ್ನು ಕಂಡು, ಫೋಟೊ ತೆಗೆದು, ಇವಳ ಕರಪತ್ರದ ಮುಖ್ಯ ವಾಕ್ಯಗಳನ್ನು ತನ್ನ ಕಂಪನಿಯ ಫೇಸ್‌ಬುಕ್ ಪುಟದಲ್ಲಿ ಪ್ರಕಟಿಸಿದ. 'ನಾವು ಎಳೆಮಕ್ಕಳು, ನೀವು ಹೇಳಿದ್ದನ್ನು ಮಾಡುವುದಿಲ್ಲ; ನಿಮ್ಮನ್ನು ನೋಡುತ್ತೇವೆ. ನೀವು ಮಾಡುವುದನ್ನೇ ಮಾಡಿ ಕಲಿಯುತ್ತೇವೆ. ನೀವು ದೊಡ್ಡವರು ನಮ್ಮ ಭವಿಷ್ಯವನ್ನು ಕಡೆಗಣಿಸಿ ಸಾಗುತ್ತಿದ್ದೀರಿ; ನಾವೂ ನಿಮ್ಮನ್ನು ಧಿಕ್ಕರಿಸಿ ಸಾಗುತ್ತೇವೆ' ಎಂಬ ವಾಕ್ಯವೂ ಅದರಲ್ಲಿತ್ತು. 'ನೋಡಿ, ಇಡೀ ಜಗತ್ತಿನ ವಿರುದ್ಧ ಈ ಹುಡುಗಿ ಒಬ್ಬಂಟಿಯಾಗಿ

ಸುಳ್ಳುಸುದ್ದಿಗಳನ್ನು ಪತ್ತೆಹಚ್ಚುವವರ ಪ್ರಕಾರ, ಗ್ರೇತಾಳನ್ನು 'ಟೀಕಿಸುವ 50% ಖಾತೆಗಳು ನಕಲಿ'

ಯುದ್ಧಕ್ಕಿಳಿದಿದ್ದಾಳೆ' ಎಂಬರ್ಥದ ವಾಕ್ಯವನ್ನೂ ಸೇರಿಸಿದ್ದ. ಮರುದಿನ ಮತ್ತೆ ಬಂದು ಒಂದು ಪುಟ್ಟ ವಿಡಿಯೊ ಮಾಡಿಕೊಂಡು ಹೋದ. ನೋಡನೋಡುತ್ತ ಗ್ರೇತಾ ಸುತ್ತ ಜನ ಜಾತ್ರೆ ನೆರೆಯಲು ತೊಡಗಿದ ಹಾಗೆ, ತನ್ನ ಕಂಪನಿಯ ಜಾಲತಾಣದಲ್ಲಿ ಇವಳ ಹೆಸರನ್ನು ಮುಂದೊಡ್ಡಿ ಹಣ ಸಂಗ್ರಹಕ್ಕೆ ತೊಡಗಿದ. ಇವಳಿಗೆ ಪ್ರಚಾರ ಕೊಡುವ ಮೂಲಕ ತನ್ನ ಕಂಪನಿಯ ಹೆಸರು ಮಿನುಗುವಂತೆ ಮಾಡಿದ.

ಹಾಗಿದ್ದರೆ ಇವನೇ ಗ್ರೇತಾಗೆ ಸಂಸತ್ ಭವನದ ಎದುರು ಮುಷ್ಕರಕ್ಕೆ ಕೂರುವಂತೆ ಪ್ರೇರಣೆ ನೀಡಿದ್ದನೆ? ಅವಳಿಗೆ ಹಣದ ಆಮಿಷ ಒಡ್ಡಿದ್ದನೆ? ಈ ಪ್ರಶ್ನೆಗೆ ರೆಂಝಾಗ್ ಕೊಡುವ ಉತ್ತರ ಹೀಗಿದೆ: 'ಗ್ರೇತಾ ನನಗೆ ಮೊದಲೇ ಗೊತ್ತಿದ್ದಳು, ಅವಳನ್ನು ಒಂದು ಪರಿಸರ ಸಮಾವೇಶದಲ್ಲಿ ಭೇಟಿ ಮಾಡಿದ್ದೆ. ಅವಳು ಮುಷ್ಕರ ಹೂಡುವ ಮಾತಾಡಿದ್ದಳು. ಒಂದಿಷ್ಟು ಮಕ್ಕಳು ಒಟ್ಟಾಗಿ ಪಾರ್ಲಿಯಮೆಂಟ್ ಭವನದ ಎದುರು ಮುಷ್ಕರ ಹೂಡಲಿದ್ದಾರೆ ಎಂಬ ಸುಳಿವೂ ಸಿಕ್ಕಿತ್ತು. ಅವರ ಫೋಟೊ ತೆಗೆಯಲು ಹೋಗಿದ್ದು ನಿಜ. ಆದರೆ ಈಕೆ ಒಬ್ಬಳೇ ಕೂತಿದ್ದಳು' ಎಂದು ಆತ ಹೇಳಿದ್ದಾನೆ. ಗ್ರೇತಾಳ ಹೆಸರನ್ನು, ಅವಳ ಅನುಮತಿ ಇಲ್ಲದೆ ತನ್ನ ಕಂಪನಿಯ ವೆಬ್‌ಸೈಟಿನಲ್ಲಿ ಹಾಕಿದ್ದು ತಪ್ಪೆಂದು ಒಪ್ಪಿಕೊಂಡಿದ್ದಾನೆ.

ಗ್ರೇತಾ ಹೇಳುವುದೇನು? 'ಆತ ಯಾರೆಂದು ನನಗೆ ಗೊತ್ತೇ ಇಲ್ಲ. ಮೊದಲ ದಿನ ನನ್ನ ಫೋಟೊ ತೆಗೆಯಲು ಬಂದವನೇ ಮರುದಿನವೂ ಬಂದ ಅನ್ನೋದಷ್ಟೇ ಗೊತ್ತು. ನಾವು ಮಕ್ಕಳು ಮುಷ್ಕರ ಹೂಡಬೇಕೆಂದು ಹಿಂದಿನ ಒಂದು ಪರಿಸರ ಸಭೆಯಲ್ಲಿ ಚರ್ಚೆಯಾಗಿದ್ದು ಹೌದು. ಮುಷ್ಕರಕ್ಕೆ ಕೂರಲು ನನ್ನ ಜೊತೆ ಯಾರೂ ಬಾರದ್ದರಿಂದ ನಾನೊಬ್ಬಳೆ ಹೋಗಿ ಕೂತೆ. ನಾನು ನನ್ನ ಖುಷಿಗೆ ಈ ಕೆಲಸ ಮಾಡುತ್ತಿದ್ದೇನೆ ಹೊರತೂ ಯಾರ ಪರವಾಗಿಯೂ ಅಲ್ಲ; ಯಾವ ಸಂಘಟನೆಗೂ ನಾನು ಸೇರಿಲ್ಲ. ಆಗೀಗ ಒಂದೆರಡು ಪರಿಸರ ಸಂಸ್ಥೆಗಳಿಗೆ ಹೋಗಿ ನಾನು ಭಾಷಣ

ಮಾಡಿದರೂ ಯಾರಿಂದಲೂ ಹಣ ಪಡೆದಿಲ್ಲ; ಮುಂದೆಂದೋ ಹಣವನ್ನು ನೀಡುತ್ತೇವೆಂದು ಯಾರೂ ನನ್ನಿಂದ ಕರಾರು ಬರೆಸಿಕೊಳ್ಳಲೂ ಇಲ್ಲ. ನನ್ನ ಕುಟುಂಬದವರೂ ಹಣ ಪಡೆದಿಲ್ಲ. ನನ್ನ ತಂದೆತಾಯಿಗಂತೂ ನಾನು ಹೇಳುವವರೆಗೆ ಭೂಮಿಯ ಸಂಕಷ್ಟಗಳ ಬಗ್ಗೆ ಗೊತ್ತೂ ಇರಲಿಲ್ಲ. ವದಂತಿ ಹಬ್ಬಿಸಲು ಜನರಿಗೆ ಅದೇನು ಖುಷಿಯೊ' ಎಂದಿದ್ದಾಳೆ.

ಯಾರೋ ಒಬ್ಬರು ಪ್ರಸಿದ್ಧಿಗೆ ಬರುತ್ತಿದ್ದಾರೆ ಅಂದಾಕ್ಷಣ, ಅಲ್ಲಿ ಸ್ವಾರ್ಥಿಗಳೂ ಬರುತ್ತಾರೆ. ಅದು ಎಲ್ಲ ದೇಶಗಳಲ್ಲೂ ನಡೆಯುವ ವಿದ್ಯಮಾನ. ಗ್ರೇತಾಗೆ ಅಂಥವರು ಗಂಟುಬಿದ್ದಿದ್ದರಲ್ಲಿ ಅಚ್ಚರಿಯೇನಿಲ್ಲ. ಅದಂತೂ ಆಯಿತು. ಇನ್ನು, ಪರಿಸರ ರಕ್ಷಣೆಯ ಉದ್ದೇಶ ಇದ್ದ ಅನೇಕ ಸಂಘ ಸಂಸ್ಥೆಗಳು ಅವಳನ್ನು ಮುಂದೆ ಮಾಡಿಕೊಂಡು ಹೋರಾಡಲು ಬಯಸಿದ್ದು ನಿಜವೂ ಹೌದು. ಅದು ಗ್ರೇತಾಳ ತಪ್ಪೇನಲ್ಲ. ಆದರೂ ಅವಳ ಪ್ರತಿಯೊಂದು ಮಾತಿಗೂ ನಡೆನುಡಿಗೂ ಟೀಕೆಗಳ ಸುರಿಮಳೆ ಬರುತ್ತಿದೆ. ಇವಳು ಅಗೋಚರ ಸಂಘಟಕರ ಕೈಗೊಂಬೆ ಆಗಿದ್ದಾಳೆ. ಇವಳು ಜಗತ್ತಿಗೆ ನೀತಿಪಾಠ ಹೇಳಲು ಹೊರಟಿದ್ದಾಳೆ; ಇವಳು ಪ್ರಳಯದ 'ತೋಳ ಬಂತಲೇ ತೋಳ' ಎಂದು ಚೀರುತ್ತಿದ್ದಾಳೆ; ಜಗತ್ತು ಇನ್ನೇನು ಮುಗಿದೇ ಹೋಯಿತೆಂಬಂತೆ ಹೆದರಿಸಿ ಇವಳು ಎಳೆಪೀಳಿಗೆಯ ಮನಸ್ಸಿನಲ್ಲಿ ಹತಾಶ ಮನೋಭಾವವನ್ನು ಹುಟ್ಟುಹಾಕುತ್ತಿದ್ದಾಳೆ ಎಂಬೆಲ್ಲ ಟೀಕೆ ಸರಿಯೆ?

ಗ್ರೇತಾಳ ಪ್ರಕಾರ, ಪ್ರಳಯ ಬರಲಿದೆ ಎಂಬುದು ದೂರಾತಿದೂರದ ಮಾತೇನಲ್ಲ. ವಿಜ್ಞಾನಿಗಳೇ ಹೇಳುವ ಪ್ರಕಾರ, ಇಂದಿನ ಜಾಗತಿಕ ನಾಯಕರು ಏನೂ ಕ್ರಮ ಕೈಗೊಳ್ಳದಿದ್ದರೆ ಪ್ರಳಯದ ಸಾಧ್ಯತೆ ತೀರ ನಿಕಟವಾಗಲಿದೆ.

ಆಸ್ಟ್ರೇಲಿಯಾದ ಪತ್ರಕರ್ತ ಆಂಡ್ರೂ ಬೋಲ್ಟ್ ಎಂಬಾತ ತೀರ ಕಟುವಾಗಿ ಇವಳನ್ನು 'ಮಾನಸಿಕ ಅಸ್ವಸ್ಥ ಉದ್ಧಾರಕಿ' ಎಂದು ಹಂಗಿಸುತ್ತಾನೆ. 'ಕ್ಲೈಮೇಟ್ ಹುಚ್ಚು ಹಿಡಿಸಿಕೊಂಡ ಇವಳ ಮಾತನ್ನು ಏಕೆ ಅಷ್ಟೊಂದು ಜಾಗತಿಕ ಮುತ್ಸದ್ದಿಗಳು ಕೇಳುತ್ತಿದ್ದಾರೊ? ಕ್ಲೈಮೇಟ್ ಅಂಧಭಕ್ತಿಯ ಪ್ರಚಾರಕ್ಕೆ ನಿಂತ ಹದಿಹುಡುಗಿಯನ್ನು ನಾವು ಸಂಶಯದಿಂದ ನೋಡಬೇಕು' ಎನ್ನುತ್ತಾನೆ.

ಅದಕ್ಕೆ ಉತ್ತರವಾಗಿ ಗ್ರೇತಾ 'ನಾವು ಮಕ್ಕಳು; ವಿಜ್ಞಾನಿಗಳು ಸೂಚಿಸಿದ ಭಯಾನಕ ಭವಿಷ್ಯದಿಂದ ನಮಗೆ ಆತಂಕವಾಗಿದೆ. ಮಾನಸಿಕ ಅಸ್ವಸ್ಥಳೆಂಬ ದೋಷಾರೋಪ ನನಗೆ ಪದೇ ಪದೇ ಬರುತ್ತಿದೆ; ಹಾಗಿದ್ದರೆ ಜಗತ್ತನ್ನು ಎಚ್ಚರಿಸಬೇಕಾದ ಸ್ವಸ್ಥ ಮನಸ್ಸಿನ ದೊಡ್ಡವರೆಲ್ಲ ಎಲ್ಲಿದ್ದಾರೆ?' ಎಂದು ಕೇಳುತ್ತಾಳೆ.

ದೊಡ್ಡವರು ಇವಳ ನಡೆಯನ್ನು ಪ್ರಶ್ನಿಸುವುದರಲ್ಲೇ ತೊಡಗಿದ್ದಾರೆ. 'ಬದಲಿ ಶಕ್ತಿಯನ್ನು ಬಳಕೆಗೆ ತರುವ ವಿಷಯದಲ್ಲಿ ಏನೇನು ತೊಡಕು ಇವೆ ಎಂಬುದು ಇವಳಿಗೆ ಗೊತ್ತಿಲ್ಲ. ಇಕಾನಮಿಕ್ಸ್ ಗೊತ್ತಿಲ್ಲ; ರಾಜತಾಂತ್ರಿಕ ಕ್ಲಿಷ್ಟತೆ ಇವಳಿಗೆ ಗೊತ್ತಿಲ್ಲ; ವ್ಯವಹಾರ ಜ್ಞಾನ ಇಲ್ಲ' ಎಂದೆಲ್ಲ ಟೀಕಿಸುತ್ತಾರೆ. ತೀರ ಇತ್ತೀಚೆಗೆ ರಷ್ಯ ದೇಶದ

ಅಧ್ಯಕ್ಷ ವ್ಲಾಡಿಮೀರ್ ಪುಟಿನ್ ಕೂಡ ಇವಳನ್ನು ಇದೇ ಧಾಟಿಯಲ್ಲಿ ಟೀಕಿಸಿ 'ಇಂಥ ಎಳೆಯರನ್ನು ಹೋರಾಟಕ್ಕೆ ತಳ್ಳದಂತೆ ಹಿರಿಯರು ಎಚ್ಚರವಹಿಸಬೇಕು' ಎಂದಿದ್ದು ದಾಖಲಾಗಿದೆ. ಆತನ ಈ ಮಾತಿಗೆ ಟ್ವಿಟ್ಟರ್ ಮಾಧ್ಯಮದಲ್ಲಿ ಸಾಕಷ್ಟು ವಾಗ್ಬಾಣಗಳು ಹರಿದಿವೆ ಅದು ಬೇರೆ. 'ರಷ್ಯದ ಇಡೀ ವಾಣಿಜ್ಯ ವ್ಯವಸ್ಥೆಯೇ ಪೆಟ್ರೋಲನ್ನು ಆಧರಿಸಿದ್ದು, ಗ್ರೇತಾ ನಾಯಕತ್ವದ ಎಳೆಯ ಪೀಳಿಗೆಯ ಜಾಗತಿಕ ಚಳವಳಿ ಇದೀಗ ಈ ಸರ್ವಾಧಿಕಾರಿಯನ್ನೂ ನಡುಗಿಸುತ್ತಿದೆ' ಎಂದು ದಾನಾ ನುಕ್ಸಿಟೆಲ್ಲಿ ಎಂಬಾಕೆ ಟ್ವೀಟ್ ಮಾಡಿದ್ದಾಳೆ.

ಪರಿಸರ ಮನೋವಿಜ್ಞಾನಿ ಡಾ. ರೀನಿ ಲರ್ಸ್‌ಮ್ಯಾನ್ ಹೇಳುವ ಪ್ರಕಾರ, ಗ್ರೇತಾ ಹೀಗೆ ಹಠಾತ್ತಾಗಿ ಎತ್ತರಕ್ಕೆ ಏರಿದ್ದೂ ಅಚ್ಚರಿಯಲ್ಲ; ಹೀಗೆ ದೊಡ್ಡವರಿಗೆ ಸವಾಲಾಗಿ ಕಾಣುವುದೂ ಅಚ್ಚರಿಯೇನಲ್ಲ. ಇಡೀ ಜಗತ್ತೇ ಇಂಥ ಒಂದು ವ್ಯಕ್ತಿಗಾಗಿ ಕಾದಿತ್ತು; ಜನಸಾಮಾನ್ಯರ ಮುಖವಾಣಿಯಾಗುವ ಯೋಗ್ಯತೆ ಇದ್ದ ವ್ಯಕ್ತಿಗಾಗಿ ಕಾದಿತ್ತು. ಕ್ಲೈಮೇಟ್ ಸಂಕಟದ ಭೀತಿ ಅನುಭವಿಸುತ್ತಿರುವವರ ಒಟ್ಟಾರೆ ದನಿಯಾಗಿ ಅವಳು ಹೊರಹೊಮ್ಮಿದ್ದಾಳೆ ಅಷ್ಟೆ. ದೊಡ್ಡವರಿಗೆ ಅವಳನ್ನು ಕಂಡರೆ ಅಸಹನೆ ಹೆಚ್ಚುತ್ತಿದೆ –ಏಕೆಂದರೆ ಈ 'ಜಡೆಯ ಹುಡುಗಿ' ದೊಡ್ಡವರಿಗೆ ಇಷ್ಟವಿಲ್ಲದ ಸಂಗತಿಯನ್ನೇ ಹೇಳುತ್ತಿದ್ದಾಳೆ. ಅವಳು ಉನ್ಮಾದ ಸ್ಥಿತಿಯಲ್ಲಿಲ್ಲ, ಬದಲಿಗೆ ತನ್ನ ಗ್ರಹಿಕೆಗೆ ಬಂದ ವಾಸ್ತವದ ನೆಲೆಗಟ್ಟಿನಲ್ಲೇ ಮಾತಾಡುತ್ತಿದ್ದಾಳೆ. ಅವಳಿನ್ನೂ ಹದಿಹುಡುಗಿ ಆಗಿರುವುದರಿಂದಲೇ ಇಷ್ಟು ನೇರವಾಗಿ, ಪೂರ್ವಗ್ರಹವಿಲ್ಲದೇ ಮಾತಾಡುವ

ಬ್ರಿಟಿಷ್ ಸಂಸತ್ ಸದಸ್ಯರನ್ನು ಉದ್ದೇಶಿಸಿ ಭಾಷಣ ಮಾಡಲೆಂದು ಗ್ರೇತಾಳನ್ನು 2019 ಏಪ್ರಿಲ್‌ನಲ್ಲಿ ಆಮಂತ್ರಿಸಲಾಗಿತ್ತು. ಖಡಕ್ ಭಾಷಣದ ಮಧ್ಯೆ 'ಕೇಳಿಸ್ಕೊತಾ ಇದೀರಾ? ನನ್ನ ಮೈಕ್ ಸರಿಯಾಗಿದೆಯಾ?' ಎಂದು ಕೇಳಿದ್ದು, ಕೊನೆಯಲ್ಲಿ ಮತ್ತೊಮ್ಮೆ ಅದನ್ನೇ ಕೇಳಿದ್ದು ಚಾಟಿ ಏಟಿನಂತೆ ವೈರಲ್ ಆಯಿತು.
ಜಿಕ್ಯೂ ಪತ್ರಿಕೆ ಅದನ್ನೇ ತನ್ನ ಮುಖಪುಟದಲ್ಲಿ ಬಳಸಿಕೊಂಡಿತು.

ಸಾಮರ್ಥ್ಯ ಅವಳಿಗೆ ಬಂದಿದೆ. ಎಲ್ಲಕ್ಕಿಂತ ಮುಖ್ಯ ಏನೆಂದರೆ, ಪಶ್ಚಿಮದ ಧನಿಕ ಸಮಾಜಕ್ಕೆ ನಿಜಕ್ಕೂ ಭಯ ಹತ್ತಿಕೊಂಡಿದೆ. ತಾಪಮಾನ ಏರಿಕೆಯ ಭಯ ಅಲ್ಲ. ಅವರ ಭಯ ಬೇರೆಯೇ ಇದೆ: ಈ ಯುವಜನರ ಒತ್ತಾಯಗಳಿಗೆ ಕಟ್ಟುಬಿದ್ದು, ನಿಜಕ್ಕೂ ಮಿತಬಳಕೆಯ ಯುಗ ಬಂದೇ ಬಿಟ್ಟರೆ! ವಿಮಾನ ಯಾನ ಮಾಡುವಂತಿಲ್ಲ. ಬೇಕೆಂದಾಗ ನಲ್ಲಿಗೆ ಕೈಯೊಡ್ಡಿ ಬಿಸಿನೀರನ್ನು ಬಸಿದುಕೊಳ್ಳುವಂತಿಲ್ಲ. ದಿನದಿನವೂ ಮಾಂಸಭಕ್ಷಣೆ ಮಾಡುವಂತಿಲ್ಲ. ಇನ್ನೇನೇನು ನಿಬಂಧನೆಗಳು ಬಂದುಬಿಡುತ್ತಾವೊ? ಈ ಭಯ ಇವರನ್ನು ಕಾಡುತ್ತಿದೆ. ಇವರ ಭಯಕ್ಕೆ ಪೆಟ್ರೋಲ್ ಸುರಿಯುವಂತೆ, ತೈಲಪರ ದಲ್ಲಾಳಿಗಳು ಸುಳ್ಳುಸುದ್ದಿಯನ್ನು ಹಬ್ಬಿಸುತ್ತಿದ್ದಾರೆ. ಇವಳು ಎಡಪಂಥೀಯರ ಏಜೆಂಟಂತೆ. ಇವಳ ಮಾತೇ ನಡೆಯುವಂತಾದರೆ ಮುಂದುವರೆದ ದೇಶಗಳ ಆರ್ಥಿಕ ಸ್ಥಿತಿಗತಿ ಅಲ್ಲೋಲಕಲ್ಲೋಲ ಆಗಲಿದೆಯಂತೆ.

ಈ ಭಯವನ್ನು ಗ್ರೇತಾ ಚೆನ್ನಾಗಿ ಲೇವಡಿ ಮಾಡುತ್ತಾಳೆ. ಅವಳ ಫೇಸ್‌ಬುಕ್ ಪುಟಕ್ಕೆ ಹೋದರೆ ಅಲ್ಲಲ್ಲಿ ಇಂಥ ಲೇವಡಿಗಳು ಸಿಗುತ್ತವೆ. 2019ರ ಅಕ್ಟೊಬರ್ 31ರಂದು ಅಮೆರಿಕದ ಎಲ್ಲೆಡೆ 'ಹಾಲ್ಲೊವೀನ್ ಹಬ್ಬ'ವನ್ನು ಆಚರಿಸುತ್ತಾರೆ. ಮುಖಕ್ಕೆ ಚಿತ್ರವಿಚಿತ್ರ ಮುಖವಾಡ ಹಾಕಿಕೊಂಡು, ಪರಿಚಿತರನ್ನು ಹೆದರಿಸಿ ಶಾಭಾಸ್ ಗಿಟ್ಟಿಸುವ ಹಬ್ಬ ಅದು. ಅಮೆರಿಕದ ಲಾಸ್‌ಏಂಜಲೀಸ್ ನಗರದಲ್ಲಿ ವಾಸ್ತವ್ಯ ಹೂಡಿರುವ ಅವಳು ಆದಿನ ತನ್ನ ಫೇಸ್‌ಬುಕ್ ಗೋಡೆಯ ಮೇಲೆ ಹೀಗೆ ಬರೆದಿದ್ದಳು: 'ನಮ್ಮ ದೇಶದಲ್ಲಿ ಈ ಹಬ್ಬವನ್ನು ಆಚರಿಸುವ ಸಂಪ್ರದಾಯ ಇಲ್ಲ. ಆದರೆ ಇಲ್ಲಿ ನಾನೂ ಒಂದು ಕೈ ನೋಡೋಣ ಅನ್ನಿಸುತ್ತಿದೆ. ಮತ್ತೆ, ಈ ಕ್ಲೈಮೇಟ್ ವಿರೋಧಿ ಜನರನ್ನು ಹೆದರಿಸಲು ನಾನು ಮುಖವಾಡ ತೊಡಬೇಕಾಗಿಯೂ ಇಲ್ಲ'.

ಮತ್ತೆ, ನಾಳೆ ಬರಲಿರುವ ಸಂಕಟಗಳ ಬಗ್ಗೆ ತನಗೆ ತೋಚಿದ ಮಾತಾಡಿ ಗ್ರೇತಾ ಯುವಜನರಲ್ಲಿ ಭಯ ಹುಟ್ಟಿಸುತ್ತಿದ್ದಾಳೆ ಎಂಬ ಟೀಕೆ ಬಂತೆಂದರೆ, ಆಯಾ ಟೀಕೆಗೆ ತಕ್ಷಣ ಖಡಕ್ಕಾಗಿ, ನಿಖರವಾಗಿ ಉತ್ತರಿಸುತ್ತಾಳೆ. 'ನಾನು ತೋಚಿದ್ದು ಮಾತಾಡುತ್ತೇನೆಂದು ಆಪಾದಿಸುವ ಮುನ್ನ ಕಳೆದ ವರ್ಷ ಬಿಡುಗಡೆಯಾದ ಐಪಿಸಿಸಿ ವರದಿಯ ಎಸ್.ಆರ್.1,5 ಎರಡನೇ ಅಧ್ಯಾಯದ 108ನೆಯ ಪುಟವನ್ನು ಓದಿ ನೋಡಿ. ಅದರಲ್ಲಿ ಭೂಮಿಯ ಕಾರ್ಬನ್ ಬಜೆಟ್ ಎಷ್ಟು ಶೀಘ್ರವಾಗಿ ಇಳಿಮುಖವಾಗುತ್ತಿದೆ ಎಂಬುದನ್ನು ತಿಳಿಸಲಾಗಿದೆ. ಇದರಲ್ಲಿ ನನ್ನ ರಾಜಕೀಯ ಏನೂ ಇಲ್ಲ. ವಿಜ್ಞಾನಿಗಳು ಹೇಳಿದ್ದನ್ನೇ ನಾನು ನಿಮ್ಮೆಲ್ಲರ ಮುಂದಿಡುತ್ತಿದ್ದೇನೆ' ಎಂದು ಉತ್ತರಿಸಿ ವಿರೋಧಿಗಳ ಬಾಯಿ ಮುಚ್ಚಿಸುತ್ತಾಳೆ.

ಕೆಲವರು ಮೂಗು ಮುರಿಯಬಹುದು. ಅವಳ ಭಾಷಣಕ್ಕೆ ಬೇಕಿದ್ದ ಮಾಹಿತಿಗಳನ್ನೆಲ್ಲ ಅವಳ ಅಪ್ಪನೇ ಗೂಗಲ್ ಮಾಡಿ ಇಳಿಸಿ, ಭಾಷಣವನ್ನು ಬರೆದು ಕೊಡುತ್ತಾನೆ ಅದರಲ್ಲೇನು ವಿಶೇಷ ಎನ್ನಬಹುದು. ಅದು ನಿಜವಲ್ಲ. ಅವೆಲ್ಲ ಅಪ್ಪ ಬರೆದುಕೊಟ್ಟ ಭಾಷಣಗಳಲ್ಲ. ಅವಳು ತನ್ನ ಭಾಷಣಗಳನ್ನು ತಾನೇ ಬರೆಯುತ್ತಾಳೆ. ಅಪ್ಪ ಅದನ್ನು ಓದುತ್ತಾನೆ. 'ಮಗಳೇ ಇಷ್ಟೆಲ್ಲ ಉಗ್ರ ಬಾಷೆಯನ್ನು ಬಳಸಬಾರದು

ಕಣೇ!' ಎನ್ನುತ್ತ ಮೊದಮೊದಲು ತಿದ್ದಲು ಹೋಗಿ ಮಗಳಿಂದ ಬೈಸಿಕೊಂಡಿದ್ದಾನೆ. ಕೆಲವು ಬಾರಿ, ಮಗಳಿಗೆ ಕಾಣದಂತೆ ಅಪ್ಪ ಆ ಭಾಷಣದ ಕೆಲವು ವಾಕ್ಯಗಳನ್ನು ಹೊಡೆದು ಹಾಕಿ ಪ್ರಿಂಟೌಟ್ ತೆಗೆದುಕೊಡುತ್ತಾನೆ. ಆದರೆ ಮಗಳಿಗೆ ಅದು ಗೊತ್ತಾಗುತ್ತದೆ. ಏಕೆಂದರೆ ಅವಳಿಗೆ ತಾನು ಬರೆದ ಪ್ರತಿ ವಾಕ್ಯವೂ ನೆನಪಿನಲ್ಲಿ ಇರುತ್ತದೆ.

ವಿಶ್ವಸಂಸ್ಥೆಯಲ್ಲಿ ಭಾಷಣ ಮಾಡುವ ಸಂದರ್ಭದಲ್ಲಿ ಹೀಗೇ ಆಯಿತು. 'ನಮಗೆ ಭವಿಷ್ಯವೇ ಇಲ್ಲ ಎಂದಮೇಲೆ ನಾವೇಕೆ ಶಾಲೆಗೆ ಹೋಗಬೇಕು?' ಎಂಬ ವಾಕ್ಯವನ್ನು ಗ್ರೇಟಾ ಮೂಲ ಭಾಷಣದಲ್ಲಿ ಬರೆದಿದ್ದಳು. ಆದರೆ ಅಪ್ಪ ಅದನ್ನು ಹೊಡೆದು ಹಾಕಿದ್ದ. 'ದೊಡ್ಡವರೆದುರು ಅಷ್ಟೆಲ್ಲ ಧಾರ್ಷ್ಟ್ಯ ತೋರಿಸಬಾರದು ಮಗೂ' ಎಂದು ಹೇಳಿ ತಿದ್ದಿದ್ದ. ಮುಂದೆ ನ್ಯೂಯಾರ್ಕಿಗೆ ಹೋಗಿ ಅಷ್ಟು ದೊಡ್ಡ ವೇದಿಕೆಯಲ್ಲಿ 'ನಾನು ಮಾತಾಡಲು ನಿಂತಾಗ ಆ ವಾಕ್ಯ ನನ್ನ ನೆನಪಿಗೆ ಬಂತು. ಮುದ್ರಿತ ಭಾಷಣದಲ್ಲಿ ಆ ವಾಕ್ಯ ಇರಲಿಲ್ಲ. ಆದರೂ ನಾನು ಅದನ್ನು ಮತ್ತೆ ನೆನಪಿಸಿಕೊಂಡು ಸೇರಿಸಿದೆ' ಎಂದು ಗ್ರೇತಾ ತನ್ನನ್ನು ಸಂದರ್ಶಿಸಿದ ಜಿಕ್ಯೂ ಪತ್ರಿಕೆಯ ವರದಿಗಾರನಿಗೆ ಹೇಳಿದ್ದಾಳೆ.

ಗ್ರೀಕ್ ರಾಜಕುಮಾರಿ ಆಂತಿಗೊನಿಯ ನೆನಪು

ಧನಿಕ ದೇಶಗಳಲ್ಲಿ ಗ್ರೇತಾಳ ಬಗ್ಗೆ ಟೀಕೆಗಳ ಸುರಿಮಳೆ ಬಂದಿದ್ದನ್ನು ಚಾರಿತ್ರಿಕ ದೃಷ್ಟಿಯಿಂದ ವಿಶ್ಲೇಷಣೆ ಮಾಡುವವರೂ ಇದ್ದಾರೆ. ಸತ್ಯ ಹೇಳುವ ಹುಡುಗಿಯನ್ನು, ಪ್ರಭುತ್ವಕ್ಕೆ ಸವಾಲು ಹಾಕುವ ಯುವತಿಯರನ್ನು 2500 ವರ್ಷಗಳ ಹಿಂದೆ ಗ್ರೀಕ್ ಸಮಾಜದಲ್ಲೂ ಹೀಗೆಯೇ ಹೀಗಳೆಯಲಾಗುತ್ತಿತ್ತು ಎಂದು ಡೊನ್ನಾ ಝುಕರ್‌ಬರ್ಗ್ (ಫೇಸ್‌ಬುಕ್ ಮುಖ್ಯಸ್ಥ ಮಾರ್ಕ್ ಝುಕರ್‌ಬರ್ಗ್ ಅವರ ಸಹೋದರಿ) ಮತ್ತು ಕ್ಯಾಲಿಫೋರ್ನಿಯಾ ವಿವಿಯ ಇತಿಹಾಸ ವಿಭಾಗದ ಪ್ರೊ. ಹೆಲೆನಾ ಮೊರೆಲಿಸ್ ವಿಶ್ಲೇಷಣೆ ಮಾಡಿದ್ದನ್ನು ಈಚೆಗಷ್ಟೆ ಬಿಬಿಸಿ ತನ್ನ ವೆಬ್‌ಸೈಟಿನಲ್ಲಿ ಪ್ರಕಟಿಸಿದೆ. ಗ್ರೀಕ್ ಪುರಾಣದಲ್ಲಿ ಬರುವ ರಾಜಕುಮಾರಿ ಆಂತಿಗೊನಿ ಕೂಡ ಹೀಗೆ ಮಧ್ಯ ಹದಿಹರಯದವಳೇ ಆಗಿದ್ದಳು. ಕ್ರೂರ ರಾಜ ಕ್ರಿಯಾನ್‌ನ ವಿರುದ್ಧ ಬಂಡೆದ್ದಿದಳು. ಅಂಥ ಧೀರ ಯುವತಿಯರನ್ನು ಹಿಂದೆಯೂ 'ಅವಳು ಚೀರುತ್ತಾಳೆ', 'ಅವಳಿಗೆ ತಲೆ ಸರಿ ಇಲ್ಲ' ಎಂದೆಲ್ಲ ಪಟ್ಟಕಟ್ಟಿ ಜರಿಯಲಾಗುತ್ತಿತ್ತು. ಹರಯಕ್ಕೆ ಬಂದ ಹೆಣ್ಣುಮಗಳಿಗೆ ಬೇಗ ಮದುವೆ ಮಾಡದಿದ್ದರೆ ಅಂಥ ಹುಡುಗಿಯರು ತಲೆ ಕೆಟ್ಟವರಂತೆ ವರ್ತಿಸುತ್ತಾರೆಂದು ಗ್ರೀಕರ ವೈದ್ಯಸಂಹಿತೆಗಳಲ್ಲೂ ಬರೆಯಲಾಗಿದೆ.

ಪಟ್ಟಭದ್ರರ ವಿರುದ್ಧ ನಿಲ್ಲುವ ಧೈರ್ಯಶಾಲಿ ಹೆಣ್ಣುಮಕ್ಕಳನ್ನು ಛೇಡಿಸುವ, ಆಡಿಕೊಂಡು ನಗುವ ಮನೋವೃತ್ತಿ ಮೊದಲಿನಿಂದಲೂ ಸಮಾಜದಲ್ಲಿ ಹಾಸುಹೊಕ್ಕಾಗಿದೆ. ಈಗಂತೂ ಸಾಮಾಜಿಕ ಮಾಧ್ಯಮಗಳಿಂದಾಗಿ ಯಾರು ಯಾರನ್ನು ಬೇಕಾದರೂ ಬಹಿರಂಗವಾಗಿ ಹೀಗಳೆಯಬಹುದು. ಅದಕ್ಕೇ ಗ್ರೇತಾ

ಸುಳ್ಳುಸುದ್ದಿಯ ನೈಜ ಮುಖ: ಟ್ರೇನ್ ಊಟದ ನಿಜ ಚಿತ್ರ ಎಡಗಡೆಗೆ; ಕಿಟಕಿಯಾಚೆ ಹಸಿದ ಮಕ್ಕಳ ಚಿತ್ರವನ್ನು ಅಂಟಿಸಿ ಗ್ರೇತಾಳ ಬಿಂಬಕ್ಕೆ ಮಸಿಹಚ್ಚಿದ ಚಿತ್ರ ಬಲಗಡೆಗೆ

ವಿರುದ್ಧ ಅಷ್ಟೊಂದು ಸುಳ್ಳುಸುದ್ದಿಗಳ ಟ್ರೋಲ್ ಸುನಾಮಿ ಬರುತ್ತಿದೆ. ಒಂದು ಸಂತಸದ ಸಂಗತಿ ಏನೆಂದರೆ ಅವಳ ಚಳವಳಿಯ ಸುತ್ತ ಹಬ್ಬುವ ಪ್ರತಿಯೊಂದು ಸುಳ್ಳುಸುದ್ದಿಯನ್ನೂ ಸತ್ಯಪತ್ತೆ (ಫ್ಯಾಕ್ಟ್‌ಚೆಕ್) ತಂಡಗಳು ಜಾಲಾಡುತ್ತಿವೆ.

ಉದಾಹರಣೆಗೆ, ಸೆಪ್ಟಂಬರ್ 20ರ ಕ್ಲೈಮೇಟ್ ಮುಷ್ಕರದ ಸಂದರ್ಭದಲ್ಲಿ ಅನೇಕ ನಗರಗಳಲ್ಲಿ ಪ್ರತಿಭಟನೆಗಳು ನಡೆದವು. ಸುಮಾರು 161 ದೇಶಗಳಲ್ಲಿ ಅಂದಾಜು 40 ಲಕ್ಷ ಜನರು ಮೆರವಣಿಗೆಗಳಲ್ಲಿ ಪಾಲ್ಗೊಂಡಿದ್ದರು. ಹೀಗೆ ಪ್ರತಿಭಟನೆ ಮಾಡಲು ಬಂದವರು ಅದೆಷ್ಟು ದೊಡ್ಡ ರಾಶಿ ತ್ಯಾಜ್ಯವನ್ನು ಬಿಟ್ಟು ಹೋಗಿದ್ದಾರೆಂದು ಟೀಕಿಸುವ ಫೋಟೊಗಳು ಪ್ರಕಟವಾದವು. ಆದರೆ ಆ ಫೋಟೊ ಅಸಲಿಯಾಗಿ ಲಂಡನ್ನಿನ ಹೈಡ್‌ಪಾರ್ಕ್ ಎಂಬ ಉದ್ಯಾನದಲ್ಲಿ ಪ್ರವಾಸಿಗಳು ಹಾಕಿಹೋದ ತ್ಯಾಜ್ಯದ ಚಿತ್ರವೆಂದು ಸಾಕ್ಷ್ಯ ಸಮೇತ 'ಪೊಲಿಟಿಫ್ಯಾಕ್ಟ್' ಎಂಬ ಸತ್ಯಪತ್ತೆ ತಂಡ ತೋರಿಸಿಕೊಟ್ಟಿತು. ಅದೇ ರೀತಿ, ಹಾಯಿದೋಣಿಯಲ್ಲಿ ಅಟ್ಲಾಂಟಿಕ್ ಸಾಗರವನ್ನು ದಾಟುವಾಗ ಮಿಲಿಟರಿ ವಿಮಾನವೊಂದು ಗ್ರೇತಾಳ ರಕ್ಷಣೆಗೆ ಆಕಾಶದಲ್ಲಿ ಸಾಗುತ್ತಿತ್ತು ಎಂಬ ವದಂತಿ ಸುಳ್ಳೆಂದು ಜರ್ಮನಿಯ 'ಕರೆಕ್ಟಿವ್' ಸಂಸ್ಥೆ ಹೇಳಿಕೆ ನೀಡಿತು.

ಇನ್ನು ಅವಳನ್ನು ಅಪಮಾನಿಸುವ ಸುಳ್ಳುಫೋಟೊಗಳಿಗಂತೂ ಲೆಕ್ಕವೇ ಇಲ್ಲ. ಟ್ರೇನ್‌ನಲ್ಲಿ ಕಿಟಕಿಯ ಪಕ್ಕದಲ್ಲಿ ಕೂತ ಗ್ರೇತಾಳ ಎದುರಿಗೆ (ಎಲ್ಲ ಪ್ರಯಾಣಿಕರಿಗೂ ನೀಡುವ) ಸಮೃದ್ಧ ಊಟದ ತಟ್ಟೆಯಿದೆ. ಅದರಲ್ಲಿ ಹಣ್ಣು, ಬ್ರೆಡ್, ಬೆಣ್ಣೆ, ಗಿಣ್ಣ, ಸಾಸ್, ಜ್ಯೂಸ್ ಎಲ್ಲ ಇವೆ. ಯಾರೋ ಒಬ್ಬಾತ ಫೋಟೊ ತೆಗೆದು ಸಾಮಾಜಿಕ ಮಾಧ್ಯಮದಲ್ಲಿ ಹಾಕಿದ್ದಾನೆ. ಇನ್ಯಾರೊ ಕಿಡಿಗೇಡಿ, ಆ ಕಿಟಕಿಯ ಆಚೆ ಹಸಿದ ಮಕ್ಕಳು ಆಸೆಯಿಂದ ಇವಳತ್ತ ನೋಡುತ್ತ ಕೂತಿರುವ ದೃಶ್ಯವನ್ನು ಸೇರಿಸಿದ್ದಾನೆ. ಇನ್ನೊಂದು ಚಿತ್ರದಲ್ಲಿ ಗ್ರೇತಾ ಅಮೆರಿಕದ ಬಹುದೊಡ್ಡ ಲೇವಾದೇವಿ ಶತಕೋಟ್ಯಧೀಶ

ಹಾಗೂ ಮಹಾದಾನಿ ಜಾರ್ಜ್ ಸೋರೋಸ್ ಎಂಬಾತನ ಪಕ್ಕದಲ್ಲಿ ನಿಂತಿದ್ದಾಳೆ. ಸೋರೋಸ್ ಇದುವರೆಗೆ 3200 ಕೋಟಿ ಡಾಲರ್‌ಗೂ ಹೆಚ್ಚು ಮೊತ್ತವನ್ನು ಓಪನ್ ಸೊಸೈಟಿ ನಿಧಿಗೆ ದಾನ ಮಾಡಿದ್ದಾನೆ. ಆಫ್ರಿಕದ ಕರಿಯರ, ಬಡಬಗ್ಗರ, ಪರಿಸರ ಸಂರಕ್ಷಣೆಯ ಹೋರಾಟಗಳಿಗೆ ಈ ನಿಧಿಯಿಂದ ಆರ್ಥಿಕ ನೆರವು ಸಿಗುತ್ತದೆ. ಗ್ರೇತಾಳ ನಾಯಕತ್ವದ ಎಲ್ಲ ಪರಿಸರ ಚಳವಳಿಗಳಿಗೆ ಈತನೇ ಹಣ ಕೊಟ್ಟಿದ್ದಾನೆ ಎಂಬ ಆರೋಪ ಬರುವಂತೆ ಈ ಸುಳ್ಳು ಫೋಟೊ ಪ್ರಕಟವಾಗಿತ್ತು. 2018ರ ಡಿಸೆಂಬರ್‌ನಲ್ಲಿ ಅಮೆರಿಕದ ಖ್ಯಾತ ಪರಿಸರ ರಾಜಕಾರಣಿ ಅಲ್ ಗೋರ್ ಜೊತೆ ಗ್ರೇತಾ ನಿಂತಿದ್ದಳು. ಅಲ್‌ಗೋರ್ ಬದಲು ಸೋರೋಸ್ ಫೋಟೊ ಹಾಕಿ ಇವಳ ಮೇಲೆ ಗೂಬೆ ಕೂರಿಸುವ ಯತ್ನ ಇದಾಗಿತ್ತು. ಹೀಗೆಯೇ ಇಸ್ಲಾಮಿಕ್ ಸಂಘಟನೆಯ ನಾಯಕರ ಚಿತ್ರಕ್ಕೂ ಇವಳ ಫೋಟೊವನ್ನು ಜೋಡಿಸಿ ಪ್ರಕಟಿಸಲಾಗಿತ್ತು.

ಅಮೆರಿಕದ ಅಯೊವಾ ನಗರದಲ್ಲಿ ಗ್ರೇತಾಳ ಸ್ವಾಗತ ಮತ್ತು ಶುಕ್ರವಾರದ ಮುಷ್ಕರಕ್ಕೆ ಭರ್ಜರಿ ಸಿದ್ಧತೆ ನಡೆದಿತ್ತು. ನಗರದ ವಾಟರ್ಲೂ ಹೈಸ್ಕೂಲಿನಲ್ಲಿ ವಿಜ್ಞಾನ ಬೋಧನೆ ಮಾಡುತ್ತಿದ್ದ ಮಾಟ್ ಬೇಯಿಷ್ ಹೆಸರಿನ ಶಿಕ್ಷಕಿ ತನ್ನ ಫೇಸ್‌ಬುಕ್ ಪುಟದಲ್ಲಿ 'ನನ್ನ ಬಳಿ ಸ್ನೈಪರ್ ರೈಫಲ್ ಇಲ್ಲವಲ್ಲ' ಎಂದಿಷ್ಟೇ ಕಮೆಂಟ್ ಹಾಕಿದಳು. ಹಾಕಿದ್ದೇ ತಡ, ಪೊಲೀಸರು ಸಭೆಯ ಭದ್ರತಾ ವ್ಯವಸ್ಥೆಯನ್ನು ಬಿಗಿ ಮಾಡಿದ್ದಷ್ಟೇ ಅಲ್ಲ, ಅವಳನ್ನು ಕೆಲಸದಿಂದ ಕಡ್ಡಾಯ ರಜೆಯ ಮೇಲೆ ಮನೆಗೆ ಕಳಿಸಲಾಯಿತು.

ಪೆಟ್ರೊಧನಿಕರಿಗೆ ಕಾಡುವ ದುಃಸ್ವಪ್ನ

ಗ್ರೇತಾ ಎಂಬ ಹುಡುಗಿ ಎಲ್ಲ ಬಗೆಯ ಪಟ್ಟಭದ್ರರಿಗೂ ಡೇಂಜರಸ್ ಬೊಂಬೆಯಾಗಿ ಕಾಣುತ್ತಿದ್ದಾಳೆ. ತೈಲ ಕಂಪನಿಗಳಿಗಂತೂ ಅವಳನ್ನು ಕಂಡರೆ ಆಗುವುದಿಲ್ಲ. ಯುರೋಪ್, ಅಮೆರಿಕ, ಆಸ್ಟ್ರೇಲಿಯಾ, ಜಪಾನ್, ಸೌದಿ ಅರೇಬಿಯಾದ ಧನಿಕರಿಗೆ ಲಕ್ಷುರಿ ಸರಕುಗಳನ್ನು ಪೂರೈಸುವ ಕಾರ್ಪೊರೇಟ್ ಕಂಪನಿಗಳಿಗೂ ಇವಳು ತಡೆಗೋಡೆಯಾಗಿ ಕಾಣತೊಡಗಿದ್ದಾಳೆ. ಅದೆಲ್ಲ ನಿರೀಕ್ಷಿತವೇ ಸರಿ. ಆದರೆ ವಿಪರ್ಯಾಸದ ಸಂಗತಿ ಏನೆಂದರೆ ಏಷ್ಯ, ಆಫ್ರಿಕಗಳ ಬಡದೇಶಗಳಿಗೂ ಇವಳು ಅಪಾಯಕಾರಿ ಹುಡುಗಿ ಎಂಬ ಭಯವನ್ನು ಬಿತ್ತುವ ಯತ್ನಗಳು ನಡೆದಿವೆ.

ಹಿಂದುಳಿದ ದೇಶಗಳಿಗೆ ಫಾಸಿಲ್ ಇಂಧನಗಳು ಇನ್ನಷ್ಟು ಮತ್ತಷ್ಟು ಬೇಕೇ ಬೇಕೆನ್ನುವವರ ವಾದ ಹೀಗಿದೆ:

ಹಿಂದುಳಿದ ಮತ್ತು ಅಭಿವೃದ್ಧಿ ಸಾಧಿಸುತ್ತಿರುವ ದೇಶಗಳು ಫಾಸಿಲ್ ಇಂಧನಗಳನ್ನು ಬಿಡುಬೀಸಾಗಿ ಬಳಸುತ್ತಲೇ ಅತಿ ವೇಗದಲ್ಲಿ ಅಭಿವೃದ್ಧಿ ಸಾಧಿಸುತ್ತಿವೆ. ಬೆನ್ನುಮೂಳೆ ಬಾಗಿಸಿ ಕಡುಕಷ್ಟದಿಂದ ಹೇಗೋ ಎರಡು ಹೊತ್ತಿನ ಊಟ ಸಂಪಾದಿಸುತ್ತಿದ್ದ ಶತಕೋಟಿ ಜನರು ಇದೀಗ ತಾನೆ ಬಡತನದ ರೇಖೆಯನ್ನು ದಾಟಿ ಮೇಲೆ ಬರತೊಡಗಿದ್ದಾರೆ. ಭಾರತದ ಎಲ್ಲ ಕೆಳವರ್ಗದ ಶಕ್ತಿಯ ಬಡತನವನ್ನು ನೀಗಿಸಬೇಕೆಂದರೆ ಈಗಿನಂತೆ ಪ್ರತಿವರ್ಷ 60 ಕೋಟಿ ಟನ್ ಕಲ್ಲಿದ್ದಲನ್ನು ಎತ್ತಿದರೆ

ಸಾಲದು, ಅದನ್ನು ನೂರು ಕೋಟಿಗೆ ಏರಿಸಬೇಕಿದೆ ಎಂದು ಈ ದೇಶದ ಶಕ್ತಿ ಕಾರ್ಯದರ್ಶಿ ಸುಭಾಸ್ ಗಾರ್ಗ್ ಹೇಳುತ್ತಾರೆ. 'ಭಾರತದಲ್ಲಂತೂ ಶೇಕಡಾ 38 ಮಕ್ಕಳಿಗೆ ಸರಿಯಾಗಿ ಊಟ ಸಿಗದೆ (ಗ್ರೇತಾಳ ಹಾಗೇ) ಕುಂಠಿತ ಬೆಳವಣಿಗೆಯಿದೆ. ಅವರೆಲ್ಲ ಗ್ರೇತಾಳ ಬೆಂಬಲಿಗರಾಗಿ ಫಾಸಿಲ್ ಇಂಧನದ ವಿರುದ್ಧ ಮುಷ್ಕರ ಹೂಡಬೇಕೆ?' ಎಂದು ಕೇಳುತ್ತಾರೆ, ಆಸ್ಟ್ರೇಲಿಯಾದ ನ್ಯಾಶನಲ್ ವಿಶ್ವವಿದ್ಯಾಲಯದ ಅರ್ಥಶಾಸ್ತ್ರದ ಪ್ರೊಫೆಸರ್ ಆಗಿದ್ದ ರಮೇಶ್ ಠಾಕೂರ್.

ಹಿಂದುಳಿದ ದೇಶದಲ್ಲಿ ಶಕ್ತಿಯ ಬಳಕೆ ಇನ್ನೂ ಹೆಚ್ಚಬೇಕೆಂಬ ಈ ವಾದ ಒಪ್ಪತಕ್ಕದ್ದೇ ಹೌದು. ಆದರೆ ಈ ಬಾಬಿನಲ್ಲಿ ಗ್ರೇತಾಳನ್ನು ದೂಷಿಸುವ ಬದಲು, ಶ್ಲಾಘಿಸಬೇಕು ತಾನೆ? ಆರಂಭದಿಂದಲೂ ಗ್ರೇತಾ ಅದನ್ನೇ ಹೇಳುತ್ತ ಬಂದಿದ್ದಾಳೆ: ಪಶ್ಚಿಮದವರು ಫಾಸಿಲ್ ಇಂಧನವನ್ನು ಅತಿಯಾಗಿ ಬಳಸಿ ಶ್ರೀಮಂತರಾಗಿದ್ದಾರೆ. ಶಕ್ತಿಸಂಪತ್ತಿನ ದುರ್ಬಳಕೆ, ಮಾಲಿನ್ಯ, ಜೀವಸಂಕುಲ ನಾಶ, ಬಡದೇಶಗಳ ಅತಿ– ದಾರಿದ್ರ್ಯ ಎಲ್ಲಕ್ಕೂ ಸಿರಿವಂತ ದೇಶಗಳನ್ನೇ ಹೊಣೆಯಾಗಿಸಿದ್ದಾಳೆ. ಅವಳ ಯುದ್ಧ ಮುಖ್ಯವಾಗಿ ಸಿರಿವಂತ ದೇಶಗಳ ವಿರುದ್ಧವೇ ಇದೆ.

ಈ ಹುಡುಗಿ ಬಿಳಿಯಳು, ಶ್ರೀಮಂತ ದೇಶದವಳು, ಯಾರದೋ ಕೈಗೊಂಬೆ ಯಾದವಳು, ಅತಿಪ್ರಚಾರಕ್ಕೆ ಹಾತೊರೆಯುವ ಕುಟುಂಬದವಳು, ಟ್ವಿಟ್ಟರ್– ಇನ್ಸ್ಟಾಗ್ರಾಮ್‌ನಂಥ ಅನುಕೂಲಸ್ಥರ ಸಂಪರ್ಕ ಸಾಧನಗಳನ್ನು ಬಳಸಿ, ಮಾಧ್ಯಮಗಳನ್ನು ಮೋಡಿ ಮಾಡಿ ಪ್ರಚಾರ ಗಿಟ್ಟಿಸಿದವಳು... ಇತ್ಯಾದಿ ಎಲ್ಲ ಟೀಕೆಗಳಲ್ಲೂ ನಿಜಾಂಶ ಇದೆ ಎಂದೇ ಅಂದುಕೊಳ್ಳೋಣ. ಅವಳ ಧ್ವನಿ ಮಾತ್ರ ಭೂಗ್ರಹದ ಪ್ರತಿಧ್ವನಿಯೇ ತಾನೆ? ಧನಿಕ ದೇಶಗಳನ್ನು ತರಾಟೆಗೆ ತೆಗೆದುಕೊಳ್ಳಲು ಅಲ್ಲಿನವರೇ ಆಗಿದ್ದರೆ ಒಳ್ಳೆಯದು ತಾನೆ? ಅಲ್ಲಿ ಲಭ್ಯವಿರುವ ಹೈಟೆಕ್ ಸಾಧನಗಳನ್ನು ಬಳಸಿ ಅಲ್ಲಿನ ಜನರಲ್ಲಿ ಪಾಪಪ್ರಜ್ಞೆ ಮೂಡಿಸಿ, ಅಲ್ಲಿನ ಯುವಜನರನ್ನು ಅಲ್ಲಿನ ನಾಯಕರ ವಿರುದ್ಧವೇ ಎತ್ತಿಕಟ್ಟಲು ಬೇರೆಯವರಿಂದ ಇದುವರೆಗೆ ಸಾಧ್ಯವಾಗಿರಲಿಲ್ಲ. ಮಗುವಿನಂತೆ ಕಾಣುವ ಈ ಕಿಶೋರಿಯ ನೇರನಿಷ್ಠುರ ಮಾತಿನಿಂದಾಗಿಯೇ ಭೂಮಿಯ ಸಂಕಟದ ಸುದ್ದಿ ಈಗ ಅಲ್ಲಿನ ಅದೆಷ್ಟೋ ಕೋಟಿ ಶ್ರೀಮಂತ ಜನರಿಗೆ ತಲುಪತೊಡಗಿದೆ; ಜನನಾಯಕರಿಗೆ ಬೆವರಿಳಿಸತೊಡಗಿದೆ.

ಇಳಿಸಲಿ ಬಿಡಿ. ಭೂಮಿಯ ಸುರಕ್ಷೆಗಾಗಿ ಬದಲಿ ತಂತ್ರಜ್ಞಾನ ಆದಷ್ಟು ತ್ವರಿತ ರೂಪುಗೊಳ್ಳಬೇಕು. ಅದು ಹಿಂದುಳಿದ ದೇಶಗಳಿಗೂ ಶೀಘ್ರವಾಗಿ ತಲುಪಬೇಕು. ಆ ನಿಟ್ಟಿನಲ್ಲಿ ಧನಿಕ ರಾಷ್ಟ್ರಗಳು ತಾವಾಗಿ ಅಷ್ಟಿಷ್ಟು ಪ್ರಾಮಾಣಿಕ ಕ್ರಮಗಳನ್ನು ಕೈಗೊಳ್ಳಲೇಬೇಕು. ಕೈಗೊಳ್ಳಲಿ ಬಿಡಿ.

ಅಂಥದೊಂದು ಬದಲಾವಣೆಗೆ ಗ್ರೇತಾ ಮೂಲಕಾರಣವಾದರೆ ಅವಳಂಥ ಅಸಂಖ್ಯ ಯುವಜನರು ಇಂದಿನ ಸಮಾಜಕ್ಕೆ ಬೇಕು ತಾನೆ?

ಸ್ವೀಡಿಶ್ ಸಂಸತ್ತಿನ ಎದುರು ಪ್ರತಿ ಶುಕ್ರವಾರವೂ ಪರಿಸರ ಮುಷ್ಕರ. (ಚಿತ್ರ : ಸರೋಜಾ ಪ್ರಕಾಶ್)

ಗ್ರಿಯೆತಳ ದೇಶದಲ್ಲಿ ಪರಿಸರ ತುಡಿತ

● **ಸರೋಜಾ ಪ್ರಕಾಶ್**

ಇಷ್ಟೊಂದು ಕ್ಲೀನ್ ದೇಶ. ಇಷ್ಟೊಂದು ಪರಿಸರ ಜಾಗೃತಿಯುಳ್ಳ ದೇಶ. ಆದರೂ 'ಕ್ಲೈಮೇಟ್ ಉಳಿಸಿ ನೂನೂನೂ' ಎಂದು ಸಂಸತ್ ಭವನದ ಮುಂದೆ ಮಕ್ಕಳು, ದೊಡ್ಡವರು ಕೂಗುತ್ತಾರೆ ಯಾಕೆ? ಸ್ವೀಡಿಶ್ ರಾಜಧಾನಿ ಸ್ಟಾಕ್‌ಹೋಮ್‌ನಲ್ಲಿ ಮೂರು ತಿಂಗಳು ವಾಸವಾಗಿದ್ದ ಕನ್ನಡ ಲೇಖಕಿ ಅಲ್ಲಿನ ಆಡಳಿತವನ್ನು, ಜನಸಾಮಾನ್ಯರ ಶಿಸ್ತುಬದ್ಧ ಬದುಕನ್ನು ಹತ್ತಿರದಿಂದ ನೋಡಿ ಈ ಲೇಖನವನ್ನು ಬರೆದಿದ್ದಾರೆ. ಸುಸ್ಥಿರ ಪರಿಸರದ ಮಾದರಿಯನ್ನು ಜಗತ್ತಿಗೆ ತೋರಿಸುತ್ತಿರುವ ದೇಶದಲ್ಲೇ ಪರಿಸರ ಹೋರಾಟದ ಸಶಕ್ತ ಮೊಳಕೆಯೊಂದು ಚಿಗುರಿ ಎದ್ದಿದ್ದು ಹೇಗೆ ಎಂದು ಅಚ್ಚರಿಪಡುತ್ತ ಉತ್ತರ ಹುಡುಕಿದ್ದಾರೆ.

ಗ್ರಿಯೆತ ಹೊತ್ತಿಸಿದ ಕಿಚ್ಚಿನ ಮೂಲವನ್ನು ಕಣ್ಣಾರೆ ಕಾಣಲು ನಾವೂ ಸ್ಟಾಕ್‌ಹೋಮ್ ನಗರದ ಪಾರ್ಲಿಯಮೆಂಟ್ ಭವನದ ಬಳಿ ಒಂದು ಶುಕ್ರವಾರ ಹೊರಟೆವು. ಕ್ಷಮಿಸಿ, ಈ ಲೇಖನದುದ್ದಕ್ಕೂ ಈ ಹುಡುಗಿಯನ್ನು 'ಗ್ರೇತಾ' ಎಂದು ಸಂಬೋಧಿಸುವ ಬದಲು 'ಗ್ರಿಯೆತ' ಎನ್ನುತ್ತೇನೆ. ಏಕೆಂದರೆ ಇಲ್ಲಿ ಅವಳನ್ನು ಕರೆಯುವುದೇ ಹಾಗೆ.

ನಾವು ಹೋಗಿದ್ದು ಶುಕ್ರವಾರವೇ ಏಕೆಂದರೆ, 'ಭವಿಷ್ಯಕ್ಕಾಗಿ ಶುಕ್ರವಾರ' ಹೆಸರಿನ ಚಳವಳಿ ಇವಳಿಂದಲೇ ಆರಂಭವಾಗಿ ಎಷ್ಟೊಂದು ದೇಶಗಳಿಗೆ ಹಬ್ಬಿದೆಯಲ್ಲ! ಪ್ರತಿ ಶುಕ್ರವಾರ ಇಲ್ಲಿನ ಎಲ್ಲ ಶಾಲೆಗಳಲ್ಲೂ ಮುಷ್ಕರ ನಡೆಯುತ್ತದೆ. ಕೆಲವು ಶಾಲೆಗಳಿಂದ ಶಿಕ್ಷಕಿಯರೇ ಮಕ್ಕಳನ್ನು ಸಂಸತ್ ಭವನದ ಎದುರು ನಿಲ್ಲಿಸಿ ಪ್ರತಿಭಟನೆ ಮಾಡಿಸುತ್ತಿದ್ದಾರೆ.

ಸ್ಟಾಕ್‌ಹೋಮ್‌ನಲ್ಲಿ ಎಲ್ಲಿಗೆ ಹೋಗುವುದಾದರೂ ಬಸ್ಸೋ ರೈಲೋ ಅಥವಾ ಬೋಟೋ ಎಂದು ಚಿಂತಿಸಬೇಕಿಲ್ಲ. ಒಂದು ಟಿಕೆಟ್ ಪಡೆದರೆ ಯಾವುದರಲ್ಲಿ ಬೇಕಿದ್ದರೂ ಹತ್ತಿ, ಎಲ್ಲಿ ಬೇಕಿದ್ದರೂ ಇಳಿಯಬಹುದು. ಮೆಟ್ರೊ ಹತ್ತಿ ಭೂಗತ 'ಟುನೆಲ್' ಸೆಂಟರ್‌ನಲ್ಲಿ ಇಳಿದು ಮೂರು ಎಲಿವೇಟರ್ ಹತ್ತಿ ನೆಲಕ್ಕೆ ಬಂದರೆ –ಅಲ್ಲಿಂದ ಪಾರ್ಲಿಯಮೆಂಟ್ ಭವನಕ್ಕೆ ಐದೇ ನಿಮಿಷದ ಕಾಲ್ನಡಿಗೆ.

ಎದುರಿಗೇ ಕಂಡಿತು, ಜಗತ್ ಪ್ರಸಿದ್ಧ 'ಫ್ರೈಡೇಸ್ ಫಾರ್ ಫ್ಯೂಚರ್' ಎಂಬ ಗೋಡೆಬರಹ. ಅಲ್ಲಿನ ದೊಡ್ಡ ಚೌಕದಲ್ಲಿ ಈ ಶುಕ್ರವಾರವೂ (11 ಅಕ್ಟೋಬರ್ 2019) ಪುಟ್ಟ ಮಕ್ಕಳ ಗುಂಪೊಂದು ನೆರೆದಿತ್ತು. 'ರಾದ್ಧಾ ಕ್ಲೈಮೆಟ್! ನೂ ನೂ ನೂ' (ಕ್ಲೈಮೇಟ್ ಉಳಿಸಿ: ಈಗಲೇ ಈಗಲೇ ಈಗಲೇ!) ಎಂದು ಕೋರಸ್‌ನಲ್ಲಿ ಕೂಗುತ್ತಿತ್ತು. ಪಕ್ಕದಲ್ಲಿಯೇ ಅವರ ಶಿಕ್ಷಕಿಯೂ ನಿಂತಿದ್ದಳು. ಅಲ್ಲಿಂದ ತುಸು ದೂರದಲ್ಲಿ ಕೊರಳಿಗೆ ನಾನಾ ಬಗೆಯ ಫಲಕಗಳನ್ನು ಹಾಕಿಕೊಂಡು ಕೆಲವು ಯುವಕ ಯುವತಿಯರು ತುಸು ಶಿಸ್ತಾಗಿ ನಿಂತಿದ್ದರು. 'ಸೇವ್ ದ ಪ್ಲಾನೆಟ್, ಲಿಸನ್ ಟು ಸೈನ್ಸ್' ಇತ್ಯಾದಿ ಫಲಕಗಳು, ಸ್ವೀಡಿಶ್

ಭಾಷೆಯಲ್ಲಿದ್ದರೂ ಇಂಗ್ಲಿಷ್ ಗೊತ್ತಿದ್ದವರಿಗೆ ಅರ್ಥವಾಗುವಂತಿದ್ದವು. ಅವರೆಲ್ಲ ಗ್ರಿಯೆತಳ ಓರಗೆಯವರು.

ಅವರಲ್ಲೊಬ್ಬಳು ಇಸಾಬೆಲ್ಲಾ. ಅವಳ ಬಳಿ ಹೋಗಿ, 'ಭೂಮಿ ಸುರಕ್ಷಿತ ಇರಬೇಕೆಂದರೆ ನಿಮ್ಮ ಮಟ್ಟದಲ್ಲಿ ಏನು ಮಾಡಲಿದ್ದೀರಿ?' ಎಂದು ಇಂಗ್ಲಿಷ್‌ನಲ್ಲಿ ಕೇಳಿದೆ. ಅವಳು ತಡವರಿಸುತ್ತಾಳೊ, ತನಗೆ ಇಂಗ್ಲಿಷ್ ಗೊತ್ತಿಲ್ಲವೆಂದು ನನಗೆ ಗೊತ್ತಿಲ್ಲದ ಸ್ವೀಡಿಶ್ ಭಾಷೆಯಲ್ಲಿ ಹೇಳುತ್ತಾಳೊ ಎಂಬ ಅಳುಕಿತ್ತು. ಏನಿಲ್ಲ. ಚಕಚಕನೆ ಇಂಗ್ಲಿಷ್‌ನಲ್ಲೇ ಉತ್ತರಿಸಿದಳು. ಈ ದೇಶದ ಶಾಲೆಗಳಲ್ಲಿ ಎಲ್ಲರಿಗೂ ಇಂಗ್ಲಿಷ್ ಎರಡನೆಯ ಭಾಷೆಯಾಗಿ ಕಡ್ಡಾಯವಾಗಿರುವುದರಿಂದ ಭಾಷೆಯ ಅಥವಾ ಸಂವಹನದ ತೊಡಕು ಇಲ್ಲಿ ಇಲ್ಲವೇ ಇಲ್ಲ.

'ಐ ಸೇ– ನೋ ಏರೋಪ್ಲೇನ್. ನೋ ಕಾರ್. ಟೇಕ್ ದಿ ಬಸ್. ರಿಡ್ಯೂಸ್ ಪರ್ಚೇಸಿಸ್. ರಿಡ್ಯೂಸ್ ನಾನ್‌ವೆಜ್ –ಇವು ನಮ್ಮ ಗುರಿ' ಎಂದಳು ಇಸಾಬೆಲ್ಲಾ. ತನ್ನ ಮಾತು ಮುಗಿಸಿ, 'ರಾದ್ದಾ ಕ್ಲೈಮೇಟ್... ನೂ ನೂ ನೂ' ಎಂದು ಏರುದನಿಯಲ್ಲಿ ಸ್ಲೋಗನ್ ಕೂಗುತ್ತ ಇತರ ಯುವಪಡೆಯನ್ನು ಹಿಂಬಾಲಿಸಿದಳು.

ತುಸುವೇ ಆಚೆ ಹಣ್ಣು ಕೂದಲಿನ ಮಹಿಳೆಯೊಬ್ಬಳನ್ನು ಮಾತನಾಡಿಸಿದೆವು. ಆಕೆ ನಿವೃತ್ತ ಶಿಕ್ಷಕಿ. ತಾನು ಆರಂಭದಿಂದಲೂ ಈ ಮುಷ್ಕರದಲ್ಲಿ ಭಾಗಿಯಾಗಿ ಪ್ರತಿ ಶುಕ್ರವಾರ ಇಲ್ಲಿಗೆ ಬರುತ್ತಿದ್ದೇನೆ ಎಂದಳು. ತನ್ನಂಥ ಅನೇಕ ಹಿರಿಯ ನಾಗರಿಕರೂ ಶುಕ್ರವಾರ ಬರುತ್ತಿರುತ್ತಾರೆ ಎಂದಳು. ಸುತ್ತ ನೋಡಿದೆವು. ಯಾರು ಇಲ್ಲಿಯವರೊ, ಯಾರು ಪ್ರವಾಸಿಗರೊ ಒಂದೂ ಗೊತ್ತಾಗಲಿಲ್ಲ.

ಸ್ಟಾಕ್‌ಹೋಮ್‌ನಲ್ಲಿ ಮನೆಮನೆಯ ಮಾತು

ತನ್ನೂರಲ್ಲಿ ಕ್ಲೈಮೇಟ್ ಕಿಚ್ಚನ್ನು ಹಚ್ಚಿದ ಗ್ರಿಯೆತ ಈಗ ದೂರದ ಅಮೆರಿಕ, ಕೆನಡಾದಲ್ಲಿ ಪರಿಸರ ಕಾಳ್ಗಿಚ್ಚಿಗೆ ತೈಲ ಸುರಿಯಲು ಹೋಗಿದ್ದಾಳೆ. ಅವಳು ನ್ಯೂಯಾರ್ಕ್‌ನಲ್ಲಿ ಲಕ್ಷಗಟ್ಟಲೆ ಜನರ ಬೀದಿ ಪ್ರತಿಭಟನೆಗೆ ಮುಂದಾಳಾಗಿದ್ದು, ವಿಶ್ವಸಂಸ್ಥೆಯಲ್ಲಿ ಉಗ್ರ ಭಾಷಣ ಮಾಡಿದ್ದು, ಅಮೆರಿಕದ ಅಧ್ಯಕ್ಷ ಟ್ರಂಪ್‌ಗೇ ಸೆಡ್ಡು ಹೊಡೆದಂತೆ ಮಾತಿನ ಒಗ್ಗರಣೆ ಕೊಟ್ಟಿದ್ದು ಎಲ್ಲವೂ ದಂತಕತೆಯಂತೆ ಇಲ್ಲಿ ಸ್ಟಾಕ್‌ಹೋಮ್ ನಗರದಲ್ಲಿ ಮನೆಮನೆಯ ಮಾತಾಗಿದೆ.

ಅಲ್ಲಷ್ಟೇ ಏನು, ಪ್ರಪಂಚದ ಬಹಳಷ್ಟು ದೇಶಗಳಲ್ಲಿ ಗ್ರಿಯೆತ ಹೆಸರು ಪರಿಚಿತವಾಗಿದೆ. ಅವಳ ಕುರಿತು, ಭೂಗ್ರಹದ ಬಿಸಿತಾಪದ ಕುರಿತು ಕನ್ನಡದಲ್ಲಿ ಒಂದು ಪುಸ್ತಕ ಬರೆಯೋಣವೆಂಬ ಐಡಿಯಾ ನಮಗೆ ಬಂದಾಗ ನಾನು ಸ್ಟಾಕ್‌ಹೋಮ್‌ನಲ್ಲೇ ಇದ್ದೆ. (ತಮ್ಮ ರಾಜಧಾನಿಯನ್ನು ಸ್ವೀಡಿಶ್ ಜನರು 'ಸ್ಟಖಮ್' ಎನ್ನುತ್ತಾರೆ). ಇಲ್ಲಿ ವೈದ್ಯೆಯಾಗಿರುವ ನಮ್ಮ ಮಗಳು ಡಾ. ಅಶ್ವಿನಿ, ಅವಳ ಗಂಡ ಡಾ. ಅಜಿತ್ ಮತ್ತು ಅವರ ಒಂದು ವರ್ಷದ ಮಗು ಅಯಾನ್‌ನ ಭೇಟಿಗೆಂದು ನಾನು ಮತ್ತು ಪತಿ ಪ್ರಕಾಶ್ ನಡಳ್ಳಿ ಇಬ್ಬರೂ ಹೋಗಿದ್ದೆವು. ನನ್ನ ಅಕ್ಕ ಶಾರದಾ

ಗೋಪಾಲ್ ಕೂಡ ಅದೇ ವೇಳೆಗೆ (ಡಾ. ಗೋಪಾಲ್ ದಾಬಡೆಯವರ ಜೊತೆ ಪ್ಯಾರಿಸ್ಸಿನಲ್ಲಿ ಆಯೋಜಿತವಾಗಿದ್ದ ವೈದ್ಯಲೇಖಕರ ಸಮಾಲೋಚನೆಗೆ ಬಂದವಳು) ಇಲ್ಲಿಗೂ ಬಂದಿದ್ದಳು. ಅಂತೂ ನಮ್ಮದೊಂದು ಪುಟ್ಟ ದಂಡೇ ಸಂಸತ್ ಭವನದ ಬಳಿಯ 'ನೂ ನೂ ನೂ' ಚಳವಳಿಯನ್ನು ಚಂದಗಾಣಿಸಲು ಬಂದಿತ್ತು.

ನಾವಷ್ಟೇ ಅಲ್ಲ, ಸ್ಟಖಿಮ್ಮಿಗೆ ಬಂದ ಇತರ ಪ್ರವಾಸಿಗರೂ ನಮ್ಮ ಹಾಗೇ ಸತ್ಯಾಗ್ರಹಿಗಳ ಫೋಟೊ ತೆಗೆಯುತ್ತ, ಸ್ಲೋಗನ್ ಕೂಗುತ್ತ ಸಂಭ್ರಮಿಸುತ್ತಿದ್ದರು. ಇಡೀ ಆವರಣದಲ್ಲೆಲ್ಲ ಗ್ರಿಯೆತ ಹೆಸರು ಅನುರಣಿಸುತ್ತಿತ್ತು.

ಒಂದು ವರ್ಷದ ಹಿಂದೆ, 2018ರ ಆಗಸ್ಟ್ 20ರಂದು ಗ್ರಿಯೆತ ಒಬ್ಬಳೇ ಫಲಕ ಹಿಡಿದು ಗೋಡೆಗೆ ಒರಗಿ ಕೂತಿದ್ದ ಸ್ಥಾನ ಯಾವುದೆಂದು ನಾವು ಹುಡುಕಲು ಹೊರಟೆವು. ಅದು ಅವಳ ಲಾಂಚ್ ಪ್ಯಾಡ್ ತಾನೆ? ಜಗತ್ತಿನ ಎಲ್ಲ ಮಾಧ್ಯಮಗಳಲ್ಲಿ ಅವಳ ಆ ಚಿತ್ರ ವೈರಲ್ ಆಗಿದೆ. ಅಷ್ಟೇ ಅಲ್ಲ, ಅವಳ ಜೊತೆಗಿದ್ದ ಆ 'ಕ್ಲೈಮೇಟ್‌ಗಾಗಿ ಸ್ಕೂಲ್ ಸ್ಟ್ರೈಕ್' ಎಂಬ ಕೈಬರಹದ ಫಲಕವೂ ಒಂಥರಾ ಅವಳ ಧ್ವಜದಂತೆ, ಲಾಂಛನದಂತೆ ಗ್ರಿಯೆತಾ ಹೋದಲ್ಲೆಲ್ಲ ಹೋಗುತ್ತಿದೆ. ಆ ಮೂಲೆ ತಾಣವನ್ನು ಹುಡುಕುತ್ತ ಹೋದೆವು.

ಆರು ಸಾವಿರ, ಆರು ಸಾಗರ!

ಆದರೆ ಅದು ಸಿಗಲೇ ಇಲ್ಲ. ಏಕೆಂದರೆ ಅವಳ ಜೊತೆಗೆ ಮುಷ್ಕರಕ್ಕೆ ಕೂರುವವರ ಸಂಖ್ಯೆ ಹೆಚ್ಚಾದಂತೆಲ್ಲ ಅವಳು ತನ್ನ ಧರಣಿ ಸ್ಥಾನವನ್ನು ಬದಲಿಸಬೇಕಾಯಿತು. ಕ್ರಮೇಣ ಬೆಂಬಲಿಗರ ಸಂಖ್ಯೆ ಹೆಚ್ಚುತ್ತ ಹೆಚ್ಚುತ್ತ ಹೋಗಿ ಸೆಪ್ಟೆಂಬರ್ 27ರ ಶುಕ್ರವಾರ ಆರು ಸಾವಿರದಷ್ಟು ಜನರ (ಅಲ್ಲಿನ ಮಟ್ಟಿಗೆ ಆರು ಸಾಗರದಷ್ಟು) ದೊಡ್ಡ ಮಹಾಪೂರವೇ ಹರಿದು ಬಂದಿತ್ತು. ಅವಳು ಮೊದಲು ಕೂತಿದ್ದ ಆ ಗಮ್ಯಸ್ಥಾನ ಯಾವುದೋ ಗೊತ್ತಾಗಲಿಲ್ಲ. ಆದರೆ ಎರಡು ಕಡೆ 'ಗ್ರಿಯೆತ ಪ್ಲೇಸ್' ಎಂಬ ಫಲಕ ಹಾಕಿದ್ದು ಕಂಡುಬಂತು.

ನೋಡ ನೋಡುತ್ತಿದ್ದಂತೆ ಅಜ್ಜಿಯೊಬ್ಬಳು ಬಂದು ತನ್ನ ಚೀಲದಿಂದ ಬಾಳೆಹಣ್ಣು ತೆಗೆದು ಅಲ್ಲಿದ್ದ ಪುಟ್ಟ ಮಕ್ಕಳಿಗೆ ಹಂಚಿದಳು. ಅವರಿಂದ ಸಿಪ್ಪೆಗಳನ್ನು ಪಡೆದು ತನ್ನ ಚೀಲದಲ್ಲಿಯೇ ಹಾಕಿಕೊಂಡಳು. ಹಣ್ಣು ತಿಂದು ಮುಗಿಸಿದ ಪುಟಾಣಿಗಳು ಮತ್ತೊಮ್ಮೆ 'ರಾದ್ಧ ಕ್ಲೈಮೇಟ್! ನೂ ನೂ ನೂ' ಘೋಷಣೆಯನ್ನು ಕೂಗುತ್ತ, ಕುಣಿಯುತ್ತ ಗಲಾಟೆ ಮುಂದುವರೆಸಿದರು.

ಗ್ರಿಯೆತ ಹುಟ್ಟುಹಾಕಿದ 'ಶುಕ್ರವಾರದ ಮುಷ್ಕರ' ಕಳೆದ ಸಪ್ಟೆಂಬರಿನಿಂದ ಪ್ರತಿವಾರವೂ ನಡೆಯುತ್ತಲೇ ಇದೆ. ಕೊರೆಯುವ ಚಳಿ ಇರಲಿ, ಮಳೆ ಬರಲಿ, (ಸ್ವೀಡನ್ನಿಗೆ ಮಳೆಗಾಲವೆಂಬುದೇ ಇಲ್ಲ, ಆದರೆ ಇಡೀ ವರ್ಷವೂ ಯಾವಾಗ ಬಿಸಿಲು ಹೆಚ್ಚಾಯಿತೋ ಅಂದು ಮಳೆ ಗ್ಯಾರಂಟಿ) ಒಂದಿಲ್ಲೊಂದು ಶಾಲೆಯ ಮಕ್ಕಳು ಬಂದು ಶಾಲಾ ಅವಧಿಯ ಏಳು ತಾಸುಗಳ ಕಾಲ ವಿವಿಧ ರೀತಿಯ ಫಲಕ,

ಘೋಷಣೆಗಳೊಂದಿಗೆ ತಮ್ಮ ಬೆಂಬಲವನ್ನು ಪ್ರದರ್ಶಿಸುತ್ತಾರೆ. ಅವರೊಂದಿಗೆ ಟೀಚರ್ರೂ ಬರುತ್ತಾರೆ. ಗ್ರಿಯೆತ ಹಚ್ಚಿದ ಕಿಚ್ಚು ಆರದಂತೆ, ದೊಡ್ಡವರೂ ಬಂದು ಶುಕ್ರವಾರ ಇಲ್ಲಿ ಕೂತು ಎದ್ದು ಹೋಗುತ್ತಿದ್ದಾರೆ. ಅವರೆಲ್ಲ ಕಚೇರಿ ಕೆಲಸ ಬಿಟ್ಟು ಶುಕ್ರವಾರ ಬರುತ್ತಾರೆ ಹೇಗೆ? ರಜೆ ಪಡೆದು ಬರುತ್ತಾರೆಯೆ? ಕೇಳಿದರೆ, 'ಪ್ರತಿದಿನ ಒಂದೊಂದು ತಾಸು ಕಚೇರಿಯಲ್ಲಿ ಹೆಚ್ಚು ಕುಳಿತು ನನ್ನ ಪಾಲಿನ ಕೆಲಸವನ್ನು ಮುಗಿಸುತ್ತೇನೆ. ಶುಕ್ರವಾರ ಇಲ್ಲಿಗೆ ಬರುತ್ತೇನೆ' ಎನ್ನುತ್ತಾರೆ.

ಮುಷ್ಕರ ಎಂದರೆ ಏನೆಂಬುದೇ ಗೊತ್ತಿರದ ಈ ದೇಶದಲ್ಲಿ ಅದೆಷ್ಟು ಬದಲಾವಣೆ! ಮಕ್ಕಳು ಮುನ್ನಡೆಸುತ್ತಿರುವ ಈ ಚಳವಳಿಯಲ್ಲಿ ದೊಡ್ಡವರೂ ಉತ್ಸಾಹದಿಂದ ಪಾಲ್ಗೊಳ್ಳಲು ಕಾರಣ ಏನು ಎಂದು ನಮ್ಮ ಕನ್ನಡಿಗರ ತಂಡ ತನ್ನೊಳಗೇ ಚರ್ಚಿಸಿತು. ಮಕ್ಕಳ ಬಾಲ್ಯವನ್ನು ರೂಪಿಸುವಲ್ಲಿ ಈ ದೇಶ ಬಹುದೊಡ್ಡ ಕೊಡುಗೆ ಕೊಡುತ್ತಿದೆ. ಅದನ್ನು ನಾವು ಕಣ್ಣಾರೆ ಕಂಡಿದ್ದೆವು.

ಜಗತ್ತಿನಲ್ಲಿ ಅತ್ಯಂತ ಹೆಚ್ಚು ಆದಾಯ ತೆರಿಗೆ ವಿಧಿಸುವ ದೇಶ ಸ್ವೀಡನ್. ಉಚಿತ ಸರಕಾರಿ ಸೌಲಭ್ಯಗಳೂ ಅಷ್ಟೇ ದಂಡಿಯಾಗಿ ಸಿಗುತ್ತಿರುತ್ತವೆ. ದಂಪತಿಗಳಿಗೆ ಮಗುವಾಗುವ ಮುನ್ನಿನ ಹೆರಿಗೆಯ ಹಾಗೂ ನಂತರದ ಆರೈಕೆಗಳು ಸರಕಾರಿ ಆಸ್ಪತ್ರೆಗಳಲ್ಲಿ ಉಚಿತವಾಗಿ ದೊರೆಯುತ್ತವೆ. ಅವನ್ನು ಕಡ್ಡಾಯವಾಗಿ ಪಡೆಯಬೇಕು ಕೂಡ. ಮಗು ಜನಿಸಿದಾಗ ತಂದೆಯೂ 90 ದಿನ ಕಡ್ಡಾಯ ಹೆರಿಗೆ ರಜೆ ಪಡೆಯಲೇಬೇಕು.

ಬಿಸಿಲ ಹಸಿವೆಯ ದೇಶ

ಎಲ್ಲಿ ನೋಡಿದಲ್ಲಿ ಮಗುವನ್ನು ಪ್ರಾಮ್ ಮೇಲೆ ಕೂರಿಸಿ ಓಡಾಡಿಸುತ್ತಿರುವವರಲ್ಲಿ ಸಾಕಷ್ಟು ಸಂಖ್ಯೆಯಲ್ಲಿ ಗಂಡಸರು ಕಾಣುತ್ತಿರುತ್ತಾರೆ. ರಸ್ತೆಯಲ್ಲಷ್ಟೇ ಅಲ್ಲ, ಬಸ್ಸು, ರೈಲು, ಲೈಬ್ರರಿ, ಪಾರ್ಕು ಎಲ್ಲೆಲ್ಲೂ ಆ ತಳ್ಳುಗಾಡಿಗಳಿಗೆ ಅನುಕೂಲಕರ ಮಾರ್ಗಗಳಿವೆ. ಗಂಡಸೊಬ್ಬನೇ ಗಾಡಿಯನ್ನು ತಳ್ಳುತ್ತಿದ್ದಾನೆ ಅಂದರೆ ಆ ಮಗುವಿನ ಅಮ್ಮ ದುಡಿಮೆಗೆ ಹೋಗಿದ್ದಾಳೆ ಎಂದು ನಾವು ಊಹಿಸಬೇಕು. ನಮ್ಮ ಅಯಾನ್ ಹುಟ್ಟಿದ ನಂತರ ಬೇಬಿ ಸೆಂಟರಿನಲ್ಲಿ ನಿಗದಿತವಾಗಿ ಅವನ ತೂಕ ಎತ್ತರ ಹಾಗೂ ಆರೋಗ್ಯದ ಚೆಕಪ್ ಮಾಡಿಸಿ ವಿಟಮಿನ್ ಡಿ ಟಾನಿಕ್ ಕೊಡಿಸಲೇಬೇಕಿತ್ತು. ಬಿಸಿಲು ಕಡಿಮೆ ಇರುವ ಈ ದೇಶದಲ್ಲಿ ಡಿ ಜೀವಸತ್ವ ಕೂಡ ಕಡ್ಡಾಯ. ಪ್ರತಿ ಬಾರಿ ಹೋದಾಗಲೂ ಮುಂದಿನ ಚೆಕ್ ಅಪ್ ಯಾವಾಗ, ಎಲ್ಲಿ ಎಂದು ಹೇಳುವುದಷ್ಟೇ ಅಲ್ಲ, ಆ ದಿನ ಹತ್ತಿರವಾದಂತೆ ಅವನಮ್ಮನಿಗೆ ಮೆಸೇಜುಗಳೂ ಬರುತ್ತಿರುತ್ತವೆ. ಆ ಪುಟ್ಟ ಮಗುವಿನ ಆಟದ ಶಾಲೆ 'ಅಪ್ನಾ ಫರ್ ಶ್ಕೂಲಾ'ಗೆ ಹೋಗಿದ್ದೆವು. ಅಲ್ಲಿ ನೂರಾರು ಆಟಿಗೆಗಳ ಮಧ್ಯೆ ಬೋರಲು ಬಿದ್ದ, ಜೊಲ್ಲು ಸುರಿಸುವ, ಎರಡೆರಡು ಹೆಜ್ಜೆ ಇಟ್ಟು ದೊಪ್ಪನೆ ಬೀಳುವ ಹತ್ತಿಪ್ಪತ್ತು ಚಿಣ್ಣರು. ಅವರೆದುರು ನಗುಮುಖದಲ್ಲಿ ಹಾಡು ಹೇಳುವ ಶಿಕ್ಷಕಿಯರು.

ಮಕ್ಕಳಿಗೆ ಪುರಸಭೆಯ ಶಾಲೆಗಳಲ್ಲಿ ಯಾವುದೇ ಫೀಸ್ ಕಟ್ಟಬೇಕೆಂದಿಲ್ಲ. ಪೌಷ್ಟಿಕ ಊಟ ಮತ್ತು ಪುಸ್ತಕಗಳು, ಅಷ್ಟೇ ಅಲ್ಲ, ಮುಂದೆ ಯುನಿವರ್ಸಿಟಿಯವರೆಗಿನ ಶಿಕ್ಷಣ ಉಚಿತ.

ಶಾಲೆಗೆ ಸಮಾನಾಂತರವಾದ ಪರ್ಯಾಯ ಜ್ಞಾನದೇಗುಲಗಳ ಬಗ್ಗೆ ಇಲ್ಲಿ ಹೇಳಲೇ ಬೇಕು. ಎಂಥ ಅಕ್ಷರದ್ವೇಷಿಯನ್ನೂ ಸೆಳೆಯುವ ಆಕರ್ಷಕ ಗ್ರಂಥಾಲಯಗಳು ಇಲ್ಲಿ ಎಷ್ಟೊಂದು ಸಂಖ್ಯೆಯಲ್ಲಿವೆ! ಅಂಥ ಹತ್ತಾರು ಲೈಬ್ರರಿಗಳನ್ನು ಹೊಕ್ಕು ದಂಗಾಗಿದ್ದೇವೆ ನಾವು. ವಿನಯವಂತ ಸಿಬ್ಬಂದಿ. ಸ್ವಚ್ಛ, ಶಾಂತ, ಸುಂದರ ಪರಿಸರ. ಇಂಗ್ಲಿಷ್ ಪುಸ್ತಕಗಳು ಎಲ್ಲಿವೆ ಎಂದು ಕೇಳಿದರೆ ಸಾಕು, ಗ್ರಂಥಪಾಲಕಿ ತಾನೇ ಎದ್ದು ಬಂದು ಪುಸ್ತಕಗಳನ್ನು ತೋರಿಸಿ ವಿವರಣೆಯನ್ನೂ ನೀಡುತ್ತಾಳೆ.

ಮಕ್ಕಳ ಓದಿಗೆ ಇನ್ನಿಲ್ಲದ ಆದ್ಯತೆ

ಸ್ವೀಡನ್‌ನ ಲೈಬ್ರರಿಗಳಲ್ಲಿ ಮಕ್ಕಳ ಪುಸ್ತಕಗಳಿಗೆ ವಿಶೇಷ ಸ್ಥಾನಮಾನ. ಮಕ್ಕಳ ಎರಡು ಸಾವಿರ ಹೊಸ ಪುಸ್ತಕಗಳು ಇಲ್ಲಿ ಸರಾಸರಿ ಪ್ರತಿವರ್ಷ ಪ್ರಕಟವಾಗುತ್ತವೆ. (ಅಂದಹಾಗೆ, ಆ ಇಡೀ ದೇಶದ ಜನಸಂಖ್ಯೆ ನಮ್ಮ ಬೆಂಗಳೂರಿನ ಜನಸಂಖ್ಯೆಗಿಂತ ತುಸು ಕಡಿಮೆಯೇ ಇದೆ.) ಗ್ರಂಥಾಲಯದಲ್ಲೂ ಆಟಿಗೆಗಳು, ಕಪಾಟು ತುಂಬ ಕಾಮಿಕ್ ಪುಸ್ತಕಗಳು. ಅಂಬೆಗಾಲಿನ ಮಕ್ಕಳಿಗೆಂದು ಪ್ರತ್ಯೇಕ ಕೋಣೆ. ಪುಸ್ತಕಗಳಷ್ಟೇ ಅಲ್ಲ, ಎಳೆಯರಿಗಾಗಿ ಫಿಲ್ಮ್ ಶೋ, ಅಜ್ಜಿಕತೆ, ಡ್ರಾಯಿಂಗ್, ಹಾಡು, ನೃತ್ಯ ಇತ್ಯಾದಿ ಕಾರ್ಯಕ್ರಮಗಳು ನಡೆದಿರುತ್ತವೆ. ನಾವಿರುವ ಅಲ್ವಿಶ್ ಬಡಾವಣೆಯ ಗ್ರಂಥಾಲಯದಲ್ಲಿ ಕಳೆದ ವಾರ ಮಕ್ಕಳಿಗೆ ಕತೆ ಹೇಳುವ ಕಾರ್ಯಕ್ರಮವಿತ್ತು. ಒಬ್ಬೊಬ್ಬ ಶಿಕ್ಷಕರು ಒಂದು ಮಗುವಿಗೆ ಪ್ರತ್ಯೇಕ ಕತೆ ಹೇಳುತ್ತಿದ್ದರು.

ಬಾಲಕಿ ಗ್ರಿಯೆತ ತನ್ನ ಶಾಲೆಯ ಅವಧಿಯ ನಂತರ ಇಂಥದ್ದೇ ಗ್ರಂಥಾಲಯಕ್ಕೆ ಹೋಗುತ್ತಿದ್ದವಳು. ಶಾಲೆಯಲ್ಲಂತೂ ಪರಿಸರ ಪಾಠ, ಪ್ರಾತ್ಯಕ್ಷಿಕೆಗಳು ಇದ್ದೇ ಇವೆ. ಜೊತೆಗೆ ಈ ತಾಣದಲ್ಲಿ ಪೂರಕ ಜ್ಞಾನ ಬೇರೆಯದೇ ರೂಪದಲ್ಲಿ ಸಿಗುತ್ತಿದೆ. ಮಣ್ಣು, ನೀರು, ಹವೆಯ ಬಗ್ಗೆ ಗ್ರಿಯೆತಗೆ ಆಸಕ್ತಿ ಬೆಳೆದಿದ್ದು ಇಂಥದ್ದೇ ದೇಗುಲದಲ್ಲಿ. ಸ್ವಾರಸ್ಯದ ಸಂಗತಿ ಏನೆಂದರೆ ಗ್ರಿಯೆತ ಓದಿದ ಗ್ರಂಥಾಲಯಗಳಲ್ಲಿ ಈಗ ಗ್ರಿಯೆತ ಕುರಿತ ಪುಸ್ತಕಗಳೂ ಇವೆ.

ಮಕ್ಕಳಿಗಾಗಿ ಗ್ರಿಯೆತಳ ಕುರಿತಾದ ಪುಸ್ತಕ ಇದೆಯೇ ಎಂದು ವಿಚಾರಿಸಲು ಮಗಳ ಲೈಬ್ರರಿ ಕಾರ್ಡ್ ಹಿಡಿದು ಹೊರಟೆವು. Greta Thunberg ಎಂಬ ಹೆಸರನ್ನು ಇಲ್ಲಿ ಗ್ರಿಯೆತ ತುನ್‌ಬೆರಿ ಎಂದು ಕರೆಯುತ್ತಾರೆಂದು ಆಗಲೇ ಗೊತ್ತಾಗಿದ್ದು.

ಹೊಚ್ಚ ಹೊಸ ಪುಸ್ತಕ 'ಗ್ರಿಯೆತಳ ಕತೆ' ಮಕ್ಕಳಿಗೆಂದೇ ಬರೆದದ್ದು. 'ಈಗತಾನೇ ಪ್ರಿಂಟ್ ಆಗಿ ಬರುತ್ತಿದೆ. ಬೇಕಿದ್ದರೆ ಪ್ರತಿಯನ್ನು ಕಾದಿರಿಸಬಹುದು.' ಎಂದಳು ಲೈಬ್ರೇರಿಯನ್. ಇ-ಕ್ಯೂನಲ್ಲಿ ಹನ್ನೆರಡನೇ ಸ್ಥಾನ ನನ್ನದು. ಎರಡೇ ದಿನದಲ್ಲಿ 'ಪುಸ್ತಕ ಬಂದಿದೆ' ಎಂಬ ಸಂದೇಶ ಮಗಳ ಫೋನಿಗೆ ಬಂತು.

ಅದು 10–15 ವರ್ಷದ ಮಕ್ಕಳಿಗಾಗಿ ಬರೆದ 125 ಪುಟಗಳ, ಸ್ವೀಡಿಶ್ ಭಾಷೆಯ ಪುಸ್ತಕ. ಪುಟ್ಟ ಅಯಾನ್ ನಿದ್ದೆ ಹೋದ ಮೇಲೆ ಅವನ ತಾಯಿ ಡಾ. ಅಶ್ವಿನಿ ನನಗೆ ಪುಸ್ತಕವನ್ನು ಓದಿ ಹೇಳಬೇಕು. ಗ್ರಿಯೆತಳ ಖಾಸಗಿ ಜೀವನದ ಬಗ್ಗೆ ಏನೂ ವಿವರಣೆ ಇಲ್ಲ. ಬದಲಿಗೆ ಅವಳ ಪರಿಸರ ಹೋರಾಟದ ಬಗ್ಗೆ ಸಾಕಷ್ಟು ಬರೆದಿದ್ದಾರೆ. ಭೂಬಿಸಿ, ಫಾಸಿಲ್ ಇಂಧನ, ಇಂಗಾಲದ ಹೆಜ್ಜೆ –ಈ ಎಲ್ಲ ಶಬ್ದಗಳ ವಿವರಣೆ. ಕ್ಲೈಮೇಟ್ ಬದಲಾವಣೆಯನ್ನು ತಡೆಯಲು ಈ ಕೆಳಗಿನ ಕ್ರಮಗಳನ್ನು ಕೈಗೊಳ್ಳಬೇಕೆಂದು ಅದು ಸೂಚಿಸುತ್ತದೆ:

1. ಕಾರಿಗಿಂತ ಬಸ್/ ಸೈಕಲ್ ಪ್ರಯಾಣಕ್ಕೆ ಹೆಚ್ಚು ಆದ್ಯತೆ ಕೊಡಿ.
2. ಕಾರು ಪ್ರಯಾಣ ಅನಿವಾರ್ಯವಾದಲ್ಲಿ ಹಲವು ಜನರೊಂದಿಗೆ ಪಯಣಿಸಿ.
3. ಬಿಸಿನೀರಿನ ಬಳಕೆಯನ್ನು ತಗ್ಗಿಸಿ.
4. ಬಕೆಟ್ ತುಂಬಿಸಿ ಸ್ನಾನ ಮಾಡುವುದಕ್ಕಿಂತ ಶವರ್ ಸ್ನಾನ ಉತ್ತಮ.
5. ಪೇಪರ್, ಪ್ಲಾಸ್ಟಿಕ್‌ಗಳ ತಯಾರಿಕೆಗೂ ಶಕ್ತಿ ವ್ಯಯವಾಗುತ್ತದೆ, ನೆನಪಿರಲಿ.
6. ಆಯಾ ಕಾಲಕ್ಕೆ ಬೆಳೆಯುವ ಹಣ್ಣುಗಳನ್ನೇ ಬಳಸಿ.
7. ವಸ್ತು ಖರೀದಿಗೆ ಮುನ್ನ, ಅದು ನಿಜವಾಗಿಯೂ ಬೇಕೆ? ಯೋಚಿಸಿ.
8. ಚಳಿಗಾಲದಲ್ಲಿ ರೂಮಿನ ಶಾಖ ಹೆಚ್ಚಿಸುವ ಬದಲು ಇನ್ನಷ್ಟು ಬಟ್ಟೆ ಧರಿಸಿ.

ಉತ್ತರ ಧ್ರುವಕ್ಕೆ ಬಹಳ ಸಮೀಪವಿರುವ ಸ್ವೀಡನ್ ದೇಶದಲ್ಲಿ ಕೊರೆಯುವ ಚಳಿಯ ದಿನಗಳೇ ಹೆಚ್ಚು. ಸೂರ್ಯ ಎಂದೂ ಈ ದೇಶದ ನೆತ್ತಿಯ ಮೇಲೆ ಬರುವುದೇ ಇಲ್ಲ! ಅಡ್ಡಡ್ಡವೇ ಸಂಚಾರ ನಡೆಸುತ್ತಿರುತ್ತಾನೆ. ಹೊರಾಂಗಣದಲ್ಲಿ ಚಳಿ ತೀರ ಜಾಸ್ತಿ ಆದರೆ ಜನರು ಸಮೀಪದ ರೇಲ್ವೆ ಸ್ಟೇಷನ್, ಬಸ್ ಸ್ಟ್ಯಾಂಡ್, ಮಾಲ್‌ಗಳಿಗೆ ನುಗ್ಗುತ್ತಾರೆ. ಅಲ್ಲಿ ಎಲ್ಲೆಡೆ ಹಿತಕರ 18 ಡಿಗ್ರಿ ಸೆಲ್ಸಿಯಸ್ ತಾಪವನ್ನು ಸ್ಥಿರವಾಗಿಟ್ಟಿರುತ್ತಾರೆ. ಇಲ್ಲಿನ ಮಹಾಚಳಿಗೆ ಅಷ್ಟು ಎ.ಸಿ. ಬೇಕು ಅನ್ನಿ. ಸಾರಿಗೆ, ಕೃಷಿ, ಕೈಗಾರಿಕೆಗಳ ಜೊತೆಗೆ ಕಟ್ಟಡಗಳ ಹೀಟಿಂಗ್ ವ್ಯವಸ್ಥೆಗೂ ಇಂಧನ ಶಕ್ತಿ ಅಪಾರ ಬೇಕು. ಯಾವ ನಲ್ಲಿಯಲ್ಲಿ ಎಂದು ನೋಡಿದರೂ ಬಿಸಿನೀರು ಬರುತ್ತಿರುತ್ತದೆ. ಪ್ರಕಾಶ ನಡಳ್ಳಿ ಹುಡುಕಿ ತೆಗೆದ ಮಾಹಿತಿಯ ಪ್ರಕಾರ, ಸ್ಟಖಮ್ಮಿನ ನೆಲದಾಳದಲ್ಲಿ 900 ಕಿ.ಮೀ. ಉದ್ದದ ಬಿಸಿನೀರಿನ ಪೈಪುಗಳ ಜಾಲ ಹರಡಿಕೊಂಡಿದೆ!

ನಗರದ ಎಲ್ಲ ಬಡಾವಣೆಗಳ ಎಲ್ಲ ಮನೆಗಳ ಹಿತ್ತಿಲಲ್ಲೂ ಕಸ ವಿಂಗಡನೆಗೆ ಪ್ರತ್ಯೇಕ ಡಬ್ಬಗಳಿವೆ. ಮನೆಯದೇ ಕೀಲಿಯನ್ನು ಬಳಸಿ ಒಂದೊಂದನ್ನೂ ತೆರೆದು ಕಸವನ್ನು ವಿಂಗಡಿಸಿ ಹಾಕಬೇಕು. ಸಾರ್ವಜನಿಕ ಜಾಗಗಳಲ್ಲಿ ಶೋಪೀಸ್‌ಗಳಂತೆ ಸುಂದರವಾಗಿ ಜೋಡಿಸಿರುವ ಇಂಥ ಡಬ್ಬಿಗಳನ್ನು ಯಾವಾಗ ಬಂದು ಸ್ವಚ್ಛ ಮಾಡುತ್ತಾರೋ ಎನಿಸಿತ್ತು. ಒಮ್ಮೆ ಮಾತ್ರ ಮುಂಜಾನೆ ಕಿಟಕಿಯಿಂದ ಇಣುಕಿದಾಗ ರಾಕ್ಷಸ ಗಾತ್ರದ ಯಂತ್ರವೊಂದು ನೀಳ ತೋಳನ್ನು ಚಾಚಿ, ಪ್ಲಾಸ್ಟಿಕ್ ಚೀಲಗಳನ್ನು

ಪರಿಸರ ರಕ್ಷಣೆಗಾಗಿ ಗಣಿಗಾರಿಕೆ! 2001ರಲ್ಲಿ ಸ್ಥಗಿತಗೊಂಡಿದ್ದ ಗ್ರಾಫೈಟ್ ಗಣಿಗೆ ಮತ್ತೆ ಚಾಲನೆ ಸಿಗುತ್ತಿದೆ. ಏಕೆಂದರೆ ವಿದ್ಯುತ್ ಚಾಲಿತ ಯಂತ್ರಗಳಿಗೆ ಬ್ಯಾಟರಿ ಬೇಕು, ಬ್ಯಾಟರಿ ತಯಾರಿಕೆಗೆ ಗ್ರಾಫೈಟ್ ಬೇಕು.

ಎತ್ತಿ ತನ್ನ ಹೊಟ್ಟೆಯೊಳಗೆ ಇಳಿಸಿಕೊಳ್ಳುತ್ತಿದ್ದುದನ್ನು ಕಂಡೆ. ಉದ್ಯಾನದ ಬಳಿಯ ಕಂಬವೊಂದಕ್ಕೆ 'ಬಿಗ್ ಬೆಲ್ಲಿ ವೇಸ್ಟ್ ಬಾಸ್ಕೆಟ್' ಇದೆ. ಕಂಬದ ತುದಿಯ ಸೌರಶಕ್ತಿಯನ್ನು ಬಳಸಿ ಈ ಕಸದ ಡಬ್ಬಿಯಲ್ಲಿ ಕಸ ತಾನಾಗಿಯೇ ಒತ್ತಿ ಅಮುಕಿಕೊಳ್ಳುತ್ತದೆ. ಪೂರ್ತಿ ತುಂಬಿದಾಗ ಪುರಸಭೆಗೆ ಸಂದೇಶ ರವಾನೆಯಾಗುತ್ತದೆ.

ಈ ದೇಶದಲ್ಲಿ ಕಸದ ಶೇಕಡಾ 99 ಭಾಗ ಮರುಬಳಕೆಗೆ ಅಥವಾ ಶಕ್ತಿ ಉತ್ಪಾದನೆಗೆ ಹೋಗುತ್ತದೆ. ಹೂಳಲೆಂದು ಸುರಿಹೊಂಡಕ್ಕೆ ಹೋಗುವ ಕಸದ ಪ್ರಮಾಣ ಕೇವಲ ಶೇಕಡಾ 1 ಮಾತ್ರ. ಆದರೆ ಅದನ್ನೂ ತಪ್ಪಿಸಿ, ಅಂದರೆ 'ಶೂನ್ಯ ಕಸ' ಸಾಧಿಸುವುದು ತನ್ನ ಗುರಿ ಎನ್ನುತ್ತದೆ ಸ್ವೀಡನ್. ಇನ್ನೇನು, ಮುಂದಿನ ವರ್ಷ ಝೀರೋ! ಈ ದಿಶೆಯಲ್ಲಿ ಮುನಿಸಿಪಾಲಿಟಿಗಳು, ಖಾಸಗಿ ಸಹಭಾಗಿತ್ವದ ಕಂಪನಿಗಳು ಕಟ್ಟುನಿಟ್ಟಾಗಿ ಕೆಲಸ ಮಾಡುತ್ತಿವೆ. ಈ ಶ್ರೀಮಂತ ದೇಶಗಳ ಕತೆ ಗೊತ್ತಲ್ಲ, ಟಿವಿ ಕೆಟ್ಟರೆ ಅಥವಾ ತುಸು ಹಳತಾದರೆ ರಿಪೇರಿಯ ಪ್ರಶ್ನೆಯೇ ಇಲ್ಲ. ರಸ್ತೆ ಪಕ್ಕಕ್ಕೆ ಇಡೋದೇ. ಆದರೆ ಇಲ್ಲಿ ಹಾಗಲ್ಲ. ಮರುಬಳಕೆಯನ್ನು ಪ್ರೋತ್ಸಾಹಿಸಲು ರಿಪೇರಿ ಅಂಗಡಿಗಳಿಗೆ ತೆರಿಗೆ ಕಡಿಮೆ ಮಾಡಿ ಪ್ರೋತ್ಸಾಹ ನೀಡಲಾಗುತ್ತಿದೆ. ನಮ್ಮ ಯಾವುದೇ ಹಳೇ ಪಾತ್ರೆ, ಖಾಲಿ ಡಬ್ಬಗಳನ್ನು ಸಮೀಪದ ಮಾಲ್‌ಗಳಿಗೆ ಒಯ್ದರೆ ಅಲ್ಲಿನ ಹೊಸದನ್ನು ಕೊಳ್ಳುವಾಗ ರಿಯಾಯ್ತಿ ಸಿಗುತ್ತದೆ. ಸ್ಥಳೀಯ ಕಂಪನಿಯೊಂದು ಹಳೆಯ ಬಟ್ಟೆಗಳನ್ನು ಜನರಿಂದ ಖರೀದಿಸುತ್ತದೆ. 'ಆಹಾರ ದಂಡ ಮಾಡಬೇಡಿ, ಚೆಲ್ಲಬೇಡಿ' ಎಂದು ಕೆಲ ಸಂಸ್ಥೆಗಳು ಜನಜಾಗೃತಿ ಮೂಡಿಸುವಲ್ಲಿ ನಿರತವಾಗಿವೆ.

ಅಡುಗೆ ತಿಪ್ಪೆಯೆಲ್ಲ ಜೈವಿಕ ಇಂಧನವಾಗಿ ಬಸ್ ಓಡಿಸಲು ಬಳಕೆಯಾಗುತ್ತಿದೆ. ಒಣಕಸವೆಲ್ಲ ಬೇರ್ಪಟ್ಟು (ಕಾಗದ, ಮಕ್ಕಳ ಡೈಪರ್, ನ್ಯಾಪಕಿನ್, ಅಂಗಡಿ ಆಸ್ಪತ್ರೆ

ಸುಡುಗೂಡಲ್ಲ ಇದು ಶಕ್ತಿಸ್ಥಾವರ! ಸ್ವೀಡನ್ನಿನ ವಾಸ್ತೆರಾಸ್ ಪಟ್ಟಣ ಈಗ ಪ್ರವಾಸೀತಾಣವಾಗಿದೆ. ಹಳೆ ಬಟ್ಟೆಯೂ ಸೇರಿದಂತೆ ಎಲ್ಲ ಒಣತ್ಯಾಜ್ಯವೂ ಇಲ್ಲಿನ ಈ ಫ್ಯಾಕ್ಟರಿಯಲ್ಲಿ ಇಂಧನ ಅನಿಲವಾಗುತ್ತದೆ.

ಹೋಟೆಲುಗಳ ತ್ಯಾಜ್ಯಗಳೆಲ್ಲ) ಸುಡುಯಂತ್ರಕ್ಕೆ ಹೋಗಿ ಶಕ್ತಿಯ ಉತ್ಪಾದನೆ ಆಗುತ್ತದೆ. ಇನ್ನುಳಿದದ್ದು ಮರುಬಳಕೆಗೆ ಹೋಗುತ್ತದೆ.

ಸ್ವೀಡನ್ನಿನ 34 ಸುಡುಗೂಡುಗಳು (ಇನ್‌ಸಿನರೇಟರ್) ಭಸ್ಮಾಸುರರು ಅಷ್ಟೇ ಅಲ್ಲ ಬಕಾಸುರ ಹೊಟ್ಟೆಯವು. ಈ ಪುಟ್ಟ ದೇಶದ ಕಸ ಅವುಗಳ ಹೊಟ್ಟೆಗೆ ಸಾಲದು. ಪಕ್ಕದ ಬ್ರಿಟನ್, ನಾರ್ವೆ, ಐರ್ಲೆಂಡ್‌ಗಳಿಂದಲೂ ಕಸವನ್ನು ಆಮದು ಮಾಡಿಕೊಂಡು ಸ್ವೀಡನ್ ಲಕ್ಷಗಟ್ಟಲೆ ಯುರೊ ಗಳಿಸುತ್ತಿದೆ ಕೂಡ. ಈ ಕಸದ ಶಾಖದ ಒಂದು ಪಾಲು ವಿದ್ಯುತ್ ಉತ್ಪತ್ತಿ ಮಾಡುತ್ತದೆ. ಉಳಿದೆಲ್ಲ ಪಾಲು ಭೂಗತ ಕೊಳವೆಗಳ ನೀರನ್ನು ಬಿಸಿ ಮಾಡುತ್ತಿರುತ್ತದೆ.

ಕಸವನ್ನು ಉರಿಸಿದರೆ ಸಿಓಟು ಹೊಮ್ಮುವುದಿಲ್ಲವೇ? ಪ್ಲಾಸ್ಟಿಕ್ ಸುಟ್ಟಾಗ ಡೈಯಾಕ್ಸಿನ್, ಫ್ಯೂರಾನ್, ಗಂಧಕದ ಡೈ ಆಕ್ಸೈಡ್‌ನಂಥ ವಿಷಾನಿಲಗಳು ಹೊರ ಸೂಸುವುದಿಲ್ಲವೇ? ಇಲ್ಲವಂತೆ. ಅಂಥ ಅನಿಲಗಳನ್ನು ಒಮ್ಮೆ ಕೆಮಿಕಲ್ ಜರಡಿಯ ಮೂಲಕ, ಇನ್ನೊಮ್ಮೆ ನೀರಿನ ಪೈಪುಗಳ ಮೂಲಕ ಹಾಯಿಸಿ ಕಲ್ಮಶಗಳನ್ನು ತಗ್ಗಿಸಲಾಗುತ್ತದೆ. 'ಇದು ನೈಸರ್ಗಿಕ ಹವೆಗೆ ಸಮ' ಎನ್ನುತ್ತಾರೆ ಸ್ವೀಡಿಶ್ ಜನ. ಮತ್ತೆ ಬೂದಿ? ಅದನ್ನೂ ಸೋಸಿ, ಭಾರಲೋಹದ ಅಂಶವನ್ನು ಹೊರತೆಗೆದು ಉಳಿದ ಕಿಟ್ಟವನ್ನು ರಸ್ತೆ ನಿರ್ಮಾಣಕ್ಕೆ ಬಳಸಲಾಗುತ್ತದೆ.

'ಅಡುಗೆಗೆ, ಸ್ನಾನಕ್ಕೆ, ಕುಡಿಯೋದಕ್ಕೆ, ಎಲ್ಲಾದಕ್ಕೂ ಇದೇ ನೀರು' ಎಂದು ಅಡಿಗೆಮನೆಯ ನಲ್ಲಿ ತೋರಿಸಿ ಕಳೆದ ವರ್ಷವೇ ಹೇಳಿದ್ದಳು, ಮಗಳು ಡಾ. ಅಶ್ವಿನಿ. ಯಾರ ಮನೆಯಲ್ಲೂ ಪ್ರತ್ಯೇಕ ಆರ್‌ಓ, ಯೂವಿ ಫಿಲ್ಟರ್ ಗಿಲ್ಟರ್ ಏನೂ ಇಲ್ಲ. ಬಳಸಿ ಚೆಲ್ಲಿದ ನೀರನ್ನು ಸಂಸ್ಕರಣೆ ಮಾಡುತ್ತಾರೆ; ಕಕ್ಕಸಿನ ಘನತ್ಯಾಜ್ಯವೆಲ್ಲ ನಮ್ಮ

ದೇಶದಲ್ಲಿ ಗಂಗೆಯ ಪಾಲಾದರೆ ಇಲ್ಲಿ ಅದು ಶಕ್ತಿಮೂಲವಾಗಿ ಬಳಕೆಯಾಗುತ್ತದೆ.

ಸ್ವೀಡನ್ನಿನ ಉತ್ತರ ಭಾಗದಲ್ಲಿ ಹಿಮಪರ್ವತಗಳಿವೆ. ಅಲ್ಲಿಂದ ಧುಮುಕುವ ನೀರಿನಿಂದ ಜಲವಿದ್ಯುತ್ ಸಿಗುತ್ತದೆ. ಮೂರು ಅಣುಶಕ್ತಿ ಸ್ಥಾವರಗಳೂ ಇವೆ. ಉಳಿದಂತೆ ಸೌರ ಶಕ್ತಿ, ಗಾಳಿ ಯಂತ್ರ, ಕಸದಿಂದ ಶಕ್ತಿ –ಹೀಗೆ ನೂರಕ್ಕೆ 54 ರಷ್ಟು ಭಾಗ ನವೀಕೃತ ಇಂಧನದಿಂದಲೇ ಬರುತ್ತವೆ. ಇದನ್ನು 100% ಏರಿಸಲಿದ್ದೇವೆ ಎಂದು ಸರಕಾರದ ಜಾಲತಾಣ ಹೇಳಿಕೊಳ್ಳುತ್ತದೆ. ಕಲ್ಲಿದ್ದಲು, ಪೆಟ್ರೋಲ್‌ನಂಥ ಫಾಸಿಲ್ ಇಂಧನ ಬಳಸಿ ವಿದ್ಯುತ್ ಉತ್ಪಾದಿಸುವ ಉಷ್ಣವಿದ್ಯುತ್ ಸ್ಥಾವರಗಳೇ ಇಲ್ಲ. ಅಣುವಿದ್ಯುತ್ ಸ್ಥಾವರಗಳನ್ನು ಹಂತ ಹಂತವಾಗಿ ಮುಚ್ಚಲಿದ್ದಾರಂತೆ. ಪೆಟ್ರೋಲ್-ಡೀಸೆಲ್ ಬಳಕೆ ಏನಿದ್ದರೂ ಕಾರು, ಲಾರಿ, ಟ್ರ್ಯಾಕ್ಟರ್‌ಗಳಿಗೆ ಸೀಮಿತವಾಗಿದೆ. ಅದನ್ನೂ ಇನ್ನು ಹತ್ತು ವರ್ಷಗಳಲ್ಲಿ ಸಂಪೂರ್ಣ ಬ್ಯಾಟರಿಚಾಲಿತ ಅಥವಾ ಜೈವಿಕ ಇಂಧನ (ಇಥೆನಾಲ್) ಚಾಲಿತ ಮಾಡುವುದಾಗಿ ಸರಕಾರ ಆಶ್ವಾಸನೆ ಕೊಟ್ಟಿದೆ. ಎಲ್ಲ ಪೆಟ್ರೋಲ್ ಬಂಕ್‌ಗಳಲ್ಲೂ ಈಗಾಗಲೇ ಇಥೆನಾಲನ್ನು ಕೂಡ ಕಡ್ಡಾಯವಾಗಿ ಒದಗಿಸಬೇಕಿದೆ. ಬಯೊಡೀಸೆಲ್ ಬಳಸುವ ವಾಹನಗಳಿಗೆ ತೆರಿಗೆ ವಿನಾಯ್ತಿ ಇದೆ.

ಇಷ್ಟೊಂದು ಕ್ಲೀನ್ ದೇಶ. ಇಷ್ಟೊಂದು ಪರಿಸರ ಜಾಗೃತಿಯುಳ್ಳ ದೇಶ. ಆದರೂ 'ಕ್ಲೈಮೇಟ್ ಕ್ಲೈಮೇಟ್' ಎಂದು ಸಂಸತ್ ಭವನದ ಮುಂದೆ ಮಕ್ಕಳು, ದೊಡ್ಡವರು ಕೂಗುತ್ತಾರೆ ಯಾಕೆ?

ಎಷ್ಟೇ ಚೊಕ್ಕಟವಿದ್ದರೂ ಸ್ವೀಡನ್ ಸಂಪೂರ್ಣ ದೋಷಮುಕ್ತ ದೇಶವೇನೂ ಅಲ್ಲ. ಉಳಿದೆಲ್ಲ ಮುಂದುವರೆದ ದೇಶಗಳಂತೆಯೇ ಸಂಪನ್ಮೂಲಗಳ ಅತಿಯಾದ ಬಳಕೆ, ಬಳಸಿ ಬಿಸಾಡುವ ಸಂಸ್ಕೃತಿ ಇಲ್ಲಿ ಬಿಡಲಾರದ ಅಭ್ಯಾಸವಾಗಿದೆ. ನಮ್ಮ ಮೊಮ್ಮಗ ಅಯಾನನ ಬೇಬಿಶಾಲೆಯಲ್ಲಿ ಮೇಜಿನ ಮೇಲಿಟ್ಟ ಟಿಶ್ಯೂ ಪೇಪರಿನ ಬಂಡಲ್ ನಿಮಿಷಾರ್ಧದಲ್ಲಿ ಖಾಲಿಯಾಗಿರುತ್ತದೆ. ಮಕ್ಕಳ ಜೊಲ್ಲು ಮತ್ತು ಕಕ್ಕವನ್ನು ಒರೆಸಲು ಟಿಶ್ಯೂ ಪೇಪರೇ ಬೇಕು. ಫ್ರಿಜ್ಜಿನಲ್ಲಿಟ್ಟ ಹಾಲಿನ ಪ್ಯಾಕೆಟ್ಟನ್ನು ತೆಗೆದ ಅಲೆಕ್ಸನ ಅಪ್ಪ ಅದು ಬೆಚ್ಚಗಾಗುವವರೆಗೂ ನಲ್ಲಿಯ ಬಿಸಿನೀರಿನಲ್ಲಿ ಹಿಡಿದು ನಿಲ್ಲುತ್ತಾನೆ. ಹಣ್ಣು, ತರಕಾರಿ, ತರಾವರಿ ಪೇಯ ಎಲ್ಲದಕ್ಕೂ ಮೂಟೆಮೂಟೆ ಪ್ಯಾಕೇಜಿಂಗ್. ಸಾರಿಗೆ ವ್ಯವಸ್ಥೆ ಇಷ್ಟು ಚೆನ್ನಾಗಿದ್ದರೂ ರಸ್ತೆಗಳಲ್ಲಿ ಕಿಕ್ಕಿರಿದ ಕಾರುಗಳು. ಯಂತ್ರಗಳ ಮೇಲಿನ ಅತೀವ ಅವಲಂಬನೆಯಿಂದಾಗಿ ಜನರ ನಡುವೆ ಸಂವಹನವೇ ಕಡಿಮೆ. ಎಲ್ಲವೂ ಇದ್ದರೂ ಏನೋ ಕಮ್ಮಿಯೆಂಬ ಚಿಂತೆ. ನಾಳಿನ ಪೀಳಿಗೆಗೆ ನಾವು ಸರಿಯಾದ ಸುಭದ್ರ ಭವಿಷ್ಯವನ್ನು ಕೊಡುತ್ತಿಲ್ಲವೇನೊ ಎಂಬ ಆತಂಕ.

ಆ ಆತಂಕ ಈಗ ಹಿರಿಯರ ಹಂತ ದಾಟಿ, ಮಕ್ಕಳ ಮನದಲ್ಲೂ ಮನೆ ಮಾಡಿದೆ.

ಗ್ರಿಯೆತ ಅಂಥ ಮಕ್ಕಳೆಲ್ಲರ ಧ್ವನಿಯಾಗಿದ್ದಾಳೆ.

●

ಗ್ರೇತಾ ಕ್ಷಿಪಣಿ ಮೇಲಕ್ಕೆ ಮೇಲಕ್ಕೆ

ಇಂಥದ್ದು ಹಿಂದೆಂದೂ ನಡೆದಿರಲಿಲ್ಲ. ಅನಾಮಧೇಯ ಹುಡುಗಿಯೊಬ್ಬಳು ಇಡೀ ಜಗತ್ತಿನ ಗಮನ ಸೆಳೆಯುತ್ತ ಒಂದು ವರ್ಷದ ಅವಧಿಯಲ್ಲಿ ಖ್ಯಾತಿಯ ಉತ್ತುಂಗಕ್ಕೇರಿದ್ದು, ಮಕ್ಕಳಿಂದ ಹಿಡಿದು ಇಳಿವಯಸ್ಸಿನವರೆಗೆ ಅಷ್ಟೊಂದು ದೇಶಗಳ ಅಷ್ಟೊಂದು ಜನರನ್ನು ಬೀದಿಗಿಳಿಸಿ ಪೃಥ್ವೀರಕ್ಷಣೆಯ ಕಿಚ್ಚೆಬ್ಬಿಸಿದ್ದು- ಇದು ಈ ಜಗದ ಅಚ್ಚರಿ.

ಹಡಗಿಗೆ ಬೆಂಕಿ ಬಿದ್ದಾಗ, ದೂರದ ಯಾರಾದರೂ ನೆರವಿಗೆ ಬಂದಾರೆಂದು ಉರಿಯುವ ರಾಕೆಟ್ ಹಾರಿಸಿ ಸಂದೇಶ ಬಿತ್ತರಿಸುವ ಪದ್ಧತಿ ಇದೆ. ಗ್ರೇತಾ ತುನ್‌ಬರಿ ಎಂಬ ಹದಿಹರೆಯದ ರಾಕೆಟ್ ಈಗ ಮೇಲಕ್ಕೇರುತ್ತಿದೆ. ಅವಳ ಏರುಪಥ ಹೀಗಿದೆ:

ಆಗಸ್ಟ್ 20, 2018: ಅಂದು ಶಾಲೆಗೆ ಹೋಗುವ ಬದಲು ಗ್ರೇತಾ ಸ್ವೀಡನ್ನಿನ ಸಂಸತ್ ಭವನದ ಎದುರು ಹೋಗಿ, ಒಬ್ಬಳೇ ಅಲ್ಲಿನ ಕಲ್ಲುಗೋಡೆಗೆ ಆತು ಕೂರುತ್ತಾಳೆ. ಮುಂದೆ ಪ್ರತಿ ದಿನವೂ ಹೋಗಿ ಕೂರುತ್ತಾಳೆ. ಈ ಮಧ್ಯೆ ಒಂದಿಬ್ಬರು ಫೋಟೊಗ್ರಾಫರ್ ಬಂದು ಛಾಯಾಚಿತ್ರ, ವಿಡಿಯೊ ರೆಕಾರ್ಡಿಂಗ್ ಮಾಡಿಕೊಂಡು ಹೋಗುತ್ತಾರೆ.

ಆಗಸ್ಟ್ 26, 2018: ಅವಳ ಧರಣಿ ಮುಷ್ಕರಕ್ಕೆ ಕೆಲ ಕ್ಲಾಸ್‌ಮೇಟ್‌ಗಳು, ಶಿಕ್ಷಕರು ಮತ್ತು ಪಾಲಕರು ಜೊತೆಗೂಡುತ್ತಾರೆ. ಮಾಧ್ಯಮಗಳ ಗಮನ ಇವಳತ್ತ ಹರಿಯುತ್ತದೆ. ಟಿವಿ, ಪತ್ರಿಕೆ, ಟ್ವಿಟ್ಟರ್, ಫೇಸ್‌ಬುಕ್, ಇನ್‌ಸ್ಟಾಗ್ರಾಮ್‌ಗಳಲ್ಲಿ ಸಂದೇಶ ಸುದ್ದಿ ಪ್ರಸಾರವಾಗುತ್ತದೆ.

ಸೆಪ್ಟಂಬರ್ 18, 2018: ಮೂರು ವಾರಗಳ ನಿತ್ಯಮುಷ್ಕರದ ನಂತರ 'ಭವಿಷ್ಯಕ್ಕಾಗಿ ಶುಕ್ರವಾರ' (ಫ್ರೈಡೇಸ್ ಫಾರ್ ಫ್ಯೂಚರ್) ಹೆಸರಿನಲ್ಲಿ ವಾರಕ್ಕೆ ಒಂದು ದಿನ ಧರಣಿ ಹೂಡಲು ನಿರ್ಧರಿಸುತ್ತಾಳೆ. ತನಗೆ ಬೆಂಬಲ ನೀಡಿದ ಎಲ್ಲ ಮಕ್ಕಳೂ ತಂತಮ್ಮ ಶಾಲೆಯಲ್ಲೇ ಪ್ರತಿ ಶುಕ್ರವಾರ ಕ್ಲಾಸಿನಿಂದ ಹೊರಬಂದು ಮುಷ್ಕರ ಹೂಡಬೇಕೆಂದು ಕರೆ ನೀಡುತ್ತಾಳೆ. ಅದಕ್ಕೆ ವ್ಯಾಪಕ ಬೆಂಬಲ ಸಿಗುತ್ತದೆ.

ಸೆಪ್ಟಂಬರ್ 27, 2018: ಈ ಶುಕ್ರವಾರ ಸ್ಟಾಕ್‌ಹೋಮ್

ನಲ್ಲಿ ದಾಖಲೆಯ ಆರು ಸಾವಿರ ಜನರು ಮಕ್ಕಳ ಮುಷ್ಕರವನ್ನು ಬೆಂಬಲಿಸಿ ಬೀದಿಗಿಳಿಯುತ್ತಾರೆ. ಇಡೀ ಯುರೋಪ್‌ನಲ್ಲಿ ಕ್ಲೈಮೇಟ್ ಚರ್ಚೆಗೆ ಹೊಸರೂಪ ಬರುತ್ತದೆ.

ಅಕ್ಟೋಬರ್ 31, 2018: ಲಂಡನ್‌ನ ಪಾರ್ಲಿಯಮೆಂಟ್ ಚೌಕದಲ್ಲಿ ಬಹಿರಂಗ ಭಾಷಣ. 'ಬಿಸಿ ಪ್ರಳಯ ಎಂದರೆ ಪ್ರತಿದಿನವೂ ಮೊದಲ ಪುಟದಲ್ಲಿ ಇರಬೇಕಾದ ಸುದ್ದಿ; ಆದರೂ ಯಾರೂ ಇದರ ಬಗ್ಗೆ ಚಕಾರ ಎತ್ತುತ್ತಿಲ್ಲವೇಕೆ?' ಎಂದು ಕೇಳುತ್ತಾಳೆ.

ನವಂಬರ್, 2018: ಒಟ್ಟೂ 24 ದೇಶಗಳ 17,000 ವಿದ್ಯಾರ್ಥಿಗಳು 'ಶುಕ್ರವಾರದ ಶಾಲಾ ಮುಷ್ಕರ'ದಲ್ಲಿ ಭಾಗವಹಿಸುತ್ತಾರೆ. ಗ್ರೇತಾ ಹೆಸರು ಜಗದಗಲ ಹಬ್ಬುತ್ತದೆ. ಪ್ರಸಿದ್ಧ ಟಿವಿ ಚಾನೆಲ್‌ಗಳು, ಪತ್ರಿಕೆಗಳು ಅವಳ ಸಂದರ್ಶನಕ್ಕೆ ಕಾಯುವಂತಾಗುತ್ತದೆ. ಯುರೋಪ್ ಖಂಡದ ಎಷ್ಟೊಂದು ದೇಶಗಳ ಗಣ್ಯ ಸಮಾವೇಶಗಳಲ್ಲಿ ಭಾಗವಹಿಸಲು, ಉಪನ್ಯಾಸ ನೀಡಲು ಆಹ್ವಾನ ಬರುತ್ತದೆ. ಪೋಲೆಂಡ್ ದೇಶದಲ್ಲಿ ವಿಶ್ವಸಂಸ್ಥೆ ಆಯೋಜಿಸಿದ ಕ್ಲೈಮೇಟ್ ಸಂವಾದದಲ್ಲಿ ಕೂಡ ಇವಳು ಭಾಗವಹಿಸುತ್ತಾಳೆ. ಉಪನ್ಯಾಸ ನೀಡುತ್ತಾಳೆ.

ನವಂಬರ್, 2018: ಸ್ವೀಡನ್ನಿನ ಇಲೆಕ್ಟ್ರಿಸಿಟಿ ಕಂಪನಿ ಇವಳಿಗೆ 'ಮಕ್ಕಳ ಕ್ಲೈಮೇಟ್ ಪ್ರಶಸ್ತಿ'ಯನ್ನು ಘೋಷಿಸುತ್ತದೆ. ಇಂಗ್ಲೆಂಡಿನಲ್ಲಿದ್ದ ಈ ಹುಡುಗಿ

ಅದನ್ನು ಪಡೆಯಲು ವಿಮಾನದಲ್ಲಿ ಸ್ವದೇಶಕ್ಕೆ ಹೋಗಬೇಕಾಗಿದ್ದರಿಂದ ಗ್ರೇತಾ ಆ ಪ್ರಶಸ್ತಿ ಸ್ವೀಕರಿಸಲು ನಿರಾಕರಿಸುತ್ತಾಳೆ.

ನವೆಂಬರ್ 24, 2018: ಪ್ರಪಂಚಕ್ಕೆ ತನ್ನ ನಿಲುವು ಗೊತ್ತಾಗಲೆಂದು ಟೆಡ್-ಎಕ್ಸ್ ಉಪನ್ಯಾಸವನ್ನು ನೀಡುತ್ತಾಳೆ. ಅದನ್ನು ಅಂತರ್ಜಾಲದಲ್ಲಿ ಹರಿಬಿಡಲಾಗುತ್ತದೆ.

ಡಿಸೆಂಬರ್ 4, 2018: ಪೋಲೆಂಡ್ ದೇಶದ ಕಾಟೋವೈಸ್ ನಗರದಲ್ಲಿ ನಡೆದ ವಿಶ್ವಸಂಸ್ಥೆಯ ಜಾಗತಿಕ 'ಸಿಓಪಿ-24' ಸಮಾವೇಶದಲ್ಲಿ 186 ದೇಶಗಳ ಪ್ರತಿನಿಧಿಗಳಿಗಾಗಿ ಗ್ರೇತಾಳ ಉಪನ್ಯಾಸ ಏರ್ಪಾಡಾಗುತ್ತದೆ.

ಡಿಸೆಂಬರ್ 10, 2018: ವಿಖ್ಯಾತ 'ಟೈಮ್' ಪತ್ರಿಕೆ 'ಜಗತ್ತಿನ ಅತ್ಯಂತ ಪ್ರಭಾವಿ' 25 ಮಕ್ಕಳ ಪಟ್ಟಿಯಲ್ಲಿ ಇವಳನ್ನು ಸೇರ್ಪಡೆ ಮಾಡುತ್ತದೆ. ಸ್ವೀಡನ್ನಿನ ಇತರ ಎಳೆಯರಿಗೆಲ್ಲ ಇವಳು 'ಮಾದರಿ ಹುಡುಗಿ' ಎಂದು ಫ್ರೀಸೂಸೆತ್ ಫೆಲೊಶಿಪ್ ಘೋಷಣೆಯಾಗುತ್ತದೆ.

ಜನವರಿ 3, 2019: ಗ್ರೇತಾ ಜನ್ಮದಿನ. ಈ ಹುಡುಗಿ 15 ಮುಗಿಸಿ 16ಕ್ಕೆ ಕಾಲಿಡುತ್ತಾಳೆ (ಜನನ: 2003). ಇನ್ನುಮುಂದೆ ಶಾಲೆಗೆ ಕಡ್ಡಾಯ ಹಾಜರಿ ಹಾಕಬೇಕಾಗಿಲ್ಲ. ಒಂದು ವರ್ಷದ ಮಟ್ಟಿಗೆ ಇವಳು ಶಾಲೆಯಿಂದ ಹೊರಗಿರಲು ನಿರ್ಧರಿಸುತ್ತಾಳೆ.

ಜನವರಿ 24, 2019: ಸ್ವಿಟ್ಸರ್ಲೆಂಡಿನ ದಾವೋಸ್ ನಗರದಲ್ಲಿ ಪ್ರತಿ ವರ್ಷ ನಡೆಯುವ ವಿಶ್ವ ಆರ್ಥಿಕ ಮೇಳದಲ್ಲಿ ಪ್ರತಿಷ್ಠಿತ ಉದ್ಯಮ ಕಂಪನಿಗಳ ಮುಖ್ಯಸ್ಥರ ಹಾಗೂ ರಾಷ್ಟ್ರನಾಯಕರುಗಳ ಎದುರು ಗ್ರೇತಾ ಭಾಷಣ ಮಾಡುತ್ತಾಳೆ. 'ನೀವು ಆಶಾವಾದಿಗಳಾಗಿ ಕೂತಿರುವುದು ನನಗೆ ಬೇಕಾಗಿಲ್ಲ; ಭವಿಷ್ಯದ ಬಗ್ಗೆ ನಿಮ್ಮಲ್ಲಿ ಭಯ ಹುಟ್ಟಬೇಕು; ಮನೆಗೆ ಬೆಂಕಿ ಬಿದ್ದಿದೆ ಎಂದು ಕೂಗಿ ಹೇಳಲು ನಾನು ಬಂದಿದ್ದೇನೆ' ಎನ್ನುತ್ತಾಳೆ.

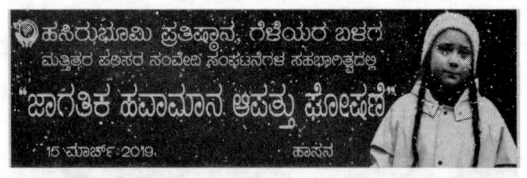

ಫೆಬ್ರುವರಿ, 2019: ಮಕ್ಕಳ ಮುಷ್ಕರವನ್ನು ಬೆಂಬಲಿಸಿ ದೊಡ್ಡವರೂ ಕ್ಲೈಮೇಟ್ ಚಳವಳಿಗೆ ಇಳಿಯುತ್ತಾರೆ. ಮೂವತ್ತು ದೇಶಗಳಲ್ಲಿ ಪ್ರತಿಭಟನೆ, ಜನಾಂದೋಲನ ನಡೆಯುತ್ತದೆ. ಬ್ರಝಿಲ್ ಮತ್ತು ಭಾರತದಂಥ ದಕ್ಷಿಣ ದೇಶಗಳಿಗೂ ಚಳವಳಿ ವ್ಯಾಪಿಸುತ್ತದೆ. ಕರ್ನಾಟಕದಲ್ಲಿ ಹಾಸನ, ಧಾರವಾಡಗಳಲ್ಲೂ ಗ್ರೇತಾ ಬೆಂಬಲದ ಚಳವಳಿ ನಡೆಯುತ್ತವೆ.

ಫೆಬ್ರುವರಿ 5, 2019: ಗ್ರೇತಾಳ ಚಳವಳಿಯ ಹಿಂದೆ ದುರುದ್ದೇಶ ಇದೆಯೆಂದು ಬೆಲ್ಜಿಯಮ್ ದೇಶದ ಪರಿಸರ ಸಚಿವೆ ಜೋಕಿ ಶೌಲೀಜ್ ಹೇಳುತ್ತಾಳೆ. 'ಅವಳ ಹಿಂದೆ ಯಾರ ಕೈವಾಡ ಇದೆಯೆಂದು ನಮ್ಮ ಗುಪ್ತದಳದವರು ಪತ್ತೆ ಮಾಡಿದ್ದಾರೆ' ಎಂದು ಬುರುಡೆ ಬಿಡುತ್ತಾಳೆ. ಆದರೆ ಗುಪ್ತದಳದ ಮುಖ್ಯಸ್ಥ ಮಾತ್ರ ತಾವೇನನ್ನೂ ಪತ್ತೆ ಮಾಡಿಲ್ಲವೆಂದು ಸತ್ಯವನ್ನೇ ಹೇಳುತ್ತಾನೆ. ಅವಮಾನ ಮತ್ತು ಮುಜುಗರದಿಂದ ಶೌಲೀಜ್ ತನ್ನ ಸಚಿವ ಪದವಿಗೆ ರಾಜೀನಾಮೆ ಘೋಷಿಸುತ್ತಾಳೆ.

ಫೆಬ್ರುವರಿ 21, 2019: ಬೆಲ್ಜಿಯಮ್ ದೇಶದ ವಿದ್ಯಾರ್ಥಿಗಳ ಸಮಾವೇಶದ ನೇತೃತ್ವ ವಹಿಸಿದ ಗ್ರೇತಾಳನ್ನು ಐರೋಪ್ಯ ಸಂಘದ ಮುಖ್ಯಾಧಿಕಾರಿ ಭೇಟಿಯಾಗುತ್ತಾನೆ. ಸಂಘದ ಬಜೆಟ್ಟಿನ ಬಹುದೊಡ್ಡ ಭಾಗವನ್ನು ಕ್ಲೈಮೇಟ್ ಸಂಕಟ ನಿವಾರಣೆಗಾಗಿ ವ್ಯಯಿಸುವುದಾಗಿ ಭರವಸೆ ನೀಡುತ್ತಾನೆ.

ಮಾರ್ಚ್, 2019: ಶಾಲಾ ಮುಷ್ಕರ 135 ದೇಶಗಳಿಗೆ ವ್ಯಾಪಿಸುತ್ತದೆ. 20 ಲಕ್ಷಕ್ಕೂ ಹೆಚ್ಚು ವಿದ್ಯಾರ್ಥಿಗಳು ಮುಷ್ಕರದಲ್ಲಿ ಪಾಲ್ಗೊಳ್ಳುತ್ತಾರೆ.

ಮಾರ್ಚ್ 8, 2019: ಸ್ವೀಡನ್ನಿನ ಆಫ್ಟನ್‌ಬ್ಲಾಡೆಟ್ ಪತ್ರಿಕೆ ಇವಳಿಗೆ ಈ ವರ್ಷದ ಸ್ವೀಡಿಶ್ ಮಹಿಳಾ ಪ್ರಶಸ್ತಿಯನ್ನು ಘೋಷಿಸುತ್ತದೆ.

ಮಾರ್ಚ್ 13, 2019: ನಾರ್ವೆ ಮತ್ತು ಸ್ವೀಡನ್ ದೇಶದ ಸಂಸತ್ ಸದಸ್ಯರು ಈ ವರ್ಷದ ನೊಬೆಲ್ ಶಾಂತಿ ಪ್ರಶಸ್ತಿಗೆ ಇವಳ ಹೆಸರನ್ನು ನಾಮಾಂಕನ ಮಾಡುತ್ತಾರೆ. ಕ್ಲೈಮೇಟ್ ಸಂಕಷ್ಟಗಳಿಂದ ಮುಂದೆ ಸಂಘರ್ಷ, ಯುದ್ಧ ಮತ್ತು ನಿರಾಶ್ರಿತರ ಸಂಖ್ಯೆ ಹೆಚ್ಚುವ ಸಂಭವ ಇರುವುದರಿಂದ ಶಾಂತಿ ಸ್ಥಾಪನೆಗೆ ಗ್ರೇತಾ ಪಾತ್ರ ಪ್ರಮುಖವಾಗಲಿದೆ ಎಂಬ ಕಾರಣ ನೀಡುತ್ತಾರೆ.

ಮಾರ್ಚ್ 17, 2019: ಒಡಿಶಾದ ಪುರಿ ಬೀಚ್‌ನಲ್ಲಿ ಭಾರತದ ಹೆಸರಾಂತ ಮರಳುಶಿಲ್ಪಿ ಸುದರ್ಶನ್ ಪಟ್ನಾಯಕ್ ಇವಳ ಶಿಲ್ಪವನ್ನು ರಚಿಸುತ್ತಾರೆ.

ಮಾರ್ಚ್ 31, 2019: ಜರ್ಮನಿಯ ಫಿಲ್ಮ್ ಮತ್ತು ಟಿವಿಯ ಪರವಾಗಿ ನೀಡುವ 'ಗೋಲ್ಡನ್ ಕ್ಯಾಮೆರಾ ಕ್ಲೈಮೇಟ್ ರಕ್ಷಣಾ ಪ್ರಶಸ್ತಿ' ಇವಳಿಗೆ ಲಭಿಸುತ್ತದೆ.

ಮಾರ್ಚ್ 31, 2019: ಒಂದು ವರ್ಷ ಶಾಲೆಗೆ ರಜೆ ಹಾಕುವುದಾಗಿ ಆಸ್ಟ್ರಿಯಾದಲ್ಲಿ ಗ್ರೇತಾ ಘೋಷಣೆ ಮಾಡುತ್ತಾಳೆ.

ಏಪ್ರಿಲ್1, 2019: ಫ್ರಾನ್ಸ್ ದೇಶದ 'ಪ್ರಿ ಲಿಬರ್ಟಿ' ಸಂಘಟನೆಯ ಮೊದಲ ಫ್ರೀಡಮ್ ಪ್ರಶಸ್ತಿಯನ್ನು ಗ್ರೇತಾಗೆ ಘೋಷಿಸಲಾಗುತ್ತದೆ. ಪ್ರಶಸ್ತಿ ಮೊತ್ತವನ್ನು (25 ಸಾವಿರ ಯುರೊ= ರೂ. 19.44 ಲಕ್ಷ) ಇವಳು ನಾಲ್ಕು ಜಾಗತಿಕ ಪರಿಸರ ಸಂಘಟನೆಗಳಿಗೆ ದಾನ ಮಾಡುತ್ತಾಳೆ.

ಏಪ್ರಿಲ್2, 2019: ದಕ್ಷಿಣ ಅಮೆರಿಕದ ಚಿಲಿ ದೇಶದ ಮಿಲರೇಪ ಸಂಸ್ಥಾಪನೆಯಿಂದ ಪೃಥ್ವಿ ರಕ್ಷಣೆಯ 'ಲೌದಾಟಾ ಸಿ' ಪ್ರಶಸ್ತಿ.

ಏಪ್ರಿಲ್ 12, 2019: ನಾರ್ವೆ ದೇಶದ ಫ್ರಿತ್ ಆರ್ಡ್ಸ್ ಪ್ರಶಸ್ತಿ (ರೂ. 39 ಲಕ್ಷ) ಇವಳಿಗೆ ಮತ್ತು ಯುವ ಜನರ ಪರಿಸರ ಸಂಘಟನೆಗೆ ಜಂಟಿಯಾಗಿ ಲಭಿಸುತ್ತದೆ. ಇದಕ್ಕೆ ಗ್ರೇತಾ ನೀಡಿದ ಸ್ಪಂದನೆ ಗಮನಾರ್ಹವಾಗಿದೆ. ಉತ್ತರ ಧ್ರುವದಲ್ಲಿ ತೈಲ ಎತ್ತುವ ಸನ್ನಾಹದಲ್ಲಿರುವ ನಾರ್ವೆ ದೇಶದ ವಿರುದ್ಧವೇ ಖಟ್ಲೆ ಹೂಡಿದ ವಕೀಲರ ಸಂಘಕ್ಕೆ ಈ ಪ್ರಶಸ್ತಿಯ ತನ್ನ ಪಾಲಿನ (ಅರ್ಧ) ಮೊತ್ತವನ್ನು ಗ್ರೇತಾ ದಾನ ಮಾಡುತ್ತಾಳೆ.

ಏಪ್ರಿಲ್ 16, 2019: ಐರೋಪ್ಯ ಸಂಸತ್ತಿನಲ್ಲಿ ಖಡಕ್ ಭಾಷಣ.

ಏಪ್ರಿಲ್ 17, 2019: ಇಟಲಿಯ ವ್ಯಾಟಿಕನ್‌ನಲ್ಲಿ ಕ್ರಿಶ್ಚಿಯನ್ ಜಗದ್ಗುರು ಪೋಪ್ ಜೊತೆ ಸಂವಾದ.

ಮೇ, 2019: ಗ್ರೇತಾ ಅದುವರೆಗೆ ಮಾಡಿದ ಭಾಷಣ ಗಳನ್ನೆಲ್ಲ ಸಂಗ್ರಹಿಸಿ 'ಬದಲಾವಣೆಗೆ ಒತ್ತಾಯಿಸಲು ಯಾರೂ ಚಿಕ್ಕವರಲ್ಲ' ಹೆಸರಿನ ಗ್ರಂಥವನ್ನು ಪ್ರಸಿದ್ಧ ಪೆಂಗ್ವಿನ್ ಪುಸ್ತಕ ಪ್ರಕಾಶನ ಕಂಪನಿ ಪ್ರಕಟಿಸುತ್ತದೆ.

ಮೇ 2019: ಇವಳ 50 ಅಡಿ ಎತ್ತರದ ಚಿತ್ರವನ್ನು ಕಲಾವಿದ ಜೋಡಿ ಥಾಮಸ್ ಎಂಬಾತ ಇಂಗ್ಲೆಂಡಿನ ಬ್ರಿಸ್ಟಲ್ ನಗರದ ಪ್ರಸಿದ್ಧ ಕಲಾಗೋಡೆಯ ಮೇಲೆ ರಚಿಸುತ್ತಾನೆ. ಭೂತಾಪ ಏರಿಕೆಯಿಂದಾಗಿ ಹಿಮವೆಲ್ಲ ಕರಗಿ ಜಲಪ್ರಳಯದಿಂದಾಗಿ ಉಕ್ಕೇರಿದ ಸಮುದ್ರದಲ್ಲಿ ಅವಳ ಅರ್ಧ ಮುಖ ನೀರಿನಿಂದ ಮೇಲೆದ್ದಂತಿದೆ. ನೋಡನೋಡುತ್ತ ಅದು ನಗರದ ಜನಪ್ರಿಯ ಪ್ರವಾಸೀ ಆಕರ್ಷಣೆಯಾಗುತ್ತದೆ.

ಮೇ 27, 2019: ಜಗತ್ತಿನ 100 ಅತ್ಯಂತ ಪ್ರಭಾವೀ ವ್ಯಕ್ತಿಗಳ ಪಟ್ಟಿಯಲ್ಲಿ ಗ್ರೇತಾಳನ್ನು ಏಪ್ರಿಲ್‌ನ ವಿಶೇಷ ಸಂಚಿಕೆಯಲ್ಲಿ ಹೆಸರಿಸಿದ 'ಟೈಮ್' ಪತ್ರಿಕೆ ಈಗ ಇವಳ ಕುರಿತು 'ಮುಂದಿನ ಪೀಳಿಗೆಯ ನಾಯಕಿ' ಎಂದು ಶ್ಲಾಘಿಸಿ ವಿಸ್ತೃತ ಲೇಖನವನ್ನು ಪ್ರಕಟಿಸುತ್ತದೆ. ರಕ್ಷಾಪುಟದಲ್ಲಿ ಖ್ಯಾತ ಡಚ್ ಛಾಯಾಗಾರ್ತಿ ಹೆಲೆನ್ ವಾನ್ ಮೀನಿ ತೆಗೆದ ವಿಶೇಷ ಫೋಟೊ ಪ್ರಕಟವಾಗುತ್ತದೆ.

ಮೇ 28, 2019: ಜಗತ್ತಿನ 130ಕ್ಕೂ ಹೆಚ್ಚು ದೇಶಗಳಲ್ಲಿ ಈ ಪತ್ರಿಕೆ ಪ್ರಕಟವಾದ ಮರುದಿನವೇ ಗ್ರೇತಾ, 'ನಾನೀಗ ಇಡೀ ಜಗತ್ತನ್ನು ಉದ್ದೇಶಿಸಿ ಮಾತಾಡುತ್ತಿದ್ದೇನೆ' ಎಂದು ಟ್ವೀಟ್ ಮಾಡುತ್ತಾಳೆ.

ಜೂನ್ 7, 2019: ಆಮ್ನೆಸ್ಟಿ ಇಂಟರ್‌ನ್ಯಾಶನಲ್ ಸಂಘಟನೆಯ ಪ್ರತಿಷ್ಠಿತ 'ಆತ್ಮಸಾಕ್ಷಿಯ ರಾಜದೂತ' (ಅಂಬಾಸಡರ್ ಆಫ್ ಕಾಂಶನ್ಸ್) ಪ್ರಶಸ್ತಿ ಇವಳಿಗೆ

ಲಭಿಸುತ್ತದೆ. ಸಂಸ್ಥೆಯ ಅಂತಾರಾಷ್ಟ್ರೀಯ ಅಧ್ಯಕ್ಷ ಕುಮಿ ನಾಯ್ಡೂ ಪ್ರಶಸ್ತಿ ನೀಡುತ್ತಾರೆ.

ಜುಲೈ 2019: ಸ್ಕಾಟ್ಲೆಂಡಿನ ರಾಯಲ್ ಭೂಗೋಲ ಸಂಘದಿಂದ 'ಗೆಡ್ಡಿಸ್ ಪರಿಸರ ಪದಕ' ಹಾಗೂ ಸಂಘದ ಗೌರವ ಸದಸ್ಯತ್ವವನ್ನು ಇವಳಿಗೆ ನೀಡಲಾಗುತ್ತದೆ. ಇನ್ನುಮೇಲೆ 'ಗ್ರೇತಾ FRSGS' ಎಂದು ತನ್ನ ಹೆಸರಿನೊಂದಿಗೆ ಈ ಪದವಿಯನ್ನು ಜೋಡಿಸಿಕೊಳ್ಳಬಹುದು.

ಜುಲೈ 3, 2019: 'ಗ್ರೇತಾ ಮತ್ತವಳ ಬೆಂಬಲಿಗರು ನಮ್ಮ ಪ್ರಗತಿಗೆ ಅತಿದೊಡ್ಡ ಬಂಡೆಗಳಾಗಿದ್ದಾರೆ' ಎಂದು ಪೆಟ್ರೋಲಿಯಮ್ ರಫ್ತುದಾರರ ಒಕ್ಕೂಟದ ಮುಖ್ಯಸ್ಥ ಮೊಹಮ್ಮದ್ ಬಾರ್ಕಿಂಡೊ ಹೇಳುತ್ತಾನೆ.

ಜುಲೈ 19, 2019: ಜರ್ಮನಿಯ ಬರ್ಲಿನ್ ನಗರದಲ್ಲಿ ಇವಳಿಗೆಂದೇ ಬೃಹತ್ ಬಹಿರಂಗ ಸಭೆ ನಡೆ-ಯುತ್ತದೆ. ಅಲ್ಲೇ ಸಮೀಪ ಜರ್ಮನಿಯ ಚಾನ್ಸಲರ್ ಅಂಗೇಲಾ ಮರ್ಕೆಲ್ ಮಾಧ್ಯಮಗೋಷ್ಠಿ ನಡೆಸಿ, 'ಗ್ರೇತಾಳಿಂದಾಗಿಯೇ ನಮ್ಮ ಸರಕಾರ ಕ್ಲೈಮೇಟ್ ರಕ್ಷಣೆಗೆ ತುರ್ತುಕ್ರಮಗಳನ್ನು ಜಾರಿಗೆ ತರಲಿದೆ' ಎನ್ನುತ್ತಾರೆ.

ವಾಯರ್ಡ್ ಪತ್ರಿಕೆಯಲ್ಲಿ ಗ್ರೇತಾಳದೇ ಮುಖ್ಯಚರ್ಚೆ

ಜುಲೈ, 2019: ಫ್ರಾನ್ಸ್ ದೇಶದ ಸಂಸತ್ತಿನಲ್ಲಿ ಭಾಷಣ ಮಾಡಲು ಗ್ರೇತಾಗೆ ಆಹ್ವಾನ ಬರುತ್ತದೆ. ಆದರೆ ವಿರೋಧ ಪಕ್ಷದ ಉಗ್ರ ಬಲಪಂಥೀಯ ಸದಸ್ಯರು ಅದನ್ನು ವಿರೋಧಿಸುತ್ತಾರೆ. ಅವಳನ್ನು 'ಪ್ರಳಯದ

ಗುರು' ಎಂದು ಕರೆದು, ಅವಳಿಗೆ 'ನೊಬೆಲ್ ಆಕ್ರಂದನ ಪಾರಿತೋಷಕ' ನೀಡಬೇಕು ಎಂತಲೂ ಹಂಗಿಸುತ್ತಾರೆ. ಸಂಸತ್ತಿನ ಭಾಷಣದಲ್ಲಿ ಗ್ರೇತಾ ಇಂಥ ಮಾತುಗಳಿಗೆ ಪ್ರತಿಯಾಗಿ, 'ನೀವು ನನ್ನ ಮಾತು ಕೇಳಬೇಕಾಗಿಲ್ಲ, ವಿಜ್ಞಾನಿಗಳ ಮಾತನ್ನು ಕೇಳಿ ಸಾಕು' ಎನ್ನುತ್ತಾಳೆ.

'ಗ್ಲಾಮರ್' ಪತ್ರಿಕೆಯ ಮುಖಪುಟದಲ್ಲಿ ಗ್ರೇತಾ.

ಆಗಸ್ಟ್ 1, 2019: ಆಸ್ಟ್ರೇಲಿಯಾದ ಕನ್ಸರ್ವೇಟಿವ್ ಪಕ್ಷದ ವಕ್ತಾರ ಆಂಡ್ರೂ ಬೋಲ್ಟ್ ಎಂಬಾತ ಇವಳನ್ನು ಮತ್ತೆ ಹಂಗಿಸುತ್ತಾನೆ. ಇವಳೊಬ್ಬ 'ಮಾನಸಿಕ ಅಸ್ವಸ್ಥ ಉದ್ಧಾರಕಿ' ಎಂದು ಟೀಕಿಸುತ್ತಾನೆ. ಇವನಿಗೂ ಅಷ್ಟೇ ಖಡಕ್ಕಾಗಿ ಉತ್ತರಿಸುತ್ತಾಳೆ.

ಆಗಸ್ಟ್ 5, 2019: ಯುರೋಪಿನ 37 ದೇಶಗಳ ಯುವ ಪರಿಸರವಾದಿಗಳ ಸಮಾವೇಶ ಸ್ವಿಟ್ಸರ್ಲೆಂಡಿನಲ್ಲಿ ನಡೆ-ಯುತ್ತದೆ. ಕ್ಲೈಮೇಟ್ ಚಳವಳಿಯನ್ನು ಮುನ್ನಡೆಸುವುದು ಹೇಗೆಂದು ಚರ್ಚಿಸುತ್ತಾರೆ. ನ್ಯೂಯಾರ್ಕ್ ನಗರದಲ್ಲಿ ನಡೆಯಲಿರುವ ವಿಶ್ವ ಕ್ಲೈಮೇಟ್ ಶೃಂಗಸಭೆಯಲ್ಲಿ ಭಾಗವಹಿಸಲು ಗ್ರೇತಾಗೆ ಆಹ್ವಾನ ಬರುತ್ತದೆ.

ಆಗಸ್ಟ್ 14, 2019: ಇಂಗ್ಲೆಂಡಿಗೆ ಬಂದ ಗ್ರೇತಾ ಅಲ್ಲಿಂದ ಸೌರಶಕ್ತಿ ಚಾಲಿತ ದೋಣಿಯ ಮೇಲೆ ಕೂತು ಅಮೆರಿಕಕ್ಕೆ ಪಯಣ ಬೆಳೆಸುತ್ತಾಳೆ. ಇವಳು ಆರಂಭಿಸಿದ ಕ್ಲೈಮೇಟ್ ಚಳವಳಿಯಲ್ಲಿ 169 ದೇಶಗಳ 36 ಲಕ್ಷ ಜನರು ಭಾಗವಹಿಸಿದ್ದು ದಾಖಲಾಗುತ್ತದೆ.

ಆಗಸ್ಟ್ 28, 2019: ಝೀರೊ ಕಾರ್ಬನ್ ಹೊಮ್ಮಿಸುವ ದೋಣಿಯ ಮೇಲೆ ಕೂತು ಅಟ್ಲಾಂಟಿಕ್ ಸಾಗರದಲ್ಲಿ 14 ದಿನಗಳ ಪಯಣದ ನಂತರ ಗ್ರೇತಾ ಅಮೆರಿಕದ ನ್ಯೂಯಾರ್ಕ್ ನಗರವನ್ನು ತಲುಪುತ್ತಾಳೆ. ವಿಶ್ವಸಂಸ್ಥೆಯ 17 ದೋಣಿಗಳು ಇವಳಿಗೆ ಸಂಭ್ರಮದ ಸ್ವಾಗತ ಕೋರುತ್ತವೆ.

ಸೆಪ್ಟಂಬರ್ 9: ಪೋರ್ಚುಗೀಸ್ ಕಲಾವಿದ ಥ್ಯೋ ಎಂಬಾತ ಟರ್ಕಿ ದೇಶದ ರಾಜಧಾನಿ ಇಸ್ತಂಬೂಲ್‌ನ ಕಟ್ಟಡದ ಮೇಲೆ ಗ್ರೇತಾಳ 40 ಅಡಿ ಎತ್ತರದ ಮ್ಯೂರಲ್ ಚಿತ್ರವೊಂದನ್ನು ರಚಿಸುತ್ತಾನೆ.

ಸೆಪ್ಟಂಬರ್ 13, 2019: ಅಮೆರಿಕದ ಅಧ್ಯಕ್ಷರ ನಿವಾಸ 'ಶ್ವೇತಭವನ'ದ ಎದುರು ತನ್ನ ಬೆಂಬಲಿಗರೊಂದಿಗೆ ಧರಣಿ ಮುಷ್ಕರ ಹೂಡುತ್ತಾಳೆ.

ಸೆಪ್ಟಂಬರ್ 18, 2019: ಹವಾಗುಣ ಬದಲಾವಣೆ ಕುರಿತು ಮುಂದಿನ ಪೀಳಿಗೆಯ ಅಭಿಪ್ರಾಯವನ್ನು ಕೇಳಲೆಂದು ಅಮೆರಿಕದ ಸಂಸತ್ತಿನ 'ಕಾಂಗ್ರೆಶ್ಯನಲ್ ವಿಚಾರಣೆ'ಗೆ ಗ್ರೇತಾ ಮತ್ತು ಇನ್ನೂ ಮೂವರನ್ನು ಆಮಂತ್ರಿಸಲಾಗುತ್ತದೆ. 'ಸುಮ್ನೆ ಬಾಯುಪಚಾರಕ್ಕೆ

ನಮ್ಮನ್ನಿಲ್ಲಿ ಕರೆಯಬೇಡಿ' ಎಂದು ದಬಾಯಿಸುತ್ತಾಳೆ.

ಸೆಪ್ಟಂಬರ್ 23, 2019: ವಿಶ್ವಸಂಸ್ಥೆಯ ಸಭಾಂಗಣದಲ್ಲಿ ಜಾಗತಿಕ ನಾಯಕರನ್ನು ಉದ್ದೇಶಿಸಿ ಇವಳು ಭಾವಾವೇಶದ ಭಾಷಣ ಮಾಡುತ್ತಾಳೆ. 'ಪೊಳ್ಳು ಮಾತು ಹೇಳುತ್ತ ನೀವು ಹಿರಿಯರು ನನ್ನ ಕನಸನ್ನೂ ನನ್ನ ಭವಿಷ್ಯವನ್ನೂ ಕೊಳ್ಳೆ ಹೊಡೆದಿರಿ' ಎಂದು ಆರೋಪಿಸಿ 'ನಿಮಗೆಷ್ಟು ಧೈರ್ಯ!' ಎಂದು ಪ್ರಶ್ನಿಸುತ್ತಾಳೆ.

ಸೆಪ್ಟಂಬರ್ 25, 2019: 'ಬದಲಿ ನೊಬೆಲ್ ಪ್ರಶಸ್ತಿ' ಎಂದೇ ಪ್ರಸಿದ್ಧಿ ಪಡೆದ ಸ್ವೀಡನ್ ದೇಶದ ರೈಟ್ ಲೈವ್ಲಿಹುಡ್ ಪ್ರಶಸ್ತಿಗೆ ಗ್ರೇತಾ ಹೆಸರು ಘೋಷಣೆಯಾಗುತ್ತದೆ.

ಸೆಪ್ಟಂಬರ್ 26, 2019: ಇವಳು ಆರಂಭಿಸಿದ 'ಭವಿಷ್ಯಕ್ಕಾಗಿ ಶುಕ್ರವಾರ' (ಎಫ್‌ಎಫ್‌ಎಫ್) ಮುಷ್ಕರ ಒಂದೇ ವರ್ಷದಲ್ಲಿ ವಿಶ್ವವ್ಯಾಪಿ ಚಳವಳಿಯಾಗಿ ಬೆಳೆದಿದ್ದರಿಂದ ವಿಶ್ವಸಂಸ್ಥೆಯ ಪರಿಸರ ಘಟಕ (ಯುಎನ್‌ಇಪಿ) ಈ ಸಂಘಟನೆಗೆ 'ಚಾಂಪಿಯನ್ಸ್ ಆಫ್ ದಿ ಅರ್ಥ್' ಪ್ರಶಸ್ತಿಯನ್ನು ಘೋಷಿಸುತ್ತದೆ. ಹಿಂದೆ ಈ ಪ್ರಶಸ್ತಿಯನ್ನು ಅಮೆರಿಕದ ಮಾಜಿ ಉಪಾಧ್ಯಕ್ಷ ಅಲ್ ಗೋರ್, ಜೋರ್ಡಾನ್ ರಾಜಕುಮಾರ ಮತ್ತು ಫ್ರೆಂಚ್ ಅಧ್ಯಕ್ಷ ಇಮ್ಯಾನ್ಯುಯೆಲ್ ಮಾಕ್ರನ್ ಮುಂತಾದವರು ಪಡೆದಿದ್ದರು. ಆದರೆ ಈ ಪ್ರಶಸ್ತಿಯನ್ನು ಪಡೆಯಲು ಸಂಘಟನೆ ನಿರಾಕರಿಸುತ್ತದೆ. 'ಅಂದುಕೊಂಡಿದ್ದನ್ನು ಸಾಧಿಸಿದರೆ ತಾನೆ ಚಾಂಪಿಯನ್‌ಶಿಪ್ ಸಿಗೋದು? ನಮಗಿನ್ನೂ ಅದನ್ನು ಸಾಧಿಸಲು ನೀವು ಅವಕಾಶವನ್ನೇ ಕೊಡಲಿಲ್ಲ' ಎಂದು ಎಫ್‌ಎಫ್‌ಎಫ್ ವಕ್ತಾರೆ 15 ವರ್ಷದ ಹುಡುಗಿ ಕಲ್ಲನ್ ಬೆನ್ಸನ್ ಸಂಘಟನೆಯ ಪರವಾಗಿ ವೇದಿಕೆ ಏರಿ ಘೋಷಿಸುತ್ತಾಳೆ.

ಸೆಪ್ಟಂಬರ್ 27, 2019: ಗ್ರೇತಾಳ ವಿಶ್ವಸಂಸ್ಥೆಯ ಉಗ್ರ ಭಾಷಣವನ್ನೇ 'ನಿಮಗೆಷ್ಟು ಧೈರ್ಯ' ಎಂಬ ಹಾಡಾಗಿ ಪರಿವರ್ತಿಸಿ ಸ್ವೀಡನ್ನಿನ ಡೆತ್ ಮೆಟಲ್ (ಮರಣಮೃದಂಗ) ಸಂಗೀತ ತಂಡ ಆಲ್ಬಮ್ಮನ್ನು ಬಿಡುಗಡೆ ಮಾಡುತ್ತದೆ. ನೋಡನೋಡುತ್ತ ಆ ಹಾಡು

50 ಲಕ್ಷ ವೀಕ್ಷಣೆ ದಾಖಲೆ ಪಡೆಯುತ್ತದೆ.

ಸೆಪ್ಟಂಬರ್ 30, 2019: ಅಮೆರಿಕದ ನಟ ಮತ್ತು ಕ್ಯಾಲಿಫೋರ್ನಿಯಾದ ಮಾಜಿ ಗವರ್ನರ್ ಅರ್ನಾಲ್ಡ್

ಸ್ವಾರ್ಶ್ನೆಗರ್ ಗ್ರೇತಾಳ ಹೋರಾಟಕ್ಕೆ ಮೆಚ್ಚಿ, ಅವಳ ಅಮರಿಕದ ಓಡಾಟಕ್ಕೆ ತನ್ನ ಇಲೆಕ್ಟ್ರಿಕ್ ಕಾರನ್ನು ನೀಡುತ್ತಾನೆ.

ಅಕ್ಟೋಬರ್ 4, 2019: 'ಈ ಮುಗ್ಧ ಹುಡುಗಿಯನ್ನು ಯಾರೋ ದಾರಿ ತಪ್ಪಿಸಿದ್ದಾರೆ. ಬದಲೀಶಕ್ತಿಯನ್ನು ಬಳಕೆಗೆ ತರಲು ಅದೆಷ್ಟು ಖರ್ಚಾದೀತೆಂದು ಅವಳಿಗೆ ಗೊತ್ತಿಲ್ಲ' ಎಂದು ರಷ್ಯದ ಅಧ್ಯಕ್ಷ ವ್ಲಾಡಿಮಿರ್ ಪುಟಿನ್ ಉವಾಚ.

ಅಕ್ಟೋಬರ್ 10, 2019: ಬೆಲ್ಜಿಯಮ್ ದೇಶದ ಮಾನ್ಸ್ ವಿಶ್ವವಿದ್ಯಾಲಯ ಇವಳಿಗೆ ಗೌರವ ಡಾಕ್ಟರೇಟ್ ಪದವಿಯನ್ನು ಘೋಷಿಸುತ್ತದೆ.

ಅಕ್ಟೋಬರ್ 13, 2019: ಅಮೆರಿಕದ ರೆಡ್ ಇಂಡಿಯನ್ ಸ್ಯೂ (Sioux) ಮೂಲ ನಿವಾಸಿಗಳು ಗ್ರೇತಾಗೆ 'ಮ್ಯಾಪಿಯಾ ಇತಾವನ್ ಹಿವಿ' (ಸ್ವರ್ಗದಿಂದ ಬಂದವಳು) ಎಂಬ ಹೊಸ ಹೆಸರು ನೀಡುತ್ತಾರೆ.

ಅಕ್ಟೋಬರ್ 25, 2019: ಜೀವಿಗಳ ಉಳಿವಿಗೆ ಶ್ರಮಿಸುತ್ತಿರುವ ಗ್ರೇತಾಳ ನೆನಪಿನಲ್ಲಿ ಲಂಡನ್ನಿನ 'ನಿಸರ್ಗ ಚರಿತೆಯ ಮ್ಯೂಸಿಯಂ'ನ ವಿಜ್ಞಾನಿಗಳು ತಾವು

ಇತ್ತೀಚೆಗೆ ಶೋಧಿಸಿದ ಅತಿಪುಟ್ಟ ದುಂಬಿ ಜಾತಿಯ ಕೀಟಕ್ಕೆ ಗ್ರೇತಾಳ ಹೆಸರಿಡುತ್ತಾರೆ. 'ನೆಲ್ಲೊಪ್ಟೊಡಿಸ್ ಗ್ರಿಯೆತೆ' ಎಂಬ ವೈಜ್ಞಾನಿಕ ಹೆಸರು ಪಡೆಯುತ್ತದೆ, ಕಣ್ಣಿಲ್ಲದ, ರೆಕ್ಕೆಯಿಲ್ಲದ ಈ ಕೀಟ.

ಅಕ್ಟೊಬರ್ 30, 2019: ಗ್ರೇತಾಗೆ ರೂ. 37 ಲಕ್ಷ ಮೊತ್ತದ ಐರೋಪ್ಯ ಸಂಘದ 'ನಾರ್ಡಿಕ್ ಕೌನ್ಸಿಲ್' ಪ್ರಶಸ್ತಿಯನ್ನು ಘೋಷಿಸಲಾಗುತ್ತದೆ. ಇವಳು ಪ್ರಶಸ್ತಿಯನ್ನು ನಿರಾಕರಿಸುತ್ತಾಳೆ. 'ಪರಿಸರ ಚಳವಳಿಗಳಿಗೆ ಪ್ರಶಸ್ತಿಯನ್ನು ಕೊಟ್ಟಿದ್ದು ಸಾಕು; ಭೂಮಿಯ ರಕ್ಷಣೆಗೆ ವಿಜ್ಞಾನಿಗಳು ಹೇಳುವ ಕ್ರಮ ಕೈಗೊಳ್ಳುವಂತೆ ಒತ್ತಾಯ ಹಾಕುವವರು ಬೇಕು' ಎಂದು ಅಮೆರಿಕದ ಕ್ಯಾಲಿಫೋರ್ನಿಯಾದಿಂದ ಸಂದೇಶವನ್ನು ಕಳಿಸುತ್ತಾಳೆ.

ನವಂಬರ್ 2, 2019: ಹಾಲಿವುಡ್ ಹೀರೋ ಲಿಯೊನಾರ್ಡೊ ಡಿಕಾಪ್ರಿಯೊ ಕ್ಯಾಲಿಫೋರ್ನಿಯಾಕ್ಕೆ ಬಂದ ಗ್ರೇತಾಳನ್ನು ಭೇಟಿಯಾಗುತ್ತಾನೆ. ಆತ 'ಗ್ರೇತಾಳ ಸಂದೇಶವನ್ನು ಜಾಗತಿಕ ನಾಯಕರಿಗೆ ತುರ್ತಾಗಿ ತಲುಪಿಸಬೇಕಿದೆ' ಎನ್ನುತ್ತಾನೆ.

ನವಂಬರ್ 2, 2019: ದಕ್ಷಿಣ ಅಮೆರಿಕದ ಚಿಲಿ ದೇಶದ ರಾಜಧಾನಿ ಸ್ಯಾಂಟಿಯಾಗೊದಲ್ಲಿ ನಡೆಯಬೇಕಿದ್ದ ಕ್ಲೈಮೇಟ್ ಸಮಾವೇಶ ಹಠಾತ್ ರದ್ದಾಗಿ ಯುರೋಪ್‌ನ ಸ್ಪೇನ್ ದೇಶದ ಮಾದ್ರಿದ್‌ಗೆ ಸ್ಥಳಾಂತರಗೊಳ್ಳುತ್ತದೆ. ಚಿಲಿಯ ಸಮಾವೇಶಕ್ಕೆ ಆಹ್ವಾನಿತಳಾಗಿದ್ದ ಗ್ರೇತಾ ಈಗ

ದಕ್ಷಿಣ ಅಮೆರಿಕದಿಂದ ಹಿಂದಿರುಗಿ ಯುರೋಪ್‌ಗೆ ಬರಬೇಕಾಗುತ್ತದೆ. ಯಾರಾದರೂ ತನಗೆ ಕಾರ್ಬನ್ ನ್ಯೂಟ್ರಲ್ ಸಾರಿಗೆ ವ್ಯವಸ್ಥೆ ಮಾಡಬಲ್ಲಿರಾ ಎಂದು ಗ್ರೇತಾ ಜಾಗತಿಕ ಸಂದೇಶವನ್ನು ಕಳಿಸುತ್ತಾಳೆ.

ನವಂಬರ್ 3, 2019: ಗ್ರೇತಾ ಅಹವಾಲಿಗೆ ಸ್ಪೇನ್ ಸರಕಾರ ತ್ವರಿತವಾಗಿ ಸ್ಪಂದಿಸುತ್ತದೆ. ಕ್ಯಾಲಿಫೋರ್ನಿಯಾದಿಂದ ಮಾದ್ರಿದ್ ನಗರಕ್ಕೆ (9500 ಕಿಮೀ.) ಕಾರ್ಬನ್ ವೆಚ್ಚವಿಲ್ಲದ ಪ್ರಯಾಣದ ವ್ಯವಸ್ಥೆಯನ್ನು ತಾನು ಮಾಡುವುದಾಗಿ ಘೋಷಿಸುತ್ತದೆ.

ನವಂಬರ್ 3, 2019: ಖ್ಯಾತನಾಮರ ಸಂದರ್ಶನವೇ ಜೀವಾಳವಾಗಿರುವ ಎಲ್ಲೆನ್‌ಟ್ಯೂಬ್ ಹೆಸರಿನ ವಿಡಿಯೊ ಚಾನೆಲ್ ಗ್ರೇತಾಳ ಜೊತೆ ಮಾತುಕತೆ ಮಾಡಿದ ನಂತರ ಅವಳ ಚಳವಳಿಗಾಗಿಯೇ ವೆಬ್ ಪುಟವೊಂದನ್ನು ರೂಪಿಸಿ ಅದರ ನಿರ್ವಹಣೆಗೆ 1ಲಕ್ಷ ಡಾಲರ್ ಹಣವನ್ನು ತೆಗೆದಿಡುವುದಾಗಿ ಘೋಷಿಸುತ್ತದೆ.

ನವಂಬರ್ 4, 2019 : ಅಮೆರಿಕದ ಸಾನ್‌ಫ್ರಾನ್ಸಿಸ್ಕೊ ನಗರದ ಕೇಂದ್ರ ಭಾಗದಲ್ಲಿ ನಾಲ್ಕಂತಸ್ತಿನ ಮಹಡಿಯ ಗೋಡೆಯ ಮೇಲೆ ಗ್ರೇತಾಳ ಚಿತ್ರವನ್ನು ಕಲಾವಿದ ಆಂದ್ರೆ ಇಗ್ಲೆಸಿಯಾಸ್ ಎಂಬಾತ ರಚಿಸುತ್ತಾನೆ. ಅದು ಪ್ರವಾಸೀ ಆಕರ್ಷಣೆಯಾಗುತ್ತದೆ.

ನವಂಬರ್ 15, 2019: ಅಮೆರಿಕದ ವರ್ಜಿನಿಯಾದಿಂದ ಗ್ರೇತಾಳನ್ನು ಯುರೋಪ್‌ಗೆ ಮರಳಿ ಕೊಂಡೊಯ್ಯಲು 'ಲ ವೆಗಬಾಂಡಿ' ಹೆಸರಿನ ಖಾಸಗೀ ದೋಣಿಯೊಂದು ನೆರವಿಗೆ ಬರುತ್ತದೆ. ತಂದೆ ಸ್ವಾಂತಿ ಮತ್ತು ಇನ್ನೊಬ್ಬ ಸಹಾಯಕನ ಜೊತೆ ಇವಳು ದೋಣಿ ಏರುತ್ತಾಳೆ. ಕಾರ್ಬನ್ ಹೊಮ್ಮಿಸದ ಹಾಯಿದೋಣಿ ನಿಕ್ಕಿ ಹೆಂಡರ್ಸನ್ ಎಂಬ 26 ವರ್ಷದ ಮಹಿಳೆಯ ನಾಯಕತ್ವದಲ್ಲಿ ಹೊರಡುತ್ತದೆ. ಗ್ರೇತಾ ಮೂರು ವಾರದ ಪಯಣ ಮುಗಿಸಿ ಮಾದ್ರಿದ್‌ನಲ್ಲಿ ಡಿಸೆಂಬರ್ 2ರಿಂದ ನಡೆಯಲಿರುವ 25ನೇ ಸಿ.ಓ.ಪಿ ಸಭೆಗೆ ಹಾಜರಾಗಬೇಕು.

ಡಿಸೆಂಬರ್ 4, 2019: ಎಲ್ಲವೂ ನಿಗದಿತ ಯೋಜನೆಯ ಪ್ರಕಾರ ನಡೆದರೆ ತಾಯ್ನೆಲ ಸ್ಟಾಕ್‌ಹೋಮ್ ನಗರದಲ್ಲಿ 'ರೈಟ್ ಲೈವ್ಲಿಹುಡ್' (ಬದಲಿ ನೊಬೆಲ್) ಪ್ರಶಸ್ತಿ ಪಡೆಯಲು ಗ್ರೇತಾ ಹಾಜರಾಗಬೇಕು. ರೂ. 75 ಲಕ್ಷ ಮೊತ್ತದ ಈ ಪ್ರಶಸ್ತಿಯ ಕೀರ್ತಿಯೆಲ್ಲ ಎಳೆಯ ಸತ್ಯಾಗ್ರಹಿಗಳಿಗೆ, ತಾನು ಆರಂಭಿಸಿದ 'ಫ್ರೈಡೇ ಫಾರ್ ಫ್ಯೂಚರ್' ಸಂಘಟನೆಗೆ ಸಲ್ಲಬೇಕು ಎನ್ನುತ್ತಾಳೆ ಗ್ರೇತಾ.

ಕಿಡಿ ಸಿಡಿಸಿದ ಇನ್ನಿಬ್ಬರು ಕಿಶೋರಿಯರು

ನಮಗೆ ಗೊತ್ತಿರುವ ಏಕೈಕ
ಜೀವಂತ ಗ್ರಹ ಇದು. ಇಲ್ಲಿನ
ಜೀವಕೋಟಿಗೆ ಸಂಕಟಮಯ
ಬದುಕಿನ ಬಗ್ಗೆ ದೊಡ್ಡವರಿಗಿಂತ
ಹೆಚ್ಚಿನ ಅನುಕಂಪ ಎಳೆಯರಿಗೇ
ಇರುತ್ತದೆ. ಇದರ ಬಗ್ಗೆ
ವಿಶ್ವವೇದಿಕೆಯಲ್ಲಿ ದನಿ
ಎತ್ತಿದವರಲ್ಲಿ ಗ್ರೇತಾಳಿಗಿಂತ
ಮುಂಚೆ ಇನ್ನೂ ಇಬ್ಬರು
ಹುಡುಗಿಯರಿದ್ದರು. ಅವರ
ಮಾತನ್ನೂ ಕೇಳೋಣ ಬನ್ನಿ.

ಗ್ರೇತಾ ಥನ್‌ಬರ್ಗ್ ವಿಶ್ವಸಂಸ್ಥೆಯಲ್ಲಿ ಪುಟ್ಟ ಭಾಷಣ ಮಾಡಿ ದೊಡ್ಡ ಹೆಸರು ಗಳಿಸಿದಳಲ್ಲ? ಭೂಮಿಗೆ ಒದಗಿಬಂದ ಸಂಕಷ್ಟಗಳ ಬಗ್ಗೆ ಹುಡುಗಿಯೊಬ್ಬಳು ವಿಶ್ವ ವೇದಿಕೆ ಏರಿ ಎಳೆಪೀಳಿಗೆಯ ಪರವಾಗಿ ಗರ್ಜಿಸಿದ್ದು ಇದೇ ಮೊದಲ ಬಾರಿ ಏನಲ್ಲ. ಅಷ್ಟೇ ಪ್ರಭಾವಶಾಲೀ ಉಪನ್ಯಾಸ ನೀಡಿದ ಇನ್ನಿಬ್ಬರು ಕಿಶೋರಿಯರ ಮಾತುಗಳನ್ನೂ ಇಲ್ಲಿ ಕೊಡಲಾಗಿದೆ.

ಒಬ್ಬಳು 27 ವರ್ಷಗಳ ಹಿಂದೆ 1992ರಲ್ಲಿ ನಡೆದ ಮೊತ್ತಮೊದಲಿನ ಪೃಥ್ವಿ ಶೃಂಗಸಭೆಯಲ್ಲಿ ಮಾತಾಡಿದ ಕೆನಡಾದ ಹುಡುಗಿ ಸೆವರ್ನ್ ಸುಝುಕಿ.

ಇನ್ನೊಬ್ಬಳು ಎಂಟು ವರ್ಷಗಳ ಹಿಂದೆ (2011ರ ಕೊನೆಯಲ್ಲಿ) ಡರ್ಬನ್‌ನಲ್ಲಿ ನಡೆದ ಸಭೆಯಲ್ಲಿ ಮಾತಾಡಿದ ಭಾರತೀಯ ಮೂಲದ ಹುಡುಗಿ ಅಂಜಲಿ ಅಪ್ಪಾದುರೈ.

ಬೇರೆ ಬೇರೆ ಅವಧಿಯಲ್ಲಿ ಮಾತಾಡಿದ ಈ ಮೂರೂ ಕಿಶೋರಿಯರ ಮಾತುಗಳಲ್ಲಿ ಒಂದು ಸಾಮಾನ್ಯ ಆಕ್ರೋಶದ ಪ್ರಶ್ನೆ ಇದೆ: 'ಬಡವರು ಮತ್ತು ಮೂಕಜೀವಿಗಳನ್ನು ಹೀಗೆ ಕಡೆಗಣಿಸುತ್ತ ನೀವು ಶ್ರೀಮಂತರು ಇನ್ನೆಷ್ಟು ದಿನ ಕೈಕಟ್ಟಿ ಕೂತಿರುತ್ತೀರಿ?'

ಸೆವರ್ನ್ ಸುಝುಕಿ

ಕೆನಡಾ ದೇಶದ 'ಮಕ್ಕಳ ಪರಿಸರ ಸಂಘ'ದ ಪರವಾಗಿ 12 ವರ್ಷದ ಈ ಹುಡುಗಿ 1992ರಲ್ಲಿ ಬ್ರಝಿಲ್ ದೇಶದ ರಿಯೊ ಡಿ ಜನೈರೊ ನಗರದಲ್ಲಿ ನಡೆದ ಪೃಥ್ವಿ ಶೃಂಗಸಭೆಯಲ್ಲಿ ಮಾತಾಡಲು ಬಂದಿದ್ದಳು. ಆಗ ವಾಟ್ಸಾಪ್, ಯೂಟ್ಯೂಬ್, ಫೇಸ್‌ಬುಕ್ ಮುಂತಾದ ಯಾವುದೂ ಇರಲಿಲ್ಲ. ಇ–ಮೇಲ್ ಕೂಡ ಇರಲಿಲ್ಲ. ಮುಂದೆ 2008ರಲ್ಲಿ ಅವಳ ಭಾಷಣದ ವಿಡಿಯೊ ಮೊದಲ ಬಾರಿಗೆ ಯೂಟ್ಯೂಬ್‌ನಲ್ಲಿ ಪ್ರಸಾರವಾಯಿತು. 'ಜಗತ್ತನ್ನು ಐದು ನಿಮಿಷಗಳ ಮಟ್ಟಿಗೆ ಮೂಕಗೊಳಿಸಿದ ಹುಡುಗಿ' ಎಂದೇ ಅದಕ್ಕೆ ಶಿರೋನಾಮೆ ನೀಡಲಾಗಿತ್ತು. ಅವಳು ಕ್ಲೈಮೇಟ್ ಚೇಂಜ್ ಬಗ್ಗೆ ಅಂದು ಮಾತಾಡಿರಲಿಲ್ಲ. ಆಗೆಲ್ಲ ಅದು ಚರ್ಚೆಗೆ ಬಂದ ವಿಷಯವೇ ಆಗಿರಲಿಲ್ಲ. ಆದರೆ ಇಡೀ ಭೂಗ್ರಹ ಮನುಷ್ಯನ ದುರಾಸೆಗೆ ಸಿಕ್ಕು ಹೇಗೆ ದುಃಸ್ಥಿತಿಗೆ ಬರುತ್ತಿದೆ ಎಂಬುದನ್ನು ಸೆವರ್ನ್ ಸುಝುಕಿ ತನ್ನ ಚಿಕ್ಕ ಭಾಷಣದಲ್ಲಿ ಹೇಳಿದ್ದಳು. ಆ ಭಾಷಣವನ್ನು ಇದುವರೆಗೆ ಮೂರುವರೆ ಕೋಟಿ ಜನರು ವೀಕ್ಷಿಸಿದ್ದಾರೆ. ಮುಂದಿನ ಪುಟಗಳಲ್ಲಿದೆ ಅವಳ ಭಾಷಣ:

ಸೆವರ್ನ್ ಸುಝುಕಿ (ಅಂದಿನ ಚಿತ್ರ)

'ನಾನಿಲ್ಲಿ ಮುಂದಿನ ಎಲ್ಲ ಪೀಳಿಗೆಗಳ ವಕ್ತಾರಳಾಗಿ ನಿಮ್ಮೆದುರು ನಿಂತಿದ್ದೇನೆ. ನಮ್ಮೆಲ್ಲರ ಭವಿಷ್ಯಕ್ಕಾಗಿ ಹೋರಾಡಲು ಬಂದಿದ್ದೇನೆ. ಭವಿಷ್ಯವನ್ನು ಕಳೆದುಕೊಳ್ಳುವುದು ಎಂದರೆ ಒಂದು ಚುನಾವಣೆಯಲ್ಲಿ ಸೋತಂತೆ ಅಲ್ಲ; ಅಥವಾ ಶೇರು ಮಾರುಕಟ್ಟೆಯ ಸೂಚ್ಯಂಕ ಒಂದಿಷ್ಟು ಕೆಳಕ್ಕೆ ಕುಸಿದಂತೆ ಅಲ್ಲ.

'ನಾವು ನಾಲ್ಕು ಮಕ್ಕಳು ಸಾಮಾನ್ಯ ಜನರಿಂದ ಚಂದಾ ಸಂಗ್ರಹಿಸಿ 5000 ಕಿಲೊಮೀಟರ್ ಪ್ರಯಾಣ ಮಾಡಿ ಇಲ್ಲಿಗೆ ಬಂದಿದ್ದೇವೆ. ಈ ಜಗತ್ತಿನಲ್ಲಿ ದಿನವೂ ಎಷ್ಟೊಂದು ಮಕ್ಕಳು ಹಸಿವೆಯಿಂದ ನರಳುತ್ತಿವೆ. ಅವುಗಳ ಕೂಗು ಯಾರಿಗೂ ಕೇಳುತ್ತಿಲ್ಲ. ಅದೆಷ್ಟೊ ಮಕ್ಕಳು ಮನೆಯಿಂದ ಹೊರಕ್ಕೆ ಎಳೆಬಿಸಿಲಲ್ಲಿ ಆಟಕ್ಕೆ ಹೋಗುವಂತಿಲ್ಲ. ಏಕೆಂದರೆ ಮೇಲೆ ಓಝೋನ್ ಪದರಕ್ಕೆ ರಂಧ್ರ ಬಿದ್ದಿದೆ. ನಮಗೆ ಉಸಿರಾಡಲಿಕ್ಕೇ ಭಯವಾಗುತ್ತಿದೆ, ಏಕೆಂದರೆ ಗಾಳಿಯಲ್ಲಿ ಏನೇನು ಕೆಮಿಕಲ್ ವಿಷ ಇದೆಯೊ ನಮಗೆ ಗೊತ್ತಿಲ್ಲ. ನಾನಿಂದು ಆ ಎಲ್ಲ ಮಕ್ಕಳ ಪರವಾಗಿ ಮಾತಾಡಲು ನಿಂತಿದ್ದೇನೆ. ಈ ಜಗತ್ತಿನಲ್ಲಿ ದಿನವೂ ಅಸಂಖ್ಯ ವನ್ಯಜೀವಿಗಳು ಸಾಯುತ್ತಿವೆ. ಏಕೆಂದರೆ ಅವಕ್ಕೆ ಓಡಿಹೋಗಲು ಜಾಗವೇ ಉಳಿದಿಲ್ಲ. ನಾನು ಆ ಎಲ್ಲ ಪ್ರಾಣಿಗಳ ಪರವಾಗಿ ಮಾತಾಡಲು ಬಂದಿದ್ದೇನೆ.

'ನನ್ನ ಊರಾದ ವ್ಯಾಂಕೊವರ್ ನಗರದ ಆಚೆ ನಾವು ಅಪ್ಪನ ಜೊತೆ ಮೀನು ಹಿಡಿಯಲು ಹೋಗುತ್ತಿದ್ದೆವು. ಈಗ ಹೋಗುತ್ತಿಲ್ಲ ಏಕೆಂದರೆ ಮೀನುಗಳಿಗೆ ಕ್ಯಾನ್ಸರ್ ರೋಗ ಬಂದಿದೆ.

ಮಳೆಕಾಡುಗಳಲ್ಲಿ ಎಷ್ಟೊಂದು ಪ್ರಾಣಿಪಕ್ಷಿಗಳನ್ನು, ಚಿಟ್ಟೆಗಳ ಹಾರಾಟವನ್ನು ನೋಡಬೇಕೆಂದು ನಾನು ಕನಸು ಕಂಡಿದ್ದೆ. ಆದರೆ ಮುಂದಿನ ಪೀಳಿಗೆಗೆ ಅವೆಲ್ಲ ನೋಡಲು ಸಿಗುತ್ತವೊ ಇಲ್ಲವೊ ಗೊತ್ತಿಲ್ಲ. ಪ್ರತಿದಿನವೂ ಅದೆಷ್ಟೊ ಸಂಖ್ಯೆಯ ಪ್ರಾಣಿಗಳ ಮತ್ತು ಸಸ್ಯಗಳ ಸಂತಾನವೇ ಅವಸಾನ ಆಗುತ್ತಿದೆ ಎಂಬ ವರದಿಗಳು ಬರುತ್ತಿವೆ.

'ನೀವೆಲ್ಲ ನನ್ನಷ್ಟು ಚಿಕ್ಕವರಾಗಿದ್ದಾಗ ಇಂಥ ಸಂಗತಿಗಳ ಬಗ್ಗೆ ಚಿಂತೆ ನಿಮಗೆ ಎಂದಾದರೂ ಕಾಡಿತ್ತೆ? ಇಲ್ಲ ತಾನೆ? ಈಗ ಇಂಥವೆಲ್ಲ ನಮ್ಮ ಕಣ್ಣೆದುರಿಗೇ ನಡೆಯುತ್ತಿವೆ. ಆದರೂ ನಾವಿದನ್ನು ಗಂಭೀರವಾಗಿ ಪರಿಗಣಿಸುತ್ತಿಲ್ಲ. ಇವನ್ನೆಲ್ಲ ಸರಿಪಡಿಸಲು ಬೇಕಾದಷ್ಟು ಸಮಯ ಬಾಕಿ ಇದೆ ಎನ್ನುತ್ತಿದ್ದೀರಿ. ಇವೆಲ್ಲ ಸಮಸ್ಯೆಗಳಿಗೂ ಪರಿಹಾರ ಇದೆ ಅನ್ನುತ್ತೀರಿ. ಎಲ್ಲಿದೆಯೊ ಪರಿಹಾರ– ನನಗಂತೂ ಕಾಣುತ್ತಿಲ್ಲ. ನಿಮಗೂ ಕಾಣುತ್ತಿಲ್ಲ ಎಂಬುದು ನನಗೆ ಗೊತ್ತಿದೆ. ಓಝೋನ್ ಪದರದ ರಂಧ್ರವನ್ನು ಹೇಗೆ ರಿಪೇರಿ ಮಾಡಬೇಕು ಅನ್ನೋದು ನಿಮಗೆ ಗೊತ್ತಿಲ್ಲ. ಬತ್ತಿ ಹೋದ ನದಿಗಳನ್ನು, ಸಾಲ್ಮನ್ ಮೀನುಗಳನ್ನು ಮತ್ತೆ ಸೃಷ್ಟಿಸುವುದು ಹೇಗೆಂದು ನಿಮಗೆ ಗೊತ್ತಿಲ್ಲ. ಈಗಾಗಲೇ ಗತಿಸಿಹೋದ ಜೀವಿಸಂಕುಲವನ್ನು ಮತ್ತೆ ಹೇಗೆ ಬದುಕಿಸುವುದು ಅನ್ನೋದು ನಿಮಗೆ ಗೊತ್ತಿಲ್ಲ. ಈಗ ಬರೀ ಮರಳುದಿಬ್ಬವಾಗಿರುವ ತಾಣದಲ್ಲಿ ಮೊದಲು ಇದ್ದ ಅರಣ್ಯಗಳನ್ನು ಮತ್ತೆ ಸೃಜಿಸುವುದು ಹೇಗೆಂದು ನಿಮಗೆ ಗೊತ್ತಿಲ್ಲ.

'ಅವನ್ನೆಲ್ಲ ಹೇಗೆ ಸರಿಪಡಿಸಬೇಕು ಎಂಬುದು ಗೊತ್ತಿಲ್ಲದಿದ್ದರೆ, ಅವುಗಳನ್ನು ಹಾಳುಮಾಡುವ ಕೆಲಸವನ್ನಾದರೂ ನಿಲ್ಲಿಸುತ್ತೀರಾ ನೀವು?

'ಇಲ್ಲಿರುವ ನೀವೆಲ್ಲ ಯಾವುದೋ ಸರಕಾರದ ಪ್ರತಿನಿಧಿಗಳೊ, ವಾಣಿಜ್ಯ ಸಂಸ್ಥೆಯ ಜನರೊ, ಸಂಘ ಸಂಸ್ಥೆಗಳ ಸದಸ್ಯರೊ, ವರದಿಗಾರರೊ ಅಥವಾ ರಾಜಕಾರಣಿಗಳೊ ಆಗಿರಬಹುದು. ಮೂಲತಃ ನೀವೆಲ್ಲ ಯಾವುದೋ ಮಗುವಿಗೆ ಅಮ್ಮನೊ, ಅಪ್ಪನೊ, ಅಣ್ಣನೊ, ತಂಗಿಯೊ, ಮಾವನೊ, ಚಿಕ್ಕಮ್ಮನೊ ಆಗಿದ್ದೀರಿ. ಅಷ್ಟೇ ಅಲ್ಲ, ನೀವೆಲ್ಲರೂ ಯಾರದ್ದೋ ಮಗು ಆಗಿದ್ದಿರಿ. ನಾನಿನ್ನೂ ಮಗು. ನಮ್ಮದು ಒಂದು ದೊಡ್ಡ ಕುಟುಂಬ. ನಿಜ ಹೇಳಬೇಕೆಂದರೆ ಐದುನೂರು ಕೋಟಿ ಜನರ, ಮೂರು ಕೋಟಿ ಜೀವಪ್ರಭೇದಗಳ ಒಂದು ದೊಡ್ಡ ಕುಟುಂಬ. ರಾಷ್ಟ್ರದ ಗಡಿಗಳು ಎಷ್ಟೇ ಇದ್ದರೂ ಈ ಕುಟುಂಬ ಮಾತ್ರ ಒಂದೇ. ಅದನ್ನು ಬದಲಿಸಲು ಸಾಧ್ಯವಿಲ್ಲ. ಭೂಮಿಗೆ ಸಂಕಷ್ಟ ಬಂದರೆ ನಮಗೆಲ್ಲರಿಗೂ ಬಂದ ಹಾಗೆ. ನಮಗೆಲ್ಲರಿಗೂ ಒಂದೇ ಬಗೆಯ ನಾಳೆಗಳು ಕಾದಿವೆ. ನಾವೆಲ್ಲ ಒಂದಾದರೆ ಮಾತ್ರ ನಾಳಿನ ಭೂಮಿ ಜೀವಂತವಿರಲು ಸಾಧ್ಯ.

'ನನಗೆ ಕೋಪ ಬಂದಿದೆ, ಆದರೆ ಅದು ಕುರುಡು ಕೋಪವಲ್ಲ; ನನಗೆ ಅನ್ನಿಸಿದ್ದನ್ನು ಜಗತ್ತಿಗೆ ಹೇಳಬೇಕೆನಿಸಿದೆ, ಆದರೆ ನನಗೆ ಭಯವಿಲ್ಲ. ಪೃಥ್ವಿಯ ಉತ್ತರ ಭೂಭಾಗದಲ್ಲಿರುವ ನನ್ನ ದೇಶದಲ್ಲಿ ನಾವು ಏನೆಲ್ಲವನ್ನು ಖರೀದಿಸಿ ಬಿಸಾಕುತ್ತೇವೆ,

ಖರೀದಿಸಿ ಬಿಸಾಕುತ್ತೇವೆ, ಖರೀದಿಸಿ ಬಿಸಾಕುತ್ತೇವೆ, ಆದರೆ ದಕ್ಷಿಣದ ಭೂಭಾಗದ ಬಡವರಿಗೆ ಮಾತ್ರ ಏನನ್ನೂ ಕೊಡುವುದಿಲ್ಲ. ನಮಗೆ ಬೇಕಿದ್ದಕ್ಕಿಂತ ಹೆಚ್ಚು ನಮಗೆ ದಕ್ಕಿದೆಯಾದರೂ ನಾವು ಅದನ್ನು ಹಂಚಿಕೊಳ್ಳುತ್ತಿಲ್ಲ. ನಮ್ಮ ಧನರಾಶಿ ಕಮ್ಮಿ ಆದೀತೆಂಬ ಭಯ ನಮಗಿದೆ.

'ಕೆನಡಾದಲ್ಲಿ ನಮ್ಮದು ಐಷಾರಾಮಿ ಬದುಕು. ನಮಗೆ ಬೇಕಾದಷ್ಟು ಆಹಾರ ಇದೆ, ನೀರಿದೆ, ಜಾಗ ಇದೆ. ನಮ್ಮ ಬಳಿ ವಾಚು, ಬೈಸಿಕಲ್ಲು, ಕಂಪ್ಯೂಟರ್, ಟಿವಿ ಎಲ್ಲ ಇವೆ. ನಮ್ಮಲ್ಲಿ ಏನೇನಿವೆ ಅನ್ನೋ ಪಟ್ಟಿಯನ್ನು ಓದುತ್ತ ಹೋದರೆ ಎರಡು ದಿನಗಳೇ ಬೇಕು. ಎರಡು ದಿನಗಳ ಹಿಂದೆ, ಈ ಬ್ರಝಿಲ್ ದೇಶದ ರಸ್ತೆಯಲ್ಲಿ ಸುತ್ತಾಡಲು ಹೋಗಿದ್ದೆವು. ಎಷ್ಟೊಂದು ಮಕ್ಕಳು ಪಾಪ ಬೀದಿಯಲ್ಲೇ ಬದುಕುತ್ತಿವೆ. ಒಂದು ಮಗು ನನಗೆ ಹೇಳಿತು: "ನಾನೂ ಶ್ರೀಮಂತ ಆಗಿದ್ದಿದ್ದರೆ ಇಲ್ಲಿನ ಎಲ್ಲ ಬೀದಿಮಕ್ಕಳಿಗೂ ಊಟ, ಬಟ್ಟೆ, ಔಷಧ, ಆಸರೆ, ಪ್ರೀತಿ ಮತ್ತು ದೋಸ್ತಿಯನ್ನು ಕೊಡುತ್ತಿದ್ದೆ" ಎಂದು ಹೇಳಿತು.

'ತನ್ನದೆಂಬ ಏನೇನೂ ಇರದ ಬೀದಿಮಗುವೊಂದು ತನಗೆ ಲಭಿಸುವುದೆಲ್ಲವನ್ನೂ ಹಂಚಿಕೊಳ್ಳುತ್ತೇನೆ ಎನ್ನುವಾಗ, ಎಲ್ಲವೂ ಲಭಿಸಿರುವ ನಾವ್ಯಾಕೆ ಹೀಗೆ 'ಇನ್ನೂ ಬೇಕು, ಮತ್ತೂ ಬೇಕು' ಎನ್ನುತ್ತೇವೆ? ಪ್ರಾಯಶಃ ನಾವು ಎಲ್ಲಿ ಹುಟ್ಟಿದ್ದೇವೆ ಅನ್ನುವುದು ನಮ್ಮ ವ್ಯಕ್ತಿತ್ವವನ್ನು ರೂಪಿಸುತ್ತದೆ. ರಿಯೊ ನಗರದ ಕೊಳೆಗೇರಿಯಲ್ಲಿ ಜನಿಸಿದ ಆ ಮಗು, ಸೋಮಾಲಿಯಾದ ಮೂಳೆಚಕ್ಕಳ ಮಗು, ಮಧ್ಯಪ್ರಾಚ್ಯದ ಯುದ್ಧದಾಹಕ್ಕೆ ಬೆಂದು ಹೋದ ಮಗು ಅಥವಾ ಭಾರತದ ಬೀದಿಯಲ್ಲಿ ಭಿಕ್ಷೆ ಬೇಡುವ ಮಗು ನಾನೇ ಆಗಿದ್ದಿದ್ದರೆ ಜಗತ್ತು ನನಗೆ ಹೇಗೆ ಕಾಣುತ್ತಿತ್ತೊ ಊಹಿಸಲಾರೆ. ನಾನು ಇಷ್ಟು ಚಿಕ್ಕವಳಿದ್ದರೂ ನನಗೆ ಎಲ್ಲ ಗೊತ್ತಾಗುತ್ತಿದೆ. ಯುದ್ಧ ಸಿದ್ಧತೆಗೆಂದು ಖರ್ಚು ಮಾಡುವ ಹಣವನ್ನೆಲ್ಲ ಪರಿಸರ ಸಂವರ್ಧನೆಗೆ ಮತ್ತು ಬಡತನ ನಿರ್ಮೂಲನೆಗೆ ಖರ್ಚು ಮಾಡಿದ್ದಿದ್ದರೆ ಈ ಜಗತ್ತು ಎಷ್ಟು ಸುಂದರವಾಗಿರುತ್ತಿತ್ತು.

'ಶಾಲೆಯಲ್ಲಿ ನೀವು ನಮಗೆ ಏನೆಲ್ಲ ಕಲಿಯಲು ಹೇಳುತ್ತೀರಿ. ಯಾರೊಂದಿಗೂ ಜಗಳ, ಬಡಿದಾಟ ಮಾಡಬೇಡ; ಎಲ್ಲರನ್ನೂ ಗೌರವಿಸು; ಕೊಳೆಕಸ ಚೆಲ್ಲಬೇಡ; ಪ್ರಾಣಿಗಳಿಗೆ ಹಿಂಸೆ ಕೊಡಬೇಡ; ನಿನ್ನದನ್ನು ಹಂಚಿ ತಿನ್ನು; ಆಸೆಬುರುಕಿ ಆಗಬೇಡ– ಹೀಗೆ ಏನೆಲ್ಲ ಪಾಠ ಹೇಳುತ್ತೀರಿ. ನೀವು ದೊಡ್ಡವರು ಅದನ್ನೇ ಮಾಡುತ್ತಿದ್ದೀರಲ್ಲ?

'ಕಷ್ಟ ಬಂದಾಗ ಚಿಕ್ಕವರಿಗೆ ಅಪ್ಪ ಅಮ್ಮ ಏನು ಹೇಳುತ್ತಿದ್ದರು ನೆನಪಿಸಿಕೊಳ್ಳಿ. 'ಮುಂದೆ ಎಲ್ಲ ಸರಿಹೋಗುತ್ತದೆ ಮಗೂ. ಜಗತ್ತೇನು ನಾಳೆಯೇ ಮುಗಿದು ಹೋಗುವುದಿಲ್ಲ. ನಿನ್ನ ಭವಿಷ್ಯ ಇನ್ನಷ್ಟು ಚೆನ್ನಾಗುವಂತೆ ಎಲ್ಲ ಪ್ರಯತ್ನವನ್ನು ನಾವು ಮಾಡುತ್ತಿದ್ದೇವೆ' ಎನ್ನುತ್ತಿದ್ದರು. ನೀವು ಇಂದು ಆ ಮಾತನ್ನು ಹೇಳುವ ಸ್ಥಿತಿಯಲ್ಲಿದ್ದೀರಾ? ಇಂದಿಗಿಂತ ನಾಳೆಯ ಬದುಕು ಉತ್ತಮ ಇರುತ್ತದೆ ಎಂದು ಖಾತ್ರಿಯಾಗಿ ಹೇಳಬಲ್ಲಿರಾ?

‘ನನ್ನ ಅಪ್ಪ ಯಾವಾಗಲೂ ಹೇಳುತ್ತಿರುತ್ತಾರೆ: ‘ಮಾತಿನಲ್ಲಿ ಹೇಳುವುದಕ್ಕಿಂತ ಮಾಡಿ ತೋರಿಸುವುದು ಒಳ್ಳೆಯದು’ ಅಂತ. ನೀವೆಲ್ಲ ಏನೇನು ಮಾಡಿ ತೋರಿಸಿದ್ದೀರಿ ಅನ್ನುವುದನ್ನು ನೆನೆದರೆ ನನಗೆ ರಾತ್ರಿ ಅಳುವೇ ಬರುತ್ತದೆ. ನೀವು ದೊಡ್ಡವರು. ‘ಮಕ್ಕಳನ್ನು ನಾವು ಪ್ರೀತಿಸುತ್ತೇವೆ’ ಎಂಬ ಮಾತುಗಳನ್ನು ಆಗಾಗ ಹೇಳುತ್ತೀರಿ.

‘ಮಾತಿನಲ್ಲಿ ಹೇಳುವುದಕ್ಕಿಂತ ಕೆಲಸದಲ್ಲಿ ಅದನ್ನೇ ತೋರಿಸಬಲ್ಲಿರಾ?’

[ಅಂದು ಭಾಷಣ ಮಾಡಿದ ಸೆವರ್ನ್ ಸುಝುಕಿ 20 ವರ್ಷಗಳ ನಂತರ ‘ರಿಯೊ+20’ ಸಮ್ಮೇಳನದಲ್ಲಿ ಮತ್ತೊಮ್ಮೆ ಅದೇ ವೇದಿಕೆ ಏರಿ, ಅಷ್ಟೇ ಭಾವಪೂರ್ಣ ಭಾಷಣ ಮಾಡಿದ್ದಾಳೆ. ಈಗ 40ರ ಹರಯದಲ್ಲಿರುವ ಸುಝುಕಿ ಚುರುಕಿನ ವಾಗ್ಮಿಯಾಗಿ, ಟಿವಿ ಹೋಸ್ಟ್ ಆಗಿ, ಲೇಖಕಿಯಾಗಿ ಪರಿಸರ ರಕ್ಷಣೆಗೆ ಕೆಲಸ ಮಾಡುತ್ತಿದ್ದಾಳೆ. 2019ರಲ್ಲಿ ಗ್ರೇತಾ ವಿಶ್ವಸಂಸ್ಥೆಯ ಭಾಷಣ ಮುಗಿಸಿ ಕೆನಡಾಕ್ಕೆ ಹೋಗಿದ್ದಾಗ ಸುಝುಕಿಯನ್ನು ಅಕ್ಟೋಬರ್ 26ರಂದು ಭೇಟಿಯಾಗಿದ್ದಾಳೆ.]

ಅಂಜಲಿ ಅಪ್ಪಾದುರೈ

ಮಕ್ಕಳ ಪ್ರತಿನಿಧಿಯಾಗಿ ವಿಶ್ವವೇದಿಕೆಯಲ್ಲಿ ಪ್ರಭಾವಶಾಲೀ ವಾದವನ್ನು ಮಂಡಿಸಿದವರಲ್ಲಿ ಭಾರತೀಯ ಮೂಲದ ಅಂಜಲಿ ಅಪ್ಪಾದುರೈ ಹೆಸರನ್ನೂ ದಾಖಲಿಸಬೇಕು. ತನ್ನ 6ನೇ ವರ್ಷಕ್ಕೆ ತಮಿಳುನಾಡಿನಿಂದ ಕೆನಡಾಕ್ಕೆ ವಲಸೆ ಹೋದ ಅಂಜಲಿ ಅಲ್ಲಿ ಜಾಗತಿಕ ಮಕ್ಕಳ ಹೈಸ್ಕೂಲಲ್ಲಿ ಓದುತ್ತಿದ್ದವಳು. 2011ರಲ್ಲಿ ದಕ್ಷಿಣ ಆಫ್ರಿಕಾದ ಡರ್ಬನ್ ನಗರದಲ್ಲಿ ನಡೆದ ಕ್ಲೈಮೇಟ್ ಚೇಂಜ್ ಸಮ್ಮೇಳನಕ್ಕೆ ಬಂದಿದ್ದಳು. ಹವಾಗುಣ ಬದಲಾವಣೆಯನ್ನು ತಡೆಗಟ್ಟಲು ಏನೇನು ಕ್ರಮ ಕೈಗೊಳ್ಳಬೇಕೆಂದು ಚರ್ಚಿಸಲು 186 ದೇಶಗಳ ಪ್ರತಿನಿಧಿಗಳು 28 ನವಂಬರ್‌ನಿಂದ ಡಿಸೆಂಬರ್ 11ರವರೆಗೆ ಇಲ್ಲಿ ಸಭೆ ಸೇರಿದ್ದರು. ಜಾಗತಿಕ ಯುವ ಎನ್‌ಜಿಓ ಗಳ (ಸರಕಾರೇತರ ಸಂಸ್ಥೆಗಳ) ಪರವಾಗಿ ಮಾತಾಡಲು ಅವಳಿಗೆ ಅವಕಾಶ ನೀಡಲಾಗಿತ್ತು. ಈ ಕಿಶೋರಿಯ ಮಾತಿನಲ್ಲೂ ಅದೆಂಥ ಗಾಂಭೀರ್ಯ, ಅದೆಂಥ ರೋಷ ಇತ್ತು ನೋಡಿ:

ಅಂಜಲಿ ಅಪ್ಪಾದುರೈ (ಅಂದಿನ ಚಿತ್ರ)

'ಭೂಮಿಯ ಮೇಲಿನ ಅರ್ಧಕ್ಕಿಂತ ಹೆಚ್ಚು ಜನರ ಪ್ರತಿನಿಧಿಯಾಗಿ ನಾನಿಲ್ಲಿ ಮಾತಾಡಲು ಬಂದಿದ್ದೇನೆ. ಧ್ವನಿಯಿಲ್ಲದ ಆ ಬಹುಸಂಖ್ಯಾತರೆಂದರೆ ನಾವೇ. ಧ್ವನಿಯಿಲ್ಲದ ಎಳೆಯ ಮಕ್ಕಳು. ನೀವು ಈ ಸಭಾಂಗಣದಲ್ಲಿ ಕೂರಲು ನಮಗೆ ಅವಕಾಶವನ್ನೇನೋ ಕೊಟ್ಟಿದ್ದೀರಿ; ಆದರೆ ಟೇಬಲ್ ಮೇಲೆ ನಮ್ಮ ಹಿತಾಸಕ್ತಿಯ ಯಾವ ದಾಖಲೆಗಳನ್ನೂ ಇಟ್ಟೇ ಇಲ್ಲ. ಈ ನಿಮ್ಮ ಆಟದಲ್ಲಿ ನಾವೂ ಭಾಗವಹಿಸಬೇಕೆಂದಿದ್ದರೆ ನಾವಿನ್ನು ಏನೇನನ್ನು ತರಬೇಕಿತ್ತೊ? ದೊಡ್ಡ ಕಾರ್ಪೊರೇಟ್ ಕಂಪನಿಗಳ ವಶೀಲಿ? ಲಾಬಿ ಮಾಡುವವರ ತಂಡ? ಅಥವಾ ಭಾರೀ ಮೊತ್ತದ ದುಡ್ಡು?

'ನನ್ನ ಬದುಕಿನುದ್ದಕ್ಕೂ ನೀವು ಅದೇನೇನೋ ಒಪ್ಪಂದದ ಮಾತುಕತೆಗಳನ್ನು ಆಡುತ್ತಲೇ ಬಂದಿದ್ದೀರಿ. ಆಗಿದ್ದೇನು? ಒಂದೂ ಜಾರಿಗೆ ಬರಲಿಲ್ಲ. ಕೊಟ್ಟ ವಚನಕ್ಕೆ ನೀವು ಬದ್ಧರಾಗಲಿಲ್ಲ. ನೀವೇ ಹಾಕಿಕೊಂಡ ಗುರಿಯನ್ನು ನೀವು ಮುಟ್ಟಲಿಲ್ಲ. ನೀವು ಗೈದ ಪ್ರತಿಜ್ಞೆಗೆ ಏನೇನೂ ಬೆಲೆಯಿಲ್ಲ. ಇದೆಲ್ಲ ನಿಮಗೂ ಗೊತ್ತು.

'ಕ್ಲೈಮೇಟ್ ಬದಲಾವಣೆಯಿಂದ ಆಫ್ರಿಕಾ ತತ್ತರಿಸುತ್ತಿದೆ. ಜಗತ್ತಿನ ಕಡುಬಡವ ರಾಷ್ಟ್ರಗಳಿಗೆ ಚೇತರಿಸಿಕೊಳ್ಳಲು ಧನಸಹಾಯ ಬೇಕಾಗಿದೆ. ವಾಯವ್ಯ ಆಫ್ರಿಕಾದವರಿಗೆ ನೀವು ಎಂದೋ ಸಹಾಯ ಮಾಡಬೇಕಿತ್ತು. ಈಗ 2012 ಬರುತ್ತಿದೆ. ನಮ್ಮ ಗ್ರೀನ್ ಕ್ಲೈಮೇಟ್ ನಿಧಿ ಈಗಲೂ ಖಾಲಿಯೇ ಇದೆ. ಅಂತಾರಾಷ್ಟ್ರೀಯ ಶಕ್ತಿ ನಿಗಮದವರು ಹೇಳುವ ಪ್ರಕಾರ ಕ್ಲೈಮೇಟ್ ತುರ್ತುಸ್ಥಿತಿ ವಿರಾಟ್ ರೂಪ ತಾಳಲು ಇನ್ನು ಕೇವಲ ಐದು ವರ್ಷಗಳಷ್ಟೇ ಉಳಿದಿವೆ. ಅಷ್ಟರೊಳಗೆ ನಾವು ಬಚಾವಾಗುವ ಮಾರ್ಗವನ್ನು ಹುಡುಕಿಕೊಳ್ಳಬೇಕಿದೆ. ಇನ್ನು ಐದೇ ವರ್ಷ ಇದೆಯೆಂದು ವಿಜ್ಞಾನಿಗಳೇ ಹೇಳುತ್ತಿದ್ದಾರೆ. ನಿಮ್ಮನ್ನು ಕೇಳಿದರೆ, 'ನಮಗೆ 10 ವರ್ಷ

ಕೊಡಿ' ಎನ್ನುತ್ತಿದ್ದೀರಿ. ಆ ದೂರದ ಗುರಿಯನ್ನೂ ನೀವು ಸಾಧಿಸಲು ಕಷ್ಟಕರವಾದ 'ಮಹತ್ವಾಕಾಂಕ್ಷಿ ಗುರಿ' ಎನ್ನುತ್ತಿದ್ದೀರಿ.

'ಈ ಸಭಾಂಗಣದಲ್ಲಿ ಧೈರ್ಯವಂತರು ಯಾರೂ ಇಲ್ಲವೆ? ಕೊಂಚಕೊಂಚವಾಗಿ ಕ್ರಮ ಕೈಗೊಳ್ಳುವ ಕಾಲ ಮುಗಿದಿದೆ. ತುರ್ತುಕ್ರಮ ಕೈಗೊಳ್ಳಬೇಕಾದ ಸಮಯ ಬಂದಿದೆ. ದೂರ ಭವಿಷ್ಯದಲ್ಲಿ ನಿಂತು ನೋಡಿದರೆ ನಿಮಗೇ ಗೊತ್ತಾಗುತ್ತದೆ. ಈಗಿನ ಕಾಲದ ಜನ ಎಂಥ ಹೊಣೆಗೇಡಿಗಳಾಗಿದ್ದರು ಅನ್ನೋದು ಗೊತ್ತಾಗುತ್ತದೆ. ವಿಜ್ಞಾನಿಗಳು ಹೇಳಿದ್ದನ್ನೂ ಕೇಳದೆ, ವಿವೇಕವನ್ನೂ ದಯಾದಾಕ್ಷಿಣ್ಯಗಳನ್ನೂ ಬದಿಗಿಟ್ಟು ತಂತಮ್ಮ ಸ್ವಾರ್ಥವನ್ನೇ ಮುಂದಿಟ್ಟುಕೊಂಡವರ ಕಾಲ ಇದು.

'ಈ ಸಭಾಂಗಣದಲ್ಲಿ ಹೊಸ ವಿಚಾರಗಳನ್ನು ತುಂಬಿಕೊಂಡ ಕೆಲವರಾದರೂ ಇದ್ದಾರೆ. ಆದರೆ ಅವರ ವಿಚಾರಗಳನ್ನೆಲ್ಲ ನೀವು ತಳ್ಳಿ ಹಾಕಿದಿರಿ. ಅವೆಲ್ಲ ತೀರ ಕ್ರಾಂತಿ-ಕಾರಕ ಉಗ್ರ ಕ್ರಮಗಳೆಂದೂ ರಾಜಕೀಯವಾಗಿ ಜಾರಿಗೆ ತರಲು ಅಸಾಧ್ಯವೆಂದೂ ಹೇಳಿದಿರಿ. ದೂರ ಭವಿಷ್ಯದ ಬಗ್ಗೆ ಚಿಂತಿಸುವುದು ಕ್ರಾಂತಿಕಾರಕವೂ ಅಲ್ಲ, ಉಗ್ರವೂ ಅಲ್ಲ. ಉಗ್ರ ಯಾವುದೆಂದರೆ ಭೂಗ್ರಹದ ಹವಾಗುಣ ಪೂರ್ತಿ ವಿರೂಪವಾಗುವಂತೆ ಮಾಡುವುದು ಉಗ್ರ; ನನ್ನ ಪೀಳಿಗೆಗೆ ಮೋಸ ಮಾಡುವುದು ಉಗ್ರ; ಲಕ್ಷಾಂತರ ಜನರು ಕ್ಲೈಮೇಟ್ ಸಂಕಟಕ್ಕೆ ತುತ್ತಾಗಿ ಸಾಯುವಂತೆ ಮಾಡುವುದು ಉಗ್ರ; ಹೀಗಾಗದಂತೆ ತಡೆಯುವ ಸಾಮರ್ಥ್ಯವಿದ್ದರೂ ಕೈಕಟ್ಟಿ ಕೂರುವುದು ಉಗ್ರ!

'2011ನೇ ಇಸವಿ ಎಂದರೆ ಮಾತಾಡದ ಬಹುಸಂಖ್ಯಾತರು ದನಿಯೆತ್ತಿದ ವರ್ಷ. ತಳವೇ ತುಳುಕಾಡಿ ಮೇಲಿನದನ್ನು ಅಲುಗಾಡಿಸಿದ ವರ್ಷ. 2011ನೇ ಇಸವಿ ಎಂದರೆ ಉಗ್ರ ಕ್ರಮಗಳನ್ನು ಕೈಗೊಳ್ಳಲೇಬೇಕೆಂಬ ಸತ್ಯ ಗೊತ್ತಾದ ವರ್ಷ.

'ಈ ಸಮಾವೇಶದ ಮೂಲತತ್ವಗಳನ್ನು ಮತ್ತೊಮ್ಮೆ ನೆನಪಿಸುತ್ತೇನೆ. ನಿಮ್ಮ ತಪ್ಪುಗಳನ್ನು ಸರಿಪಡಿಸಿಕೊಳ್ಳಬೇಕಾದ ಚಾರಿತ್ರಿಕ ಜವಾಬ್ದಾರಿ ನಿಮ್ಮ ಮೇಲಿದೆ. ಎಲ್ಲರೂ ಒಂದಾಗಿ, ಆದರೆ ಅವರವರ ಸಾಮರ್ಥ್ಯಕ್ಕೆ ತಕ್ಕಂತೆ ಕ್ರಮಗಳನ್ನು ಕೈಗೊಳ್ಳಬೇಕಾದ ಜವಾಬ್ದಾರಿ ಅದು. ಅದು ಚರ್ಚಿಸಬೇಕಾದ ವಿಷಯವೇ ಅಲ್ಲ. ಈ ಮೂಲತತ್ವಗಳನ್ನು ನೀವು ಗೌರವಿಸಬೇಕು. ಮಾನವ ಸಂಕುಲದ ಅಂತರ್ಗತ ಮೌಲ್ಯವನ್ನು ನೀವು ಗೌರವಿಸಬೇಕು. ನಿಮ್ಮದೇ ಮುಂದುವರೆಯುವ ಪೀಳಿಗೆಯನ್ನು ನೀವು ಗೌರವಿಸಬೇಕು. 'ಕೆಲಸ ಮುಗಿಯುವವರೆಗೂ ಅದೊಂದು ಅಸಾಧ್ಯ ಕೆಲಸವೆಂದೇ ಅನ್ನಿಸುತ್ತಿರುತ್ತದೆ' ಎಂಬ ಮಂಡೇಲಾ ಮಾತುಗಳನ್ನು ನೆನಪಿಸಿಕೊಳ್ಳಿ. ಆದ್ದರಿಂದ, ಜಗತ್ತಿನ ವಿವಿಧ ಭಾಗಗಳ ಸರಕಾರಗಳೇ ಹಾಗೂ ಇಲ್ಲಿಗೆ ಬಂದ ಧನಿಕ ರಾಷ್ಟ್ರಗಳ ಗೌರವಾನ್ವಿತ ಪ್ರತಿನಿಧಿಗಳೇ, ಕೈಬಿಚ್ಚಿ ಸಹಾಯ ಮಾಡಿ.

'ಮನಸ್ಸು ಗಟ್ಟಿ ಮಾಡಿ!'

[ಈ ಮೂವರು ಬಾಲೆಯರ ಭಾಷಣಗಳೂ ಯೂಟ್ಯೂಬ್‌ನಲ್ಲಿ ಸಿಗುತ್ತವೆ]

ಗ್ರೇತಾ ಥನ್‌ಬರ್ಗ್ ಮಾತಿನಲ್ಲಿ ಗುಡುಗು ಮಿಂಚುಗಳು

ನೀವು ನಮ್ಮೊಂದಿಗೆ ಸೆಲ್ಫಿ ತಗೊಳ್ಳಬೇಕೆಂದು ಆಶಿಸಿ ನಾವೇನೂ ಬೀದಿಗೆ ಇಳಿದಿಲ್ಲ. ಸಂಕಟಸಮಯದಲ್ಲಿ ದೊಡ್ಡವರು ಹೇಗೆ ವರ್ತಿಸಬೇಕೊ ಹಾಗೆ ವರ್ತಿಸಬೇಕು ಎಂದು ನಿಮ್ಮನ್ನು ಎಚ್ಚರಿಸಲು ನಾವು ಮಕ್ಕಳು ಬೀದಿಗೆ ಇಳಿದಿದ್ದೇವೆ.

–ಇಂಗ್ಲೆಂಡಿನ ಸಂಸತ್ ಸದಸ್ಯರಿಗೆ ಹೇಳಿದ ಮಾತು.

ನಾವು ಪಾಠದ ಸಮಯವನ್ನು ವ್ಯರ್ಥ ಮಾಡುತ್ತಿದ್ದೇವೆಂದು ನೀವು ಹೇಳುತ್ತೀರಲ್ಲ? ನೀವು ರಾಜಕಾರಣಿಗಳು 30 ವರ್ಷ ಏನೂ ಮಾಡದೆ ವ್ಯರ್ಥ ಸಮಯ ಕಳೆದಿದ್ದೀರಿ, ನಿಮ್ಮ ದಾಖಲೆಯೇನು ಕಡಿಮೆಯೆ!

–ಇಂಗ್ಲೆಂಡಿನ ಮಾಜಿ ಪ್ರಧಾನಿ ತೆರೆಸಾ ಮೇ ಹೇಳಿದ ಮಾತಿಗೆ ಗ್ರೇತಾ ಕೊಟ್ಟ ತಿರುಗೇಟು.

'ಮಕ್ಕಳೆಲ್ಲ ನಿನ್ನ ಹಾಗೆ ಒಂದಾಗಿ ದನಿಯೆತ್ತಿದರೆ ಭೂಮಿ ಉಳಿದೀತು' ಎಂದು ಕೆಲವರು ನನಗೆ ಹೇಳುತ್ತಿದ್ದಾರೆ. ಅದು ತಪ್ಪು, ಭೂಮಿಯನ್ನು ಉಳಿಸುವಷ್ಟು ತಾಕಷ್ಟು ನಮಗಿನ್ನೂ ಬಂದಿಲ್ಲ. ನಾವಿನ್ನೂ ತೀರಾ ಚಿಕ್ಕವರು. ನಾವು ದೊಡ್ಡವರಾಗುವವರೆಗೆ ಕಾಯುತ್ತ ಕೂರಲು ಭೂಮಿಗೆ ಸಮಯವಿಲ್ಲ. ಅಧಿಕಾರದಲ್ಲಿದ್ದವರೇ ಈಗ ಕೆಲಸಕ್ಕೆ ತೊಡಗಿದರೆ ಮಾತ್ರ ಭೂಮಿ ಉಳಿದೀತು.

–ಫೈನಾನ್ಷಿಯಲ್ ಟೈಮ್ಸ್ ಪತ್ರಿಕೆಗೆ ನೀಡಿದ ಸಂದರ್ಶನದಲ್ಲಿ

ಭೂಮಿಯ ಈ ಸಂಕಟಕ್ಕೆ ನಾವೆಲ್ಲರೂ ಕಾರಣರೆಂದು ಕೆಲವರು ಹೇಳುತ್ತಿದ್ದಾರೆ. ಅದು ಸುಳ್ಳು. ಎಲ್ಲರೂ ಕಾರಣರಲ್ಲ; ಲಾಭ ಗಳಿಕೆಯೊಂದೇ ಉದ್ದೇಶವಾಗಿರುವ ಕೆಲವು ಕಂಪನಿಗಳು, ಕೆಲವು ಧನಾಢ್ಯರು ಇದಕ್ಕೆ ಕಾರಣರಾಗಿದ್ದಾರೆ. ತಾವೇನು ಮಾಡುತ್ತಿದ್ದೇವೆಂಬ ಅರಿವಿದ್ದೂ ಇದ್ದೂ ತಮ್ಮ ಸ್ವಾರ್ಥವನ್ನೇ ಸಾಧಿಸುತ್ತ ಬಂದವರು ಇಂದಿನ ಸಂಕಟಕ್ಕೆ ಕಾರಣರಾಗಿದ್ದಾರೆ.

–ವಿಶ್ವ ಆರ್ಥಿಕ ವೇದಿಕೆಯಲ್ಲಿ

ರಾಜಕಾರಣಿಗಳು ಈಗಲೂ ಕೈಕಟ್ಟಿ ಕೂತಿದ್ದರೆ, ಮನುಷ್ಯಕುಲದ ಅತಿ ದೊಡ್ಡ ವೈಫಲ್ಯಕ್ಕೆ ಕಾರಣರಾದವರೆಂಬ ಶಾಶ್ವತ ಅಪಕೀರ್ತಿ ಅವರಿಗೆ ಸಲ್ಲುತ್ತದೆ. ಭೂಚರಿತ್ರೆಯ ಅತಿ ದೊಡ್ಡ ಖಳನಾಯಕರು ಅವರೇ ಎಂಬುದು ಬಿಂಬಿತವಾಗುತ್ತದೆ.

–ಐರೋಪ್ಯ ಆರ್ಥಿಕ ಮತ್ತು ಸಾಮಾಜಿಕ ಸಮಿತಿಯ ಸಭೆಯಲ್ಲಿ

ಚಿತ್ರಗಳ ಆಕರಮೂಲ:
ಈ ಪುಸ್ತಕದಲ್ಲಿ ಬಳಕೆಯಾದ ಪ್ರತಿಯೊಂದು ಚಿತ್ರಕ್ಕೂ ಅದರ ಮೂಲ ಛಾಯಾಗ್ರಾಹಕರ/ಪ್ರಕಾಶಕರ ಅನುಮತಿ ಪಡೆದು, ಅವರ ಹೆಸರಿನೊಂದಿಗೆ ಪ್ರಕಟಿಸಬೇಕೆಂಬುದು ಲೇಖಕರ ಅಭಿಲಾಷೆಯಾಗಿತ್ತು. ಸಾಧ್ಯವಾದಲ್ಲೆಲ್ಲ ಕಾಪಿರೈಟ್‌ನಿಂದ ಮುಕ್ತವಾದ ಚಿತ್ರಗಳನ್ನೇ ಬಳಸಿಕೊಳ್ಳಲಾಗಿದೆ ಹಾಗೂ ಅಲ್ಲೂ ಫೊಟೊಗ್ರಾಫರ್‌ಗಳಿಗೆ ಕ್ರೆಡಿಟ್ ಕೊಡುವ ಪ್ರಯತ್ನ ಮಾಡಲಾಗಿದೆ. ಅಂತರಜಾಲದಲ್ಲಿ ಸಿಗುವ ಗ್ರೇತಾಳ ಬಹಳಷ್ಟು ಫೋಟೊಗಳು ಟ್ವಿಟ್ಟರ್, ಫೇಸ್‌ಬುಕ್, ಬ್ಲಾಗ್, ಇನ್‌ಸ್ಟಾಗ್ರಾಮ್ ಮುಂತಾದ ಅನೇಕ ಮಾಧ್ಯಮಗಳಲ್ಲಿ ಬೇರೆ ಬೇರೆ ವ್ಯಕ್ತಿಗಳ ಹಾಗೂ ಸಂಘಟನೆಗಳ ಹೆಸರಿನಲ್ಲಿ ಪ್ರಕಟವಾಗಿವೆ. ಇನ್ನು ಕೆಲವು ಚಿತ್ರಗಳ ಮೂಲ ಯಾವುದೆಂದು ಗೊತ್ತಾಗದ ಹಾಗೆ ಕಲಾವಿದರು ಮಾರ್ಫಿಂಗ್ ಮಾಡಿದ್ದಾರೆ. ಮತ್ತೆ ಕೆಲವನ್ನು ಸುದ್ದಿ ಚಾನೆಲ್‌ಗಳ ವಿಡಿಯೊಗಳಿಂದ ಸೆರೆ ಹಿಡಿದು ಬಳಸಲಾಗಿದೆ.

Sources and credits pertaining to images used in this book:

Page 8: Michael Campanella/The Guardian, p14 Svante Thunberg, p20 Adam Johanson, p22 Melvin Pollero, p35 GQ magazine, p37 TEDx Stockholm, p46 and 51 Malizia2, p52 UNO, p54 Graeme Keyes, p56 phys.org/Bloomberg, p59 Reuters, p61 Greta, 63 UN, p64 Down to Earth, p66 Sabrina Hornung, p69 Celezewski/Reuters, p73 City News Toronto (youtube), p80 GQ magazine, p83 metro.co.uk Twitter/CEN, p100 Rupa Hasana, p101 S. Pattananaik (Twitter), p105 Screenshot from sweden.se (Twitter) p108 UNO p110 Arnold Schwarzenegger, p111 CNN, p118 Greta Thunberg Instagram/narcity.com; Back cover jacket: Tim Rimmele, Getty images.

ನಾಗೇಶ ಹೆಗಡೆಯವರ ಇದುವರೆಗಿನ ಪ್ರಮುಖ ಕೃತಿಗಳು:

ಇರುವುದೊಂದೇ ಭೂಮಿ
ನಮ್ಮೊಳಗಿನ ಬ್ರಹ್ಮಾಂಡ
ಶತ್ರುವಿಲ್ಲದ ಸಮರ
ಗಗನ ಸಖಿಯರ ಸೆರಗ ಹಿಡಿದು
ಗುರುಗ್ರಹದಲ್ಲಿ ದೀಪಾವಳಿ
ಮುಷ್ಟಿಯಲ್ಲಿ ಮಿಲೆನಿಯಂ
ಸುರಿಹೊಂಡ ಭರತಖಂಡ
ಮಿನುಗುವ ಮೀನು, ಕುಲಾಂತರಿ ಕೋತಿ
ಅಂತರಿಕ್ಷದಲ್ಲಿ ಮಹಾಸಾಗರ
ನ್ಯಾನೊಹೇನು
ಎಂಥದೊ ತುಂತುರು
ಆಚಿನಲೋಕಕ್ಕೆ ಕಾಲಕೋಶ
ಪ್ರತಿದಿನ ಪರಿಸರ ದಿನ
ಅಭಿವೃದ್ಧಿಯ ಅಂಧಯುಗ
ಕೊಪೆನಹೇಗನ್ ಋತುಸಂಹಾರ
ಮತ್ತೆ ಮತ್ತೆ ಕೂಗುಮಾರಿ
ಟಿಪ್ಪೂ ಖಡ್ಗದ ನ್ಯಾನೊಕಾರ್ಬನ್
ಹಳ್ಳೀಮುಕ್ಕ ಎಲ್ಲೆಲ್ ಹೊಕ್ಕ
ಕೆರೆಯಲಿ ಚಿನ್ನ ಕೆರೆಯೇ ಚಿನ್ನ
ನಮ್ಮೊಳಗಿನ ದುಂದುಮಾರ
ಬರ್ಗರ್ ಭಾರತ
ಮನುಕುಲದ ರಕ್ಷಣೆಗೆ ಮಹತ್ವದ ದಿನಗಳು
ನರಮಂಡಲ ಬ್ರಹ್ಮಾಂಡ
ಆಸ್ಪತ್ರೆಗಳಲ್ಲಿ ಏಳು ಎಚ್ಚರಿಕೆಗಳು
ನಾಳೆಗಳ ಹಿಂದಿಕ್ಕಿ ನಾಗಾಲೋಟ
ಶತಕಗಳ ಸರದಾರ ಸಿಎನ್ಆರ್ ರಾವ್
ಹಾರುವತಟ್ಟೆಯ ದಶಾವತಾರಗಳು
ಭೋಗ ಪ್ರಳಯ
ಭೂಮಿಯೆಂಬ ಗಗನನೌಕೆ
ಜೂನಿಯರ್ ಪರಿಸರ ಸಂಭ್ರಮ
ಅಪೂರ್ವ ಪಶ್ಚಿಮಘಟ್ಟಗಳು
ಸೈನ್ಸ್ ಸಫಾರಿ
ಸೈನ್ಸ್ ಮತ್ತು ಪರಿಸರ ಸಿಂಚನ

ಪ್ರತಿಗಳಿಗಾಗಿ: ಭೂಮಿ ಬುಕ್ಸ್ 9449177628

150, ಮೊದಲ ಮುಖ್ಯರಸ್ತೆ, ಶೇಷಾದ್ರಿಪುರಂ,
ಬೆಂಗಳೂರು–560020
9449177628

ವಿಜ್ಞಾನ ಮತ್ತು ಪರಿಸರ ಪ್ರಜ್ಞೆಯ ವಿಭಿನ್ನ ನೋಟಗಳು; ಉಡುಗೊರೆ/ಬಹುಮಾನ ನೀಡಲು ಯೋಗ್ಯವಾದ ಪುಸ್ತಕಗಳು

- ಅಹಾ! ಇಸ್ರೇಲೀ ಕೃಷಿ*
- ನಗೆನಗ್ತಾ ವಿಜ್ಞಾನ
- ಅಭಿವೃದ್ಧಿಯ ಅಂಧಯುಗ
- ಚಿನುವಾನ ಚಿರಿಮನೆ
- ಮತ್ತೆ ಮತ್ತೆ ಕುಗುಮಾರಿ
- ಕೊಪೆನ್‌ಹೇಗನ್ ಋತುಸಂಹಾರ
- ಚಿಲಿಯ ಕಲಿಗಳು
- ಪ್ರತಿ ದಿನ ಪರಿಸರ ದಿನ
- ಟಿಪ್ಪೂ ಖಿದ್ದದ ನ್ಯಾನೊ ಕಾರ್ಬನ್
- ಕೆರೆಯಲಿ ಚಿನ್ನ, ಕೆರೆಯೇ ಚಿನ್ನ
- ಬರ್ಗರ್ ಭಾರತ
- ನಮ್ಮೊಳಗಿನ ದುಂದುಮಾರ
- ಜೋಗದ ಸಿರಿ ಕತ್ತಲಲ್ಲಿ
- ಇರುವುದೊಂದೇ ಭೂಮಿ

- ಏಯ್, ಬೀಳ್ತೀಯ ಹುಷಾರು!
- ಹಳ್ಳೀಮುಕ್ಕ ಎಲ್ಲೆಲ್ ಹೊಕ್ಕ
- ನರಮಂಡಲ ಬ್ರಹ್ಮಾಂಡ
- ಮಣ್ಣು ಅದೇ ಅಸಲೀ ಹೊನ್ನು
- ಶತಕಗಳ ಸರದಾರ ಸಿಎನ್‌ಆರ್ ರಾವ್
- ಮನುಕುಲ ರಕ್ಷಣೆಗೆ ಮಹತ್ವದ ದಿನಗಳು
- ಆಸ್ಪತ್ರೆಗಳಲ್ಲಿ ಎಲು ಎಚ್ಚರಿಕೆಗಳು
- ನಾಳೆಗಳ ಹಿಂದಿಕ್ಕಿ ನಾಗಾಲೋಟ
- ಭೋಗ ಪ್ರಳಯ
- ಭೂಮಿಯೆಂಬ ಗಗನಸೌಕೆ
- ಅಪೂರ್ವ ಪಶ್ಚಿಮಘಟ್ಟಗಳು
- ಸೈನ್ಸ್ ಸಫಾರಿ
- ಸೈನ್ಸ್ ಮತ್ತು ಪರಿಸರ ಸಿಂಚನ
- ಗ್ರೇತಾ ಥನ್‌ಬರ್ಗ್

* ಜೊತೆಗೆ, ಹಿಂದಿನ ಪುಟದಲ್ಲಿ ಸೂಚಿಸಲಾದ ಪುಸ್ತಕಗಳನ್ನೂ ಒದಗಿಸಲಾಗುವುದು.

ಒಂದೊಂದು ಪುಸ್ತಕ ಪ್ರಕಟವಾದಾಗಲೂ ಅದಕ್ಕೆ ಪರಿಹಾರ ರೂಪದಲ್ಲಿ ಒಂದೊಂದು ಮರವನ್ನು ಬೆಳೆಸುತ್ತೇವೆಂಬ ಪ್ರತಿಜ್ಞೆಗೆ ಬದ್ಧವಾದ ಏಕೈಕ ಪ್ರಕಾಶನ 'ಭೂಮಿ ಬುಕ್ಸ್'. ಪುಸ್ತಕಗಳನ್ನು ಕೊಂಡು ಓದುತ್ತಲೇ ವನ ನಿರ್ಮಾಣದಲ್ಲಿ ಪಾಲುದಾರರಾಗುವ ಅವಕಾಶ ಇಲ್ಲಿದೆ.
ಪುಸ್ತಕಗಳಿಗಾಗಿ ಸಂಪರ್ಕಿಸಿ: 9449177628